आपल्या स्नेहीजनांना पुस्तके भेट द्या

‘आई’पण जागवणाऱ्या कथा

चिकन सूप फॉर द मदर्स सोल

लेखक

जॅक कॅनफिल्ड / मार्क व्हिक्टर हॅन्सन /
जेनिफर रीड हॉथॉर्न / मॅर्सी शिमॉफ

अनुवाद

सुप्रिया वकील

मेहता पब्लिशिंग हाऊस

Chicken Soup for the Mother's Soul

Published under agreement with Health Communications Inc.,
Deerfield Beach, Florida, U.S.A.

Translated into Marathi Language by Supriya Vakil

चिकन सूप फॉर द मदर्स सोल

अनुवाद : सुप्रिया वकील
Email : author@mehtapublishinghouse.com

प्रकाशक : सुनील अनिल मेहता, मेहता पब्लिशिंग हाऊस,
१९४१, सदाशिव पेठ, माडीवाले कॉलनी, पुणे - ४११ ०३०

मुद्रक : ट्रिनिटी अॅकॅडमी फॉर कॉर्पोरेट ट्रेनिंग लिमिटेड

अक्षरजुळणी : वैशाली पांडे, पुणे

मुखपृष्ठ : फाल्गुन ग्राफिक्स

प्रकाशनकाल : सप्टेंबर, २००९ / ऑक्टोबर, २०१० /
पुनर्मुद्रण : जानेवारी, २०१४

किंमत : ₹ २००

P Book ISBN 9788184980615

हे पुस्तक आम्ही आमच्या आयांना....
एलेन टेलर, उना हॅन्सन, मॉरिन रीड आणि लुईस शिमॉफ
प्रेमपूर्वक अर्पण करतो.
त्यांचं प्रेम व मार्गदर्शन हा आमच्या जीवनाचा पाया आहे.

आम्ही हे पुस्तक जगभरातल्या सर्व आयांनाही अर्पण करतो....
ज्यांच्या प्रेमळ हातांनी आणि हृदयांनी आपल्या सर्वांच्या जीवनाला
स्पर्श केलाय, आपल्या जखमा बऱ्या केल्या आहेत आणि
आपलं संगोपन केलंय.

मातांना सलाम!

मी जे जे काही केलं, जे काही करतोय आणि जे काही करीन त्यावर
तुझ्या प्रेमळ मार्गदर्शनाचा अपरिमित प्रभाव आहे.
मी जो कुणी होतो, जो कुणी आहे आणि जो कुणी होईन त्यावर
तुझ्या अस्तित्वाची पुसता न येणारी गोड छाप आहे.
त्यामुळं मी जे जे काही साध्य करीन आणि जो कुणी होईन त्या
साऱ्यासाऱ्याचा तू हिस्सा आहेस.
त्यामुळंच मी जेव्हा माझ्या शेजाऱ्याला साहाय्य करतो तेव्हा तुझा
मदतीचा हात सुद्धा त्यात असतोच.
मी जेव्हा एखाद्या मैत्रिणीच्या वेदनेवर फुंकर घालतो तेव्हा ती तुझी
ऋणाईत असते.
मी जेव्हा एखाद्या मुलाला चांगला मार्ग दाखवतो...
शब्दांनी असो वा उदाहरणानं असो...
त्यावेळी तूच शिक्षिका असतेस.
कारण मी जे जे काही करतो, त्यात तुझ्याकडून शिकलेल्या
मूल्यांचं प्रतिबिंबच डोकावत असतं,
मी एखादी चुकीची गोष्ट दुरुस्त केलेली असो,

एखादं हृदय उजळून टाकलेलं असो,
एखादी भेटवस्तू दिलेली असो की,
मी एखादं ओझं हलकं केलेलं असो,
तो तुला आदरांजली वाहण्याचा लहानसा प्रयत्न असतो.
कारण तू मला जीवन दिलंस आणि त्याहून महत्त्वाचं म्हणजे,
तू मला कसं जगावं याचे धडे दिलेस.
मी तुझ्यातूनच निर्माण झालोय.
या पृथ्वीतलावरील कालात मी जे
साध्य करीन तेही त्यामुळंच घडणार आहे.
तू जशी आहेस आणि मी जसा आहे, त्यासाठी
मी तुझा आभारी आहे, मॉम.

डेव्हिड एल. वेदरफोर्ड

परिचय

हे पुस्तक ही आमची तुमच्यासाठी भेट आहे... जगभरातील आया.

हे पुस्तक लिहीत असताना, जगभरातील आयांचा सन्मान करणं हा आमचा उद्देश होता, पण जीवनरूपी भेट देणाऱ्या आईचे आभार मानणं शक्य आहे का? आम्ही 'चिकन सूप फॉर द मदर्स सोल'साठी अक्षरश: हजारो कथा वाचल्या, त्यामध्ये लोकांनी त्यांच्या आईबद्दल व्यक्त केलेल्या भावना खरोखर आमच्या हृदयाला भिडल्या.

बऱ्याच लोकांनी त्यांच्या आईच्या त्यागाबद्दल लिहिलं आहे, काहींनी त्यांच्या आईच्या धैर्यसंपन्नतेबद्दल लिहिलं आहे. काहींनी त्यांना आईकडून लाभलेली स्फूर्ती व प्रोत्साहन याविषयी लिहिलं आहे... मात्र या सर्वांत अनादिअनंत व्यक्त झालेली भावना म्हणजे आईच्या वात्सल्याचं अनादिअनंत स्वरूप!

आमच्या वाचनात आलेला एक उतारा इथं उधृत करतोय, त्यातून हे फार सुंदरपणे व्यक्त होईल :

एक दिवस मोठा छान होता... शांत, तेजस्वी, मोहक, सूर्यप्रकाशयुक्त. त्या दिवशी एक देवदूत स्वर्गातून पृथ्वीवर आला. तो इथं शेता-जंगलात भटकला. शहर-खेड्यात फिरला. तितक्यात सूर्य मावळतीला आला. त्याबरोबर देवदूत पंख पसरून परत निघाला.

"आता माझी वेळ संपली, आता मला प्रकाशाच्या दुनियेत परत जावं लागेल, पण त्याआधी मला इथल्या सफरीची काहीतरी आठवण सोबत घ्यायची आहे."

मग त्याला सुंदर फुलांनी बहरलेला एक बगिचा दिसला.

"किती देखणी आणि सुगंधी फुलं आहेत!" त्याच्या मनात आलं. त्यानं तिथले दुर्मिळात दुर्मिळ गुलाब खुडून त्यांचा गुच्छ तयार केला.

"मला यापेक्षा अधिक देखणं आणि सुगंधी दुसरं काही दिसत नाही. आपण हेच सोबत नेऊया." त्यानं विचार केला.

तिथून तो थोडं पुढं गेला तर त्याला एक चमकदार डोळ्यांचं, गुलाबी गालांचं गोंडस बाळ दिसलं. ते त्याच्या आईकडं पाहून बोळकं पसरून हसत होतं. देवदूताच्या मनात आलं, "अरेच्च्या! या बाळाचं हास्य तर या पुष्पगुच्छापेक्षा सुंदर आहे; आपण तेही सोबत न्यावं."

मग त्याची नजर पाळण्यापलीकडं गेली... तिथं त्या बाळाची आई होती. तिच्या वात्सल्याचा झरा त्या पाळण्याच्या व बाळाच्या दिशेनं झुळझुळ वाहात होता. ते पाहून देवदूताच्या मनात आलं,

"मी या पृथ्वीतलावर पाहिलेली सर्वात सुंदर गोष्ट आहे ही... आईचं वात्सल्य. आपण हेही सोबत न्यावं."

मग या तिन्ही मौल्यवान गोष्टी सोबत घेऊन तो उडत उडत परत निघाला. स्वर्गाच्या प्रवेशद्वाराशी गेल्यावर त्याच्या मनात आलं, आत प्रवेश करण्यासाठी आपण आणलेल्या या तिन्ही गोष्टी उघडून तरी बघाव्यात! त्याप्रमाणं त्यानं पाहिलं तर, ती फुलं कोमेजली होती. मग त्यानं बाळाचं हास्य पाहिलं, तर तेही मावळलं होतं. मग त्यानं आईच्या वात्सल्याकडं पाहिलं. तर ते मात्र अगदी जसंच्या तसं, आधीच्याच तेजानं विलसत होतं.

मग त्यानं ती कोमेजलेली फुलं, मावळलेलं हास्य फेकून दिलं. स्वर्गात प्रवेश केला आणि सर्वांना एकत्र जमवून सांगितलं,

"मला पृथ्वीतलावर फक्त एकच गोष्ट अशी सापडली, की जिचं सौंदर्य स्वर्गापर्यंत सुद्धा अबाधित राहिलं... ती गोष्ट म्हणजे आईचं वात्सल्य."

आम्ही प्रेमपूर्वक हे 'चिकन सूप फॉर द मदर्स सोल' तुमच्यासाठी सादर करतोय. हे पुस्तक वाचताना कदाचित तुम्हाला प्रेमाचे चमत्कार, आनंद व स्फूर्ती अनुभवास येईल. हे पुस्तक तुमच्या काळजाला भिडेल.

जॅक कॅनफिल्ड, मार्क व्हिक्टर हॅन्सन,
जेनिफर रीड हॉथॉर्न व मॅर्सी शिमॉफ

अनुक्रमणिका

१ – प्रेमाविषयी

२ – आईचं मार्गदर्शक बोट

३ – धैर्यसंपन्न माता

Please contact us at **Mehta Publishing House,** Pune 411030.
✆ +91 020-24476924 / 24460313 / Mob. No. 9545000513
Email : production@mehtapublishinghouse.com
Website : www.mehtapublishinghouse.com

१

प्रेमाविषयी

प्रेम हे सदाबहार ऋतूतील फळ आहे आणि
ते प्रत्येकाच्या हाताच्या आवाक्यात आहे.

मदर तेरेसा

बेबी लिफ्ट

आईच्या मायेला अशक्य असं काहीच दिसत नसतं.

पॅडॉक

२६ एप्रिल, १९७५ ची गोष्ट आहे. माझी मैत्रीण कॅरोल डे आणि मी खडबड्या गाडीतून सैगनचे धूळभरले रस्ते पार करीत होतो. नक्कीच आम्ही दोघीही त्या दिवशीच्या अवतारात अगदी 'आयोवा होममेकर्स' सारख्या दिसत असणार! त्याआधी तीन महिन्यांपूर्वी, आम्ही दोघींनी प्रत्येकी तीन व्हिएतनामी अनाथ मुलांना अमेरिकी कुटुंबात स्थान मिळवून देण्याचं ठरवलं होतं. त्यावेळी ही सफर रोमांचक, मात्र सुरक्षित वाटली होती. माझे पती- मार्क आणि मी, आम्ही दोघांनीही भविष्यात अनाथ मूल दत्तक घेण्यासाठी अर्ज केला होता. आम्हा सर्वांनाच काहीतरी वेगळं करायचं होतं. मात्र कॅरोल आणि मी सैगनला पोहोचलो तेव्हा तिथं सैन्याचा वेढा पडला होता. हे आम्हाला आधी कसं कळणार?

शहरापासून अवघ्या तीन मैलांच्याही आत बॉम्बवर्षाव सुरू होता. नागरिकांचे लोंढेच्या लोंढे बाहेर पडताना दिसत होते. त्यांनी त्यांच्या साऱ्या चीजवस्तू ढकलगाडीवर भरल्या होत्या, काही पाठीवर लादल्या होत्या. आमची ड्रायव्हर चेरी क्लार्क मात्र घाबरण्यापेक्षा रोमांचितच अधिक झालेली दिसत होती. ती FCUN म्हणजे 'फ्रेंडस् ऑफ द चिल्ड्रन ऑफ व्हिएटनाम'ची ओव्हरसीज डायरेक्टर होती. आम्ही इथं आल्यापासून ती आम्हाला अनपेक्षित बातम्यांचे तडाख्यावर तडाखे देत होती.

राष्ट्राध्यक्ष फोर्ड यांनी या मुलांना वाचवण्याचा अखेरचा मार्ग म्हणून अति भव्य बेबी-लिफ्टला मान्यता दिलीय. ऐकलंत का तुम्ही? आता तुम्ही सहाऐवजी दोनशे अनाथ मुलांना घेऊन जाल!''

कॅरोल व मी, आम्ही दोघींनी एकमेकींकडं आश्चर्यानं पाहिलं.

"काल आम्ही एक विमान भरून मुलं पाठवली," चेरी पुढं सांगत होती. "अखेरच्या क्षणी व्हिएटनामी सरकारनं परवानगी नाकारली. पण तोवर विमान झेपावण्यास सज्ज झालेलं होतं. त्यामुळं ते सुटलं! आता ही १५० मुलं सॅनफ्रॅन्सिस्कोत सुखरूप आहेत!"

आम्हाला परिचारिका म्हणून काही वर्षांचा अनुभव होता. मात्र FCUN केंद्रात आम्ही जे काही पाहिलं ते मात्र विलक्षण होतं. आम्ही कधी याची कल्पनासुद्धा केली नव्हती. भल्यामोठ्या फ्रेंच मॅन्शनच्या प्रत्येक मजल्यावरचा इंच न् इंच ब्लॅंकेट्स वा चटयांनी व्यापलेला होता आणि त्यावर होती लहान लहान बाळं... शेकडो बाळं... सोडून दिलेली अथवा अनाथ झालेली...

आम्हा दोघींना जेट लॅगची भीती सतावत होती, तरीही आम्ही दोघींनीही दुसऱ्या दिवशीच्या विमानोड्डाणासाठी मुलांना तयार करण्याच्या कामात मदत करण्याचा निश्चय केला. आमचं विमान हे तिथून बाहेर पडणारं पहिलंच विमान असणार होतं. त्या सगळ्या लहान बाळांना कपडे व लंगोट, तपासणी व कायदेशीर नाव या गोष्टी मिळण्याची गरज होती. समर्पित वृत्तीनं काम करणारे व्हिएटनामी व अमेरिकी स्वयंसेवक अहोरात्र काम करीत होते.

दुसऱ्या दिवशी सकाळी आम्हाला समजलं की, त्या आदल्या अनधिकृत विमानोड्डाणाचा बदला म्हणून आमच्या एजन्सीला विमानोड्डाण करता येणार नव्हतं. व्हिएटनामी सरकार परवानगी देईल तेव्हा... आणि त्यांनी परवानगी दिली तरच आम्हाला तिथून निघण्याची परवानगी मिळणार होती.

"आता आपण देवाला हात जोडून वाट बघण्याखेरीज काहीच करू शकत नाही." चेरी शांतपणे म्हणाली. सैगनमध्ये अमेरिकी व अनाथांची वेळ भरत आलीय हे आम्ही ओळखून होतो.

दरम्यान, कॅरोल व मी इतर स्वयंसेवकांमध्ये मिसळलो. ते मुलांना घाईगडबडीनं तयार करीत होते. ऑस्ट्रेलियाला जाणाऱ्या एका विमानातून त्यांची रवानगी करायची होती.

आम्ही उन्हाच्या कडाक्याची पर्वा न करता VW व्हॅनमध्ये बाळांना नेऊन ठेवलं. या व्हॅनमधली मधली सीट काढून टाकली होती. मी व्हॅनमध्ये बसले. माझ्या पायाशी २१ नवजात बाळांची मुटकुळी होती; इतरत्रही अशीच मुलं भरली होती.

आम्ही विमानतळावर आलो तर तिथं सगळी वाहतूक स्तब्ध झालेली होती. आमच्या समोर आभाळात प्रचंड मोठा काळाकुट्ट ढग पसरला होता. तिथल्या प्रवेशद्वारातून जाताना एक भयानक अफवा कानावर पडली : अनाथांना

घेऊन जाणारं ते पहिलं विमान... आम्ही ज्या विमानातून जायला मिळावं म्हणून हातापाया पडलो होतो, ते विमान आभाळात झेपावल्याबरोबर दुर्घटनाग्रस्त झालं होतं.

ही बातमी खरी असूच शकत नाही! आम्ही त्यावर विश्वास ठेवला नाही. आम्हाला काळजी करीत बसायला वेळच नव्हता. कारण आम्हाला ती सगळी रडारडी करणारी बाळं विमानात चढवून त्यांना मुक्त करण्याचं काम होतं. कॅरोल व मी, आम्ही दोघी एकमेकींचे हात धरून उभ्या होतो... तितक्यात ते विमान आभाळात झेपावलं. त्याबरोबर आम्ही अक्षरश: धावपट्टीवरच नाचलो! एक विमानभर बाळं तरी मुक्त झाली होती!

मात्र आमचा हा आनंद क्षणिक ठरला. आम्ही केंद्रात परत येऊन पाहिलं तर तिथं सगळे शोकसागरात बुडाले होते! मग चेरीनं अडखळतच घडला प्रकार सांगितला... ते ऐकून आमचा स्वत:च्या कानांवरच विश्वास बसेना. ती शेकडो बाळं व त्यांच्या सोबत गेलेले विमानोड्डाणानंतर झालेल्या स्फोटात मृत्यूमुखी पडले होते. ते विमान पाडण्यात आलं की त्यावर बॉम्ब टाकला होता कोण जाणे!

मदतकार्यासाठी गेलेले कार्यकर्ते आणि इवली इवली बाळं! हे असलं कोण करत असेल? असं पुन्हा घडू शकेल?

मी वेताच्या कोचावर कोसळले. माझ्या काळजातलं दु:ख अश्रूंवाटे घळाघळा ओघळत होतं. आम्ही ज्या विमानातून जाण्यासाठी आटापिटा केला होता ते विमान कोसळलं होतं... माझी श्रद्धाही डळमळीत झाली होती. आता आपण आपल्या नवऱ्याला- मुलींना कधी पाहूसुद्धा शकणार नाही अशी भयानक भावना घेरून आली होती.

त्या दिवशी सायंकाळी चेरीनं मला खूण करून बोलावलं. आश्चर्याचे धक्क्यांवर धक्के देणाऱ्या त्या विश्वात ती असं काही सांगेल हे मला अपेक्षित नव्हतं.

"तुझ्या पिशवीत मूल दत्तक घेण्यासंबंधीची कागदपत्रं आहेत, तर तू मुलगा मिळण्याची प्रतिक्षा करण्यापेक्षा स्वत:च मुलगा का निवडत नाहीस?"

एकाच दिवशी भीतीचा काळाकुट्ट डोह आणि अत्यंत उत्कट आकांक्षेची पूर्ती अशा दोन्ही गोष्टी समोर होत्या. मी छोट्या बाळाला घेऊन घरी गेले तर आमच्या मुली नवा भाऊ बघून किती आनंदित होतील! पण... यांतून मूल निवडायचं कसं? मी देवाचं नाव घेत पुढच्या खोलीत प्रवेशले.

मी अक्षरश: बाळांच्या समुद्रातून वाट काढीत होते. तितक्यात एक बाळ माझ्या दिशेनं रांगत रांगत आलं. त्याच्या अंगावर फक्त लंगोट होता. मी त्याला

उचलून कडेवर घेतलं तर ते माझ्या खांद्यावर डोकं टेकवून विसावलं. मी त्याला कुशीत घेईन याची जणू ते वाट बघत होतं. मी त्याला कडेवर घेऊनच त्या

खोलीत चक्कर टाकली. मी तिथली सगळी बाळं पाहिली, त्यांना स्पर्श केला. वरच्या मजल्यावर तर आणखी बाळंच बाळं होती! मला निर्णय घ्यायचा होता... मी देवाची प्रार्थना करीत होते, त्यावेळी माझ्या कडेवरचं चिमणं मला आणखीनच बिलगलं होतं. त्याचे इवले हात माझ्या मानेभोवती होते... त्याचा इवला श्वास माझ्या मानेभोवती जाणवत जाणवत माझ्या काळजात स्थिरावला.

"हॅलो, मिशेल," मी कुजबुजत्या स्वरात म्हणाले, "मी आहे तुझी मॉम."

दुसऱ्या दिवशी आम्हाला आनंदाची बातमी मिळाली. आमच्या विमानोड्डाणाला परवानगी मिळाली होती. त्या दिवशी दुपारीच आमचं विमान निघणार होतं. अजून १५० मुलं उरली होती. सगळे स्वयंसेवक त्यांची बांधाबांध करण्याच्या कामात होते.

वापरात नसलेल्या एका बसमधून एकेका सीटवर तीनचार मुलांची व्यवस्था करून विमानतळापर्यंत खेपा सुरू होत्या. कॅरोल व मी त्याच बसमधून निघालो. पुन्हा आमच्यासमोर संकट वाढून तयार होतंच. विमानतळावर आल्यावर आम्हाला समजलं की, व्हिएटनामी राष्ट्राध्यक्ष थिऊ यांनी आमचं विमान रद्द केलंय. आम्ही

दुःख वाटून न घेण्याचा प्रयत्न करीत, तळपत्या उन्हात सगळी बाळं घाणेरड्या क्वोनसेट झोपड्यांमध्ये हलवण्याच्या कामात मदत केली. आमची इथून कधी सुटका होणारच नव्हती की काय? आम्ही सगळे सैगनच्या वेढ्यातच मरणार की काय? मनात प्रश्नांचं मोहोळ उठलं होतं.

अखेर रॉस हा FCUN चा एक कार्यकर्ता धावतच आला.

"राष्ट्राध्यक्ष थिऊ फक्त एका विमानाला परवानगी देतायत आणि ते ताबडतोब निघणार आहे. आपण ही मुलं विमानात चढवूया... आणि तुम्हीसुद्धा निघा!" त्यानं आम्हा दोघींना सांगितलं.

आमच्या सुटकेची संधी समोर होती.

"नाही," मी म्हणाले, "माझा मुलगा केंद्रात आहे. तो नंतरच्या बसनं येणार आहे. मी त्याला घेऊन येते."

"लीॲन," रॉस म्हणाला, "तू परिस्थिती बघतीयस. शक्य आहे तोवर इथून निघ. मी तुला वचन देतो, मी तुझा मुलगा तुझ्यापर्यंत पोहोचवायचा प्रयत्न करीन."

होय, मी तिथली परिस्थिती बघतच होते.

"मी मिशेलला इथं सोडून जाणार नाही!"

"मग आटप लवकर." रॉस म्हणाला, "मी मला शक्य तितका वेळ विमान थांबवून धरतो. पण आपण इतर मुलांच्या सुटकेच्या संधीवर पाणी पाडू शकत नाही."

मी बसकडं धावले. ड्रायव्हरनं गाडी बेभानपणे दामटली आणि मला केंद्रापासून मैलभर अलीकडं नेऊन सोडलं. माझ्या सँडलचा पट्टा तुटला होता, त्यामुळं ते माझ्या घोट्यावर दणादण आदळत होतं. मी केंद्राकडं पळत सुटले होते. वाटेत मी सँडल हातात घेऊन अनवाणी धावू लागले. केंद्रात पोहोचून तिथं जिन्यावरून जाताना माझी एक बाजू प्रचंड दुखत होती.

"विमान..." मी धापा टाकत सांगायचा प्रयत्न करीत होते.

मला खुर्चीत आरामात बसवत चेरी म्हणाली.

"मला माहीत आहे. आत्ताच विमानतळावरून फोन आला होता."

"मग?"

"विमान तुझ्यासाठी थांबतंय!" चेरी रुंद हसत म्हणाली.

धापा टाकत असतानाही माझ्या चेहऱ्यावर स्मित उमललं.

"एवढंच नाही तर, आपण या विमानखेपेत आणखीही काही मुलं नेऊ शकणार आहोत... आणि दुसऱ्या विमानालाही परवानगी मिळालीय!"

माझ्या गालांवरून अश्रुधारा ओघळत होत्या. मी मिशेलला शोधून काढलं

आणि त्याला काळजाशी घट्ट धरलं. मी तिथंच मूक प्रतिज्ञा केली की, आता त्याला कधीही सोडून जायचं नाही.

त्यानंतर काही तासांतच, मी मालवाहू विमानात बसले... माझं काळीज धडधडत होतं. केंद्रातून पुठ्ठ्याची २० खोकी आली होती. प्रत्येक खोक्यात दोन-तीन, दोन-तीन बाळं ठेवली होती. त्यापेक्षा थोडी मोठी मुलं मोठमोठ्या बाकांवर पट्टे बांधून बसवली होती. त्या बिचाऱ्यांना काही कळेनासं झालं होतं.

विमानाची दारं बंद झाली... इंजिनाचा कानठळ्या बसवणारा आवाज झाला. माझ्या मनातून तो काळा ढग कधीच पुसला जात नव्हता. मी व्याकूळ होऊन मिशेलला घट्ट जवळ घेतलं. विमान धावपट्टीवरून निघालं... मी परमेश्वराची प्रार्थना करीत होते... अखेर आम्ही आभाळात झेपावलो. आम्ही पुढची पाच मिनिटं जरी जगलो तरी सहीसलामत सुटू हे मला माहीत होतं.

अखेर विमानाच्या कॅप्टननं सांगितलं,

"आपण तोफांच्या माऱ्याच्या टप्प्याबाहेर पोहोचलोय. आता आपण सुरक्षित आहोत. आता आपण घरी निघालोय."

हे ऐकताच विमानात आनंदाचे चीत्कार घुमले!

युद्धाचे विचार मनात येताच मी मागं उरलेल्यांसाठी प्रार्थना केली आणि मग आभार-प्रार्थना केली... कॅरोल व मी- आम्ही दोघींनी कधी स्वप्नातसुद्धा कल्पना केली नव्हती अशा पद्धतीनं आम्हाला वेगळेपण दाखवण्याची संधी लाभली होती. आम्ही सर्वजण नव्या आशेच्या अंकुरांनी बहरलेल्या जीवनाच्या दिशेनं निघालो होतो... माझ्या मुलासह, जो माझा मुलगा आहे हे मला माहीतदेखील नव्हतं!

लीॲन थिमन

शब्दांकन- शॅरॉन लिनीआ

आईसाठी आश्चर्याचा सुखद धक्का देणारी भेटवस्तू

ख्रिसमस म्हटलं की आमच्या आईवडिलांच्या घरी सगळ्या जवळच्या माणसांचं आनंद संमेलनच भरतं. रोस्टेड टर्की, सदर्न-बेकड् हॅम आणि घरी बनवलेल्या ब्रेडचा खमंग-खरपूस वास सगळ्या आसमंतात भरून राहिलेला असतो. चिमुरडी पोरं, किशोरवयीन, आई-वडील, आजी-आजोबा साऱ्यांसाठी सगळीकडं टेबल-खुर्च्या सज्ज असतात. प्रत्येक खोली आलिशान साजशृंगारानं नटलेली असते. आमच्या घरच्या कुणाही सदस्यानं आमच्या आईवडिलांना सोडून कधीच ख्रिसमसचा दिवस साजरा केलेला नव्हता.

फक्त याच वर्षी, परिस्थिती निराळी होती. २६ नोव्हेंबरला आमच्या वडिलांचं निधन झालं होतं... त्यांच्या सहवासाविना असणारा हा आमचा पहिलाच ख्रिसमस होता. आमची आई उत्तम यजमानीण बनण्यासाठी सर्वतोपरी प्रयत्न करीत असली तरी ते खास करून तिच्या दृष्टीनं फार कठीण होतं, हे मला कळत होतं. मला तिला ख्रिसमसची भेट द्यायची होती, शब्द अगदी ओठांशी आले होते. पण पुन्हा मनात आलं, आपण ठरवलेली भेटवस्तू तिला द्यावी का? की वडिलांच्या अनुपस्थितीत ते अयोग्य होईल... काही कळतच नव्हतं.

मी काही महिन्यांपूर्वीच आईवडिलांची चित्रं रेखली होती. त्यावर अखेरचा हातही फिरवून झाला होता. मी ही चित्रं त्यांना ख्रिसमस भेट म्हणून देणार होते. मी कधी कलाविषयक अभ्यास केला नव्हता किंवा चित्रकला गांभीर्यानं घेतली नव्हती. त्यामुळं माझी ही चित्रं सगळ्यांसाठीच आश्चर्याचा धक्का ठरणार होती. मला ही चित्रं काढण्याची उर्मी सतत आतून ढुसण्या देत होती. ही चित्रं त्यांच्यासारखी दिसत होती; पण अजूनही मला माझ्या रेखाटनतंत्राबद्दल खात्री नव्हती.

मी एके दिवशी या चित्रांवर काम करीत असतानाच, दारावरची बेल वाजली. मी दचकले. झटपट सगळं साहित्य नजरेआड करून मी दार उघडलं...

तर समोर माझे वडील उभे! ते एकटेच आले होते... पहिल्यांदाच... याआधी कधी ते आईला सोबत घेतल्याखेरीज आले नव्हते.

"मला आज आपल्या सकाळच्या गप्पांची आठवण झाली. तू दुसऱ्या कुणा माणसासाठी मला सोडून जाण्याचा निर्णय घेतलास, त्याआधी आपल्या अशा गप्पा व्हायच्या!" ते हसत म्हणाले.

मी बराच काळ लग्न केलं नव्हतं. शिवाय मी घरातलं एकमात्र मूल होते.

माझ्या मनात आलं, आत्ताच त्यांना ती चित्रं दाखवावीत... पण... पण मला त्यांच्या ख्रिसमस भेटीच्या आश्चर्याचा थरार ओसरवायचा नव्हता. एकीकडं मन त्यांना हे सांगण्यासाठी अतिशय आतुरलं होतं. मग मी त्यांना हे गुपित राखण्याची शपथ घातली आणि फळा ठेवण्याच्या घोड्यावर चित्रं व्यवस्थित लावून होईपर्यंत त्यांना डोळे मिटून घ्यायला सांगितलं.

"ओके, डॅडी, आता बघा!"

डॅडींनी पाहिलं आणि ते एकदम बधिरल्यासारखेच वाटले. मला ते काहीही बोलले नाहीत. त्यांनी ती चित्रं अगदी जवळ जाऊन पाहिली, त्यानंतर

काही अंतरावरून पाहिली. माझ्या पोटात नुसती कालवाकालव होत होती.

त्यानंतर डॅडी पुटपुटत्या स्वरात म्हणाले, "माझा विश्वासच बसत नाहीये. डोळे तर इतके खरे वाटतायत की ते जणू तुमचा पाठलाग करतायत असं वाटतंय... आणि बघ, तुझी आई किती सुंदर आहे! तू मला ही चित्रं फ्रेममध्ये बसवून देशील?" डॅडींच्या एका गालावर अश्रू ओघळला होता.

मी त्यांच्या या प्रतिसादानं रोमांचित झाले आणि त्यांना दुसऱ्याच दिवशी फ्रेमवाल्याकडं घेऊन गेले.

या घटनेला बरेच दिवस उलटले. त्यानंतर नोव्हेंबर महिन्यात एके दिवशी रात्री फोनची घंटा वाजली आणि माझ्या अवघ्या देहातून थंडगार लहर दौडत गेली... मी बधीर झाले होते. फोनवर माझा नवरा होता. तो डॉक्टर आहे. तो सांगत होता,

"मी अतिदक्षता विभागात आहे. तुझ्या डॅडींना पक्षाघाताचा झटका आलाय. वाईट अवस्था आहे. पण अजून त्यांचा श्वास सुरू आहे."

त्यानंतर डॅडी बराच काळ कोमात होते. ते जग सोडून गेले त्याच्या आदल्याच दिवशी मी त्यांना भेटायला रुग्णालयात गेले होते. मी माझा हात त्यांच्या हातात देत विचारलं होतं, "डॅडी, ओळखलंत मला, मी कोण आहे?" त्यावर त्यांचं उत्तर ऐकून सारेच आश्चर्यचकित झाले होते.

"तू तर माझी लाडकी मुलगी आहेस!" डॅडी पुटपुटले होते.

त्याच्या दुसऱ्याच दिवशी ते आम्हाला कायमचे सोडून गेले... आणि माझ्या व ममीच्या जीवनातील आनंदाचा सगळा बहरच करपून गेला.

त्यानंतर एकदा मला ती चित्रं फ्रेम बसवायला टाकल्याची आठवण झाली तेव्हा मी त्या दुकानात फोन केला. डॅडींना त्यांच्या निधनापूर्वी ती चित्रं पाहता आली याबद्दल मी देवाचे आभार मानले. मी ती चित्रं आणायला दुकानात गेले तेव्हा दुकानदारानं सांगितलं की, तुमच्या डॅडींनी दुकानात येऊन त्या फ्रेम्सचे पैसे दिलेत आणि त्या सुंदर वेष्टनात बांधायला सांगितल्या आहेत. मी या दु:खाच्या झाकोळामुळं आईला ती चित्रं द्यायचा बेत रद्दच केला होता.

आमच्या कुटुंबाचा आधारवड हरपला असला तरी सगळेजण ख्रिसमसच्या दिवशी एकत्र जमले होते... आनंदी असण्याचा प्रयत्न करीत होते. मी आईच्या कष्टी डोळ्यांत पाहिलं. तिच्या चेहऱ्यावरचं हास्य मावळलेलं होतं, त्या क्षणी मी तिला डॅडींची आणि माझी ती भेटवस्तू द्यायचं ठरवलं. तिनं त्या बॉक्सवरचा कागद दूर केला... पण तिचं मन त्यात नव्हतं हे दिसत होतं. त्या बॉक्समध्ये चित्रांसोबत एक छोटंसं कार्डही होतं.

तिनं ती चित्रं पाहिली, कार्डावरचा मजकूर वाचला... आणि तिचं सगळं वागणंच बदललं. तिनं खुर्चीतून उडीच मारली. ते कार्ड माझ्या हातात दिलं आणि माझ्या भावांना ती चित्रं फायरप्लेसच्या वरच्या बाजूला लावायला सांगितलं. मग ती जराशी मागं झाली आणि त्या चित्रांकडं कितीतरी वेळ पाहात राहिली. तिच्या डोळ्यांत अश्रूंची दाटी झाली असली तरी तिचे डोळे चमकत होते, तिच्या चेहऱ्यावर हास्य भरून राहिलं होतं.

“ख्रिसमसला डॅडी आपल्यासोबत असणार हे मला माहीतच होतं!” ती म्हणाली.

माझी त्या कार्डावर नजर गेली. त्यावर डॅडींचं हस्ताक्षर होतं...

“आई... आपल्या मुलीनं मला माझ्या भाग्याचं स्मरण करून दिलं. मी सदैव तुमच्याकडं पाहात राहीन- डॅडी.”

सारा ए. रिव्हर्स

मदर्स डे

२६ वर्षांपूर्वीची गोष्ट आहे. माझा लष्करातला सहकारी डॅन आणि मी त्याच्या मेटॅलिक ब्ल्यू रंगाच्या ४२७ कॉरवेट्टी गाडीतून फोर्ट मॅकक्लेलान्सच्या मुख्य प्रवेशद्वारातून सटकलो. प्रवेशद्वारावरच्या उदास चेहऱ्याच्या लष्करी पोलिसाला मागं टाकून आमची गाडी पुढं धावत होती. आमच्यापाशी होत्या वीकेन्ड प्रवेशिका आणि खिशात होत्या कोऱ्या करकरीत डॉलर्सच्या नोटा... 'आर्मी रिझर्व समर कॅम्प' मधली ती आमची पहिल्या आठवड्याची कमाई होती. त्यावेळी आमच्या मनात लष्कराचा विचार नव्हताच. आम्ही फ्लोरिडाला निघालो होतो. आमच्यावर वीकेन्ड ड्यूटी नसल्याचं समजताच आम्ही समुद्रकिनारी सुट्टी घालवायची ठरवली होती, पूर्व अलाबामाच्या टेकड्यांमधले डास आणि 'सी-रेशन्स'मधून तेवढीच चार दिवस सुटका म्हणून!

त्या वर्षी आमचा कॅम्प लवकर होता. मे महिन्यातलं वातावरण मोठं सुखकर होतं. आम्ही बर्मिंगहॅममध्ये मस्त भटकत होतो. पुन्हा प्रवासाला सुरुवात होण्याआधी आम्ही आमच्या आईला मदर्स डे च्या शुभेच्छा देण्यासाठी फोन करायला थांबलो.

मी तिला फोन केला तेव्हा ती किराणा दुकानातून नुकतीच घरी परतली होती. हा इतका खास दिवस मी कुटुंबासमवेत घालवणार नाहीये म्हटल्यावर तिच्या स्वरात उमटलेली निराशा मला फोनवरही समजली.

"तुझा प्रवास सुखाचा होवो आणि काळजी घे. आम्हाला तुझी फार आठवण होईल," ती म्हणाली.

मी गाडीत येऊन बसले. डॅनही फोन करून आला होता. त्याच्या चेहऱ्याकडे पाहूनच, त्यालाही माझ्यासारखीच अपराधाची टोचणी छळतीय हे लक्षात येत होतं. त्यानंतर आमच्या मनात एकदम विचार चमकला... अर्थातच, फुलं पाठवण्याचा!

मग आम्ही साऊथसाईड बर्मिंगहॅम मधल्या एका फ्लोरिस्टकडं गेलो, फुलांसमवेत पाठवण्यासाठी एक चिठ्ठी खरडली. आयुष्याच्या उत्तरार्धात असणाऱ्या

प्रिय आईसोबत वीकेन्ड न घालवता आम्ही समुद्रकिनाऱ्यावर ती सुट्टी व्यतीत करणार होतो, या गोष्टीच्या अपराधी टोचणीतून मुक्ती मिळवण्याचा तो प्रयत्न होता.

आम्ही तिथं प्रतिक्षा करीत उभे होतो. तिथं एक मुलगा पुष्परचना निवडत होता. अर्थातच त्याच्या आईसाठी. तिथला क्लार्क त्याला मदत करीत होता. एव्हाना आमची चुळबुळ सुरू झाली होती... आम्हाला पटकन पैसे देऊन रस्ता धरायचा होता!

तितक्यात तो मुलगा माझ्याकडं वळला. त्याच्या हातात त्यानं निवडलेली फुलं होती. त्याचा चेहरा अभिमानानं उजळला होता.

"माझ्या ममाला ही फुलं नक्की आवडतील." तो म्हणाला.

"ही कार्नेशनची फुलं आहेत. ममाला कार्नेशन फार आवडायची."

"मी या पुष्परचनेत आमच्या अंगणातली काही फुलंही घालणार आहे," तो म्हणाला, "आणि मग ती दफनभूमीत घेऊन जाणार आहे."

मी त्या क्लार्ककडं पाहिलं, तो नजर वळवून हातरुमाल शोधत होता. मग मी डॅनकडं पाहिलं.

तो छोटा मुलगा तो मौल्यवान पुष्पगुच्छ घेऊन दुकानातून बाहेर पडला आणि त्याच्या डॅडींच्या कारच्या मागच्या सीटवर जाऊन बसला.

"तुम्ही ठरवलंत का?" क्लार्कनं विचारलं. त्याच्या तोंडून शब्द फुटत नव्हते.

"मला वाटतं, होय," डॅन उत्तरला. आम्ही हातातल्या चिठ्ठ्या कचऱ्याच्या डब्यात फेकल्या आणि मूकपणे गाडीकडं निघालो.

"मी तुला रविवारी संध्याकाळी पाचच्या सुमाराला न्यायला येईन," डॅन माझ्या आईवडिलांच्या घरासमोर गाडी थांबवत म्हणाला.

"मी तयार राहीन," गाडीच्या मागच्या भागात ठेवलेली माझी बॅग काढता काढता मी म्हणाले.

फ्लोरिडाला आणखी प्रतिक्षा करावी लागणार होती.

निकी सेप्सास

इतकी सगळी वर्षं

माझी मैत्रीण डेब्बीच्या दोन्ही मुली माध्यमिक शाळेत शिकत होत्या, त्या दरम्यान तिला फ्लूची प्रचंड लक्षणं जाणवू लागली. डेब्बीनं तिच्या डॉक्टरांना दाखवलं. त्यांनी तिला सांगितलं की, हा 'फ्लू बग' नाहीये, तर हा आहे 'लव्ह बग'. डेब्बी गरोदर होती.

गोंडस, गोबऱ्या टॉमीचा जन्म हा उत्सवी प्रसंगच होता. आणि पुढंही दररोज टॉमी हे आनंद साजरा करण्याचं निमित्तच बनलं होतं. तो अतिशय गोड, शहाणा व आनंदी मुलगा होता. त्याचं सभोवती असणं सुखद वाटत असे.

टॉमी साधारण पाच वर्षांचा झाला तेव्हाची गोष्ट आहे. एकदा तो आणि डेब्बी जवळच्याच एका मॉलमध्ये निघाले होते. अकस्मात टॉमीनं प्रश्न केला,

"मॉम, मी जन्मलो त्यावेळी तू किती वर्षांची होतीस?"

"छत्तीस, का रे?" डेब्बीनं विचारलं. त्याच्या इवल्या मनात कसलं विचारमंथन चाललंय, याचं डेब्बीला आश्चर्य वाटलं होतं.

"व्हॉट अ शेम!" टॉमी उद्गारला.

"म्हणजे, तुला काय म्हणायचंय?" डेब्बीनं विचारलं. त्याला काय म्हणायचंय ते तिला समजेना.

"तिच्याकडं प्रेमभरल्या नजरेनं पाहत टॉमी म्हणाला, "आपण एकमेकांना माहीत नव्हतो त्या इतक्या सगळ्या वर्षांचा विचार करून बघ."

ॲलिस कोलिन्स

बॉबी पिना

मी सात वर्षांची होते तेव्हाची गोष्ट आहे. एके दिवशी मी माझ्या आईला तिच्या मैत्रिणीशी बोलताना ऐकलं की, दुसऱ्याच दिवशी तिचा ३० वा वाढदिवस होता. हे ऐकताच माझ्या मनात दोन गोष्टी आल्या- पहिली म्हणजे, आपल्या आईचाही वाढदिवस असतो ही गोष्टच माझ्या कधी ध्यानात आली नव्हती; आणि दुसरी म्हणजे, तिला कधी वाढदिवसाची भेट मिळाल्याचं मला स्मरत नव्हतं.

पण, मी त्यादृष्टीनं काहीतरी करू शकत होते!

मग मी माझ्या खोलीत गेले, माझी पिगी बँक उघडली आणि त्यातले सगळे पैसे काढले- त्यात फक्त पाच निकेल्स होती... म्हणजे माझा पाच आठवड्यांचा भत्ता! ते पैसे घेऊन आमच्या घराजवळच्या एका दुकानात गेले आणि दुकानमालक श्री. सॉयरना मला आईसाठी वाढदिवसाची भेटवस्तू घ्यायची असल्याचं सांगितलं.

त्यांनी मला त्यांच्या दुकानातल्या पाव डॉलर दरम्यानच्या किंमतीच्या सगळ्या वस्तू दाखवल्या. त्यामध्ये सिरॅमिकच्या कितीतरी देखण्या मूर्ती होत्या. माझ्या आईला त्या नक्की आवडल्या असत्या, पण आमच्या घरी आधीच अशा भरपूर वस्तू होत्या आणि आठवड्यातून एकदा त्यांवरची धूळ झटकून त्या स्वच्छ करण्याचं काम माझ्याकडंच होतं. त्यामुळं त्या नकोच! तिथं छोट्या कॅन्डीबॉक्सेसही होत्या; पण माझी आई मधुमेही असल्यामुळं त्याही मी रद्द केल्या.

मग श्री.सॉयरनी मला बॉबी पिनांचा पॅक दाखवला. माझ्या आईचे केस अतिशय सुंदर, लांबसडक होते. ती आठवड्यातून दोनदा केस धुवून बटा गुंडाळून त्यांना पिना लावून ठेवत असे. मग दुसऱ्या दिवशी ते सोडल्यानंतर ती एखाद्या चित्रपटतारकेसारखी दिसायची... तिचा लांबसडक, काळाभोर, कुरळा केशसंभार तिच्या खांद्यावरून रुळत असायचा... मग मी ठरवलं, बॉबी पिना

हीच आईसाठी सर्वोत्तम भेटवस्तू ठरेल. मी श्री. सॉयरना पाच निकेल्स देऊन त्या बॉबी पिना विकत घेतल्या.

मी त्या बॉबी पिना घेऊन घरी आले आणि रविवारच्या कॉमिक्समधल्या एका रंगीबेरंगी पानात त्या पिना गुंडाळल्या. (वेष्टनासाठी कागद आणायला पैसेच उरले नव्हते!) दुसऱ्या दिवशी सकाळी आमचं सगळं कुटुंब न्याहारीसाठी टेबलशी जमलं त्यावेळी मी ते पुडकं तिच्या हातात देऊन म्हणाले,

"हॅपी, बर्थ डे, मॉमा!"

माझी आई क्षणभर सुन्न झाली, तशीच बसून राहिली. त्यानंतर तिनं वेष्टन उघडायला सुरुवात केली तेव्हा तिचे डोळे काठोकाठ भरले होते. तिनं त्या बॉबी पिना पाहिल्या तेव्हा तर तिला गदगदून आलं.

"आय ॲम सॉरी, मॉमा!" मी दिलगिरी व्यक्त केली.

"मला तुला रडवायचं नव्हतं गं! मला फक्त तुझा वाढदिवस आनंदात जावा असं वाटत होतं."

"ओह, हनी, मी आनंदातच आहे!" ती म्हणाली. मी तिच्या डोळ्यांत पाहिलं. तिच्या अश्रूंमधूनही तिचं हास्य विलसत होतं.

"का सांगू? कारण, माझ्या सगळ्या आयुष्यात मला मिळालेली ही पहिलीवहिली वाढदिवसाची भेट आहे!" आई म्हणाली.

त्यानंतर माझ्या गालाचा पापा घेत ती म्हणाली, "थँक यू, हनी."

मग ती माझ्या बहिणीकडं वळून म्हणाली, "हे बघ! लिंडानं माझ्यासाठी वाढदिवसाची भेट आणलीय!"

त्यानंतर तिनं माझ्या भावांना सांगितलं, "हे बघा! लिंडानं माझ्यासाठी वाढदिवसाची भेट आणलीय!"

त्यानंतर तिनं स्नानगृहात जाऊन केस धुतले आणि त्या नव्या बॉबी पिना लावून गुंडाळून बसवले.

आई स्नानगृहात गेल्यानंतर माझे वडील मला म्हणाले,

"लिंडा, मी जेव्हा लहान होतो त्यावेळी फ्रंटीयरमध्ये होतो, (माझे डॅडी व्हर्जिनिया पर्वतराजीतल्या त्यांच्या बालपणीच्या घराला 'फ्रंटीयर' म्हणायचे.) त्यावेळी मोठ्या माणसांना वाढदिवसाची भेट द्यायची फारशी पद्धत नव्हती. ते फक्त छोट्या मुलांसाठी असायचं. आणि तुझ्या मॉमाच्या घरी इतकी गरिबी होती की, त्यांना तेही शक्य नव्हतं. पण आज तू तुझ्या मॉमाला इतका आनंद दिलायस की ते पाहून मी वाढदिवस या एकूण प्रकाराचा पुन्हा विचार करू लागलोय. लिंडा, तू आपल्या घरात नवी प्रथा सुरू केली आहेस."

आणि खरंच, मी नवी प्रथा सुरू केली होती. त्यानंतर दरवर्षी माझ्या

आईवर वाढदिवसाच्या भेटवस्तूंचा वर्षाव सुरू झाला. माझ्या बहिणीकडून, भावांकडून, वडिलांकडून आणि माझ्याकडूनही. आणि अर्थातच, आम्ही मुलं जशी मोठी झालो तसं आमच्याकडं जास्त पैसे आले आणि तिला अधिक चांगल्या भेटवस्तू मिळू लागल्या. मी पंचवीस वर्षांची झाले, त्यावेळपर्यंत मी तिला स्टिरिओ, रंगीत दूरदर्शन संच आणि मायक्रोवेव्ह ओव्हन (त्याच्या बदल्यात तिनं पुढं व्हॅक्यूम क्लिनर घेतला) भेट दिला होता.

आईच्या पन्नासाव्या वाढदिवसाला, आम्ही भावंडांनी तिला अगदी नेत्रदीपक भेट दिली- मधोमध मोती जडवलेली, हिऱ्यांची अंगठी. आम्ही तिच्या सन्मानार्थ दिलेल्या पार्टीत माझ्या सर्वात मोठ्या भावानं तिला ही भेट दिली. तिनं ती मखमली पेटी उघडली आणि अंगठी पाहिली. त्यानंतर सगळ्या पाहुण्यांना ती खास भेट दाखवत ती म्हणाली,

''माझी मुलं किती चांगली आहेत ना?''

ती अंगठी सर्वजण पाहात होते. त्यांच्या पसंतीचे चित्कार ऐकून अंगावर रोमांच उभे राहिले.

सगळे पाहुणे परत गेले. मी साफसफाईच्या कामात मदत करायला मागं थांबले होते. मी स्वयंपाकघरात बशा विसळत असताना शेजारच्या खोलीतून आईवडिलांचं बोलणं कानावर पडलं.

''वेल, पॉलिन,'' वडील म्हणत होते, ''तुला अतिशय सुंदर, किंमती अंगठी भेट मिळालीय. मला वाटतं, तुला आजवर मिळालेल्या वाढदिवसाच्या भेटवस्तूंमधली ही सर्वोत्तम भेटवस्तू असेल.''

मात्र यावर आईचं उत्तर ऐकून माझे डोळे भरून आले.

''टेड,'' आई मृदू स्वरात म्हणाली, ''ही अंगठी सुंदर आणि किंमती आहे हे खरंच आहे. पण मला आजवर मिळालेल्या वाढदिवसाच्या भेटवस्तूंमधली सर्वोत्तम भेटवस्तू म्हणजे त्या बॉबी पिना.''

लिंडा गुडमन

माझा हात हातात घेऊन दाबायचा... मग मी म्हणेन, आय लव्ह यू.

तुम्ही लहान असताना पडून लागून घेतल्याचं आठवतंय? मग अशा वेळी तुमची आई तुमच्या दुखण्यावर फुंकर घालताना काय करायची ते आठवतंय?

माझी आई, ग्रेसी रोज मला उचलून घ्यायची, तिच्या बिछान्यावर नेऊन बसवायची आणि मला 'बुवा' झालेला असायचा, त्याजागी हळुवार पापा द्यायची. मग ती माझ्याशेजारी बसून, माझा हात हातात घेऊन सांगायची, ''असा त्रास झाला ना की, माझा हात हातात घेऊन दाबायचा... मग मी म्हणेन, आय लव्ह यू.''

मी तिचा हात परत परत दाबायचे आणि ती न चुकता म्हणायची, ''मेरी, आय लव्ह यू.''

कधीकधी मी हा 'सोहळा' होण्यासाठी मला 'लागल्याचा' बहाणा करायचे. मी मोठी झाले तसा हा सोहळा बदलला, पण ती माझ्या आयुष्यातील कोणत्याही प्रसंगी दुःख हलकं करत व आनंद वृद्धिंगत करण्याचे मार्ग शोधत राहिली. मी हायस्कूलमध्ये होते, त्यादरम्यानच्या खडतर दिवसांत ती मी शाळेतून घरी आले की मला तिचा आवडता हेर्शे चॉकलेट आल्मंड बार द्यायची. मी विशीत होते त्यादरम्यान तिचा बरेचदा फोन यायचा. मग विस्कॉन्सिनमध्ये एखाद्या उबदार, सूर्यप्रकाशयुक्त दिवशी इस्टा ब्रूक पार्कमध्ये पिकनिक लंचला जाण्याचा बेत ठरायचा. आईवडील माझ्या घरी येऊन गेले की, प्रत्येक खेपेला मला तिचं आभाराचं पत्र यायचं. मी तिच्यालेखी किती खास आहे, हेच त्यातून व्यक्त होत असायचं.

पण माझ्या सर्वाधिक लक्षात राहिलाय तो माझ्या बालपणीचा सोहळा.

''असा त्रास झाला ना, की माझा हात हातात घेऊन दाबायचा... मग मी म्हणीन, आय लव्ह यू.''

माझी चाळिशी जवळ आली होती त्यादरम्यानची गोष्ट आहे. आदल्याच रात्री आईवडील माझ्याकडं येऊन गेले होते. दुसऱ्या दिवशी सकाळी वडिलांचा माझ्या कामाच्या ठिकाणी फोन आला. त्यांचा स्वर नेहमी आज्ञाकारी व सुस्पष्ट असे; पण त्यादिवशी मात्र त्यांचा आवाज कातर आणि गोंधळलेला होता.

"मेरी, तुझ्या आईला बरं नाहीये. मला तर काय करावं तेच कळत नाहीये. तू शक्य तितक्या लवकर इकडं ये. प्लीज."

त्यांच्या घरी जायला गाडीनं १० मिनिटं लागतात... तेवढ्या वेळात, आईला काय झालं असेल या विचारानं मी भयभीत, व्याकूळ झाले होते. मी घरी जाऊन पाहिलं तर, डॅडी स्वयंपाकघरात येरझाऱ्या घालत होते आणि आई बिछान्यावर झोपली होती... डोळे मिटून, दोन्ही हात पोटावर घेऊन.

मी आवाज शक्य तितका स्थिर ठेवायचा प्रयत्न करीत म्हणाले,

"मॉम, मी आलेय."

"मेरी?"

"होय, मॉम."

"मेरी, तू आलीयस?"

"होय, मॉम, मी आलेय."

तिचा त्यापुढचा प्रश्न मात्र अनपेक्षित होता. तो ऐकताच मी जागीच थिजले. मला काय बोलावं तेच उमजेना.

"मेरी, मी आता मरणार का?"

आईला असं असहाय्य पडलेलं पाहून माझं काळीज आक्रंदत होतं.

ममा काय म्हणाली?... तिचा प्रश्न माझ्या डोक्यात शिरेपर्यंत इकडं माझ्या मनात विचारांचं वादळ उठलं होतं.

मी क्षणभर गप्प झाले.

तो क्षण कोट्यवधी वर्षं उलटल्यासारखा वाटला.

"मॉम, तुझं मरण येऊन ठेपलंय का ते मला माहीत नाही, पण समजा तसं होणार असलं तरी ठीक आहे. आय लव्ह यू."

"मेरी, मला फार त्रास होतोय." ती रडत म्हणाली.

मला काय बोलावं ते समजत नव्हतं. मी तिच्या शेजारी बसले आणि तिचा हात हातात घेऊन म्हणाले,

"मॉम, असा त्रास झाला ना, की माझा हात हातात घेऊन दाबायचा... मग मी म्हणेन, आय लव्ह यू."

तिनं माझा हात दाबला.

"मॉम, आय लव्ह यू."

त्यानंतर दोन वर्षांच्या काळात अनेकदा हात दाबणं व आय लव्ह यू झालं... अखेर, ती बीजकोषाच्या कर्करोगानं निवर्तली.

असे क्षण कधी येणार आहेत, ते आपल्याला माहीत नसतं. पण मला इतकं नक्कीच ठाऊक आहे की, असा क्षण येईल, त्यावेळी मी ज्या कुणासोबत असेन, त्याला माझ्या आईचा हा गोड प्रेममंत्र देऊ करीन की,... ''असा त्रास झाला ना, की माझा हात हातात घेऊन दाबायचा... मग मी म्हणेन, आय लव्ह यू.''

मेरी मार्कडँट

जीन्स

मेरी नावाच्या एका तरुणीनं तिच्या पहिल्यावहिल्या बाळाला जन्म दिला. त्यावेळी तिचा नवरा लष्करी मोहिमेवर असल्यामुळं ती बाळंतपणानंतर काही आठवडे तिच्या आईवडिलांच्या घरी राहिली होती.

एके दिवशी मेरी आईला म्हणाली की, माझे आणि माझ्या नवऱ्याचे, आमचे दोघांचेही केस फिकट तपकिरी रंगाचे आहेत. पण माझ्या बाळाचे केस मात्र तांबूस आहेत, याचं मला आश्चर्य वाटतं.

''वेल, मेरी,'' तिची आई म्हणाली, ''पण तुझ्या डॅडींचे केस तांबडे आहेत हे तू विसरतीयस.''

''पण, ममा,'' मेरी म्हणाली, ''त्याचा काही संबंध येत नाही. कारण मी दत्तक आहे.''

त्यावर सस्मित चेहऱ्यानं तिची ममा म्हणाली... जे शब्द मेरीच्या दृष्टीनं आजवर ऐकलेल्यातले सर्वात लोभस शब्द होते...

''ही गोष्ट मी नेहमी विसरतेच.''

'द बेस्ट ऑफ बिट्स ॲण्ड पीसेस' मधून

बाळाचा जन्म

थँक्सगिव्हिंग जवळ आला होता, त्यादरम्यानच्या एका रविवारी, माझ्या चर्चमध्ये येणाऱ्या ॲन्गस मॅकडॉनेल या सदस्यानं मला त्याच्या नातवाच्या जन्माची... 'छोटा ॲन्गस लॅरी' जन्मल्याची बातमी दिली आणि त्याचा बाप्तिस्मा विधी करायला सांगितलं. याला आमच्या चर्चचं संचालक मंडळ नाखूष होतं. कारण त्या बाळाचं कुटुंब दुसऱ्या राज्यात राहणार होतं; आणि चर्च बाप्तिस्मा दिलेल्या व्यक्तीला आधार देण्याची जबाबदारी अत्यंत गांभीर्यानं मानतं.

पण ॲन्गस मॅकडॉनेलची फार इच्छा होती, त्यानुसार पुढच्याच रविवारी छोट्या ॲन्गस लॅरीचा बाप्तिस्मा विधी झाला. यावेळी त्याचे आईवडील- लॅरी व शेरी, ॲन्गस आजोबा- मिनी आजी व त्यांचे इतर बरेच नातेवाईक उपस्थित होते.

आमच्या चर्चमध्ये बाप्तिस्माच्या वेळी एक रीत असते : पास्टर विचारतो, "या मुलासोबत कोण कोण आहे?"

आणि मग त्या इवल्या बाळाचं अख्खं कुटुंब उभं राहतं.

त्यानुसार मी छोट्या ॲन्गस लॅरीला कडेवर घेऊन हा प्रश्न केला आणि त्याचे सगळे नातेवाईक उभे राहिले.

चर्चमधील विधीनंतर सगळेजण उरलेल्या टर्कीवर ताव मारायला घरी धावले आणि मी चर्चमधले दिवे बंद करायला गेलो. त्यावेळी एक मध्यमवयीन स्त्री पुढच्या बाकावर बसलेली दिसली. ती बराच वेळ माझी नजर टाळत होती आणि तिच्या तोंडून शब्दही फुटत नव्हता. अखेर, ती म्हणाली, 'माझं नाव माईल्डरेड कॉरी...' तिनं बाप्तिस्मा विधी छान झाल्याचंही सांगितलं.

त्यानंतर दीर्घ विश्राम घेऊन ती म्हणाली, "माझ्या मुलीला- टीनाला आत्ताच बाळ झालंय... वेल, त्या बाळाचा बाप्तिस्मा व्हायला हवा ना?"

मी म्हणालो की, टीना व तिचा नवरा मला भेटू देत, मग आम्ही याबद्दल चर्चा करू. पण माईल्डरेड पुन्हा गप्प झाली... त्यानंतर प्रथमच माझ्या नजरेला

नजर देत ती म्हणाली,

"टीनाला नवरा नाही. ती फक्त १८ वर्षांची आहे. चार वर्षांपूर्वी ती याच चर्चमध्ये 'कन्फर्म' झाली आहे. ती 'सिनियर हाय फेलोशिप' मिळवण्यासाठी प्रयत्न करीत होती. पण मग ती या पोराला भेटू लागली... तो शाळेबाहेरचा होता..."

त्यानंतर तिनं निर्भयपणे सगळी कहाणी सांगितली.

"मग तिला दिवस गेले. तिनं मुलाला जन्म द्यायचं ठरवलं. आता तिला तिच्या चर्चमध्ये या बाळाचा बाप्तिस्मा व्हावा असं वाटतंय. पण रेव्हरंड, ती तुम्हाला भेटायला घाबरतीय. तिनं तिच्या बाळाचं नाव ठेवलंय जेम्स- जिमी."

मी तिला तिची ही विनंती चर्चच्या संचालक मंडळापुढं मान्यतेसाठी ठेवण्याचं आश्वासन दिलं.

पुढच्या बैठकीत हा विषय समोर आला तेव्हा मी तिची बाजू मांडली... ते सर्वांना ठाऊकच होतं... टीना या चर्चची सदस्य आहे. कुमारी माता आहे. तिचा नवरा कोण आहे ते मला माहीत नाही. पण तिचा नवरा कोण ते त्या सर्वांना ठाऊक होतं. आमचं गाव तसं अगदी छोटं आहे.

त्यानंतर काही प्रश्न उभे राहिले... टीना आपल्या बाळाचा बाप्तिस्मा करवून घेताना जी जबाबदारी स्वीकारतीय, त्याला ती चिकटून राहीलच याची खात्री आपण देऊ शकतो की नाही?

मग मी म्हणालो की, काहीही झालं तरी टीना आणि छोटा जिमी इथं याच गावात राहणार आहेत, त्यामुळं आपण त्यांना आधार देऊ शकतो.

पण आमच्या डोक्यात खरा प्रश्न वेगळाच होता : टीना- केवळ एक किशोरवयीन मुलगी, तिच्या कडेवरचा इवलासा जिमी; त्याच्या बापाचा पत्ता नाही; आणि माईल्डरेड कॉरी ही एकमात्र व्यक्ती बाप्तिस्मा देताना उभी राहणार... आमच्या डोळ्यांसमोर हे चित्र उभं राहत होतं. त्यामुळं आम्हा सर्वांनाच यातना होत होत्या. अखेर, संचालक मंडळानं बाप्तिस्मा विधीला मान्यता दिली आणि 'ॲडव्हेंट'मध्ये अखेरच्या रविवारी जिमीचा बाप्तिस्मा विधी ठरला.

ख्रिसमसच्या आदल्या रविवारी नेहमीच चर्चमध्ये गर्दी असते तशीच त्याही दिवशी होती. संपूर्ण चर्च भरलं होतं. टीना एक महिन्यांच्या जिमीला घेऊन आली होती... घाबरलेली. भरभर पावलं टाकत होती, जराशी थरथरतसुद्धा होती. तिनं फक्त माझ्याकडं पाहून स्मित केलं.

ही तरुण माता अत्यंत एकाकी होती. या मायलेकरांचं आयुष्य मोठं खडतर जाणार होतं.

मी विधीला प्रारंभ केला. त्यानंतर माईल्डरेड कॉरीकडं बघत प्रश्न केला,

"या मुलासोबत कोण कोण आहे?"

मी माईल्डरेडकडं पाहून तिनं पुढं यावं म्हणून मान हलवली. ती संथपणे उठली... दुसऱ्या बाजूला नजर टाकली आणि मग तिनं माझ्याकडं पाहून स्मित केलं.

मी नजर पुन्हा 'सर्व्हिस बुक'मध्ये वळवली. आता मी टीनाला माता-पित्यांचे प्रश्न करणार इतक्यात समोरच्या बाकांवर काहीतरी हालचाल जाणवली. मी समोर पाहिलं...

तर ॲन्गस मॅकडॉनेल उठून उभा राहिला होता. त्याच्यासमवेत मिनीही उभी होती. त्यानंतर आणखी एक वयस्क जोडपं उभं राहिलं... त्यापाठोपाठ सिक्स्थ ग्रेड संडे स्कूलचे शिक्षक उभे राहिले... मग एक नवपरिणित जोडपं उभं राहिलं... आणि एकामागोमाग एक अख्खं चर्च जिमीसाठी उभं राहत होतं... माझा डोळ्यांवर विश्वासच बसेना!

टीनाला अश्रू आवरत नव्हते. माईल्डरेड कॉरी बाकाचा आधार घेऊन उभी होती... जणू एखाद्या बुडत्या जहाजाच्या डेकवर उभी असावी. एका अर्थानं पाहिलं तर तिची तशीच अवस्था होती!

त्या दिवशी सकाळी 'स्क्रिप्चर रिडींग'मध्ये एक अध्याय उधृत केला होता-

See what love the father has given us that we should be called children of God... No one has ever seen God; if we love one another, God abides in us and his love is perfected in us... There is no fear in love, but perfect love casts out fear.

त्या बाप्तिस्मा विधीमध्ये ते पुराण शब्द जिवंत बनले होते; हाडामांसाचे बनले होते... आणि ते प्रत्येकालाच मनापासून वाटले होते.

रेव्हरंड मायकेल लिंडवॉल

बरीचशी मुलं फक्त एकदाच जन्माला येतात

तू माझ्या गर्भात रुजण्याआधीपासून,
तू मला हवा होतास
तू जन्माला येण्याआधीपासून
माझं तुझ्यावर प्रेम होतं
तू इथं अवतरण्याआधीच
मी तुझ्यासाठी मृत्यूलासुद्धा कवटाळलं असतं
प्रेमाची जादू ही अशी असते.

मौरीन हॉकिन्स

तुम्हाला जेव्हा जेव्हा गरज असते तेव्हा आई सदैव तुमच्यासाठी हजर असते. ती तुम्हाला साहाय्य करते, तुमचं संरक्षण करते, तुमचं ऐकून घेते, तुम्हाला सल्ला देते आणि तुमचं शारीरिक व नैतिकदृष्ट्या संगोपन करते. आपल्या कुटुंबाला वर्षाचे ५२ आठवडे, आठवड्याचे ७ दिवस, दिवसाचे २४ तास... सदैव प्रेमाची उबदार दुलई लाभावी यासाठी ती दक्ष असते. मला तरी माझी आई आठवते ती याच रूपात! मला काही वर्षंच तिच्या सहवासाचा लाभ घडला. पण तिनं माझ्यासाठी वात्सल्यापोटी केलेल्या त्यागाचं वर्णन करायला माझ्यापाशी शब्द नाहीत.

मी एकोणीस वर्षांचा होतो तेव्हाची गोष्ट आहे. इतर बऱ्याच ज्यू लोकांबरोबरच माझीही रवानगी 'कॉन्सन्ट्रेशन कॅम्प'मध्ये होणार होती. आता आम्ही मरणार हे स्पष्टच होतं. पण अकस्मात माझी आई तिथं आली आणि तिनं माझ्याऐवजी स्वत: जाण्याचा निर्णय घेतला. या गोष्टीला पन्नासहून अधिक वर्षं उलटली आहेत; पण तिचे अखेरचे शब्द व तिच्या नजरेतले निरोप घेतानाचे भाव माझ्या मन:पटलावरून कधीही पुसले जाणार नाहीत.

“मी बरंच आयुष्य जगलेय. तू अजून लहान आहेस, तू जगलं पाहिजेस,” ती म्हणाली.

बरीचशी मुलं फक्त एकदाच जन्माला येतात; पण मला मात्र दोनदा जन्म लाभला... त्याच आईकडून.

जोसेफ सी. रोजेनबॉम

खुले द्वार

तू जेव्हा छोटा होतास
अगदी माझ्या जवळ,
त्यावेळी मी तुला पांघरूण घालायची
रात्रीची थंडगार हवा तुला झोंबू नये म्हणून.
पण आता, तू ताडमाड उंच झालायस
माझ्या आवाक्याबाहेर,
आता मी हात जोडते आणि
तुला पांघरूण घालते माझ्या प्रार्थनेचं.
आईचं पांघरूण

डोना मॅडक्स कूपर

ग्लासगो, स्कॉटलंड मधली गोष्ट आहे. एक तारुण्याच्या उंबरठ्यावरची मुलगी आईवडिलांच्या बंधनांच्या काचाला, घराला कंटाळली... आजकालच्या बहुतेकशा 'टीनएजर्स' सारखीच. या मुलीनं तिच्या घरची धार्मिक जीवनशैली अनुसरण्यास नकार दिला.

"मला तुमचा देव नकोय. मी नाही मानणार. मी घर सोडून जातीय!"

असं म्हणून तिनं घर सोडलं. तिला जीवनात काहीतरी करून दाखवायचं होतं. मात्र, ती निराश झाली, तिला नोकरीही मिळेना. त्यामुळं तिनं देहविक्रयाचा मार्ग पत्करला.

अशीच वर्षं उलटली. तिच्या वडिलांचं निधन झालं... आईच्या जीवनातही संध्याछाया घेरून आल्या. मुलगी मात्र तिच्या जीवनमार्गात अधिकाधिक गुरफटली होती.

इतकी वर्षं या मायलेकींमध्ये काहीच संपर्क नव्हता. आईला कुठूनतरी

मुलीचा ठावठिकाणा कळला आणि तिनं मुलीच्या शोधार्थ शहरातील गलिच्छ वस्त्या ढुंढाळायला सुरुवात केली. ती सगळ्या बचावकार्य मोहिमांमध्ये फिरली. तिची फक्त एवढीच विनंती होती की, "तुम्ही मला हा फोटो इथं लावू द्याल का?" तो फोटो होता केसांत रुपेरी तारा डोकावणाऱ्या, सस्मित आईचा... म्हणजे तिचा. त्याखाली तिनं लिहिलं होतं : "मी अजूनही तुझ्यावर प्रेम करते... घरी परत ये!"

असेच काही महिने गेले, पण काहीच प्रतिसाद मिळाला नाही. त्यानंतर एके दिवशी ती मुलगी भोजनाच्या शोधात एका मदत छावणीत आली. तिची नजर त्या फोटोवर पडली. "ही माझी आई असेल?" तिच्या मनात आलं. तिथं प्रार्थना सुरू होती; पण तिचं त्याकडं लक्ष नव्हतं.

ती प्रार्थना संपेपर्यंत कळ काढू शकली नाही. तिनं तो फोटो जवळ जाऊन पाहिला. ती तिची आईच होती. आणि त्याखाली ते शब्द- "मी अजूनही तुझ्यावर प्रेम करते... घरी परत ये!"

मुलीला रडू कोसळलं.

एव्हाना रात्र झाली होती, पण ते शब्द मुलीच्या मनाला इतके भिडले होते, की तिनं घराच्या दिशेनं चालायला सुरुवात केली. ती घरी पोहोचली त्यावेळी पहाट झाली होती. घराशी येताच ती घाबरली. तिला काय करावं ते समजेना. तिनं दारावर टकटक करताच, दार आपोआप सताड उघडलं. तिला वाटलं, कुणीतरी घरात शिरलेलं दिसतंय. मग ती आईच्या काळजीनं धावत आत गेली. तर तिची आई बेडरूममध्ये झोपलेली दिसली.

तिनं आईला हलवून जागं केलं.

"मी आहे, मी! मी आलेय!"

आईचा डोळ्यांवर विश्वासच बसेना. आईनं अश्रू पुसले आणि त्या दोघी एकमेकींच्या मिठीत कोसळल्या.

मुलगी म्हणाली, "मला किती काळजी वाटली सांगते! दार सताड उघडं होतं. मला वाटलं, कुणीतरी घरात शिरलंय!"

त्यावर आई मृदू स्वरात म्हणाली, "नाही बाळा. तू घर सोडून गेलीस ना, त्या दिवसापासून या दाराला कधीच कडी-कुलूप लावलेलं नाही."

रॉबर्ट स्ट्रॅंड

एका दिवसाचं आईपण

मला तीन गोजिरवाणी मुलं आहेत, त्यामुळं त्यांच्याविषयी सांगण्याजोग्या बऱ्याच खास आठवणी आहेत. पण मी आई म्हणून सर्वांत खास क्षण दुसऱ्याच एका मुलासोबत अनुभवला आहे. ही आठवण सदैव माझ्या मनात जपून राहील.

गेल्या वर्षी उन्हाळ्यात मायकेल आमच्या आत्मसन्मान जडणघडण शिबिराला आला. तो राहत असलेल्या बॉईज होमनं त्याला आमच्याकडं पाठवलं होतं. मायकेल १२ वर्षांचा होता. त्याचं जीवन खडतर होतं. त्याच्या वडिलांनी त्याला त्याच्या आईच्या मृत्यूनंतर, युद्धानं उद्ध्वस्त झालेल्या देशातून अमेरिकेत आणलं होतं. ते त्याला 'अधिक चांगलं जीवनमान' लाभावं यासाठी. पण दुर्दैवानं, त्याला त्याच्या काकूकडं राहावं लागलं आणि तिनं त्याचा मानसिक व शारीरिक छळ केला होता. त्यामुळं तो रासवट बनला होता. कुणावरही विश्वास न टाकणारा. आपण कुणाला आवडण्याजोगे नाही अशी त्याची ठाम धारणा झाली होती.

तो अशाच इतर काही मुलांसोबत भटकत असायचा. ही मुलंही त्याच्यासारखीच नकारात्मक, क्रुद्ध आणि रासवट होती. ही 'गँग' म्हणजे समुपदेशकांना आव्हानच होतं; पण आम्ही त्यांच्याशी जुळवून घेत, ती जशी आहेत तसं त्यांना स्वीकारून त्यांच्यावर प्रेम करीत होतो. त्यांचं हे वागणं त्यांच्या काळजातल्या खोल जखमांचं प्रतिबिंब आहे हे आमच्या सर्वांच्याच लक्षात आलं होतं.

आमच्या सात दिवसांच्या शिबिरात, साधारण पाचव्या दिवशी आम्ही आभाळातल्या ताऱ्यांच्या सहवासात 'कॅम्प-आऊट' ठेवलं होतं. मायकेलला याबद्दल समजताच त्यानं याची 'मूर्खपणा' अशा शब्दांत संभावना करून, आपण यात सहभागी होणार नसल्याचं सांगितलं. आम्हीही त्याच्यावर जोरजबरदस्ती करायचं टाळलं... संध्याकाळ पुढं सरकली.

रात्री आभाळात चंद्र तेजानं उजळला तशी मुलं सरोवरकिनारी भव्य डेकवर आपापल्या 'स्लिपिंग बॅग्ज'ची मांडामांड करू लागली.

माझ्या लक्षात आलं की, मायकेल मान खाली घालून इकडंतिकडं येरझाऱ्या घालतोय. मला पाहताच तो लगबगीनं माझ्या दिशेनं येऊ लागला. आपण त्याच्या पिरपिरीकडं लक्ष द्यायचं नाही असं ठरवून मी म्हणाले,

''कमॉन, मायकेल, आपण तुझी स्लिपिंग बॅग आणूया आणि तुझ्यासाठी मित्रांसोबत छानशी जागा शोधूया.''

''माझ्याकडं स्लिपिंग बॅग नाहीये.'' तो खालच्या आवाजात पुटपुटला.

''ओह वेल, त्यात काय झालं!'' मी म्हणाले, ''आपण कित्येक बॅगा उघडणार आहोत. त्यातून आपण तुझ्यासाठी पांघरायला रजया घेऊया.''

आपण त्याचा प्रश्न सोडवलाय अशा समजुतीत मी तिथून निघाले. तितक्यात मायकेलनं माझा शर्ट खेचला आणि तो मला मुलांच्या गर्दीतून बाजूला घेऊन गेला.

''ॲनी,'' तो म्हणाला. ''मला तुम्हाला काही सांगायचंय.''

माझ्यासमोरचा हा रासवट दांडगट मुलगा शरमेनं पाणी पाणी झाला होता.

मला जेमतेम ऐकू येईल... न येईल अशा स्वरात तो म्हणाला,

''यू सी, माझी एक अडचण आहे. मी... मी... रात्री बिछान्यात शू करतो आणि रोज बिछाना ओला होतो.''

त्यानं हे माझ्या कानात कुजबुजत सांगितलं ते बरं झालं. त्यामुळं त्याला माझ्या चेहऱ्यावरचं आश्चर्य दिसलं नाही!

त्याच्या नकारात्मक वृत्तीमागं असं काही कारण असेल असं कधी माझ्या मनातसुद्धा आलं नव्हतं. त्यानं मला त्याची 'समस्या' सांगितल्याबद्दल मी त्याचे आभार मानले आणि त्याला म्हणाले की, तू या बेताला का तयार नव्हतास ते मला कळलंय. त्यानंतर आम्ही दोघांनी ठरवलं की त्यानं सगळ्या मुलांमधून हळूच बाहेर सटकायचं आणि केबिनमध्ये एकट्यानं झोपायचं.

मीही त्याच्यासोबत निघाले. केबिनपर्यंत तसं बरंच अंतर होतं. आम्ही दोघं चालत निघालो.

मी त्याला विचारलं, ''तुला एकट्यानं झोपायची भीती वाटत नाही ना?''

त्यावर तो म्हणाला, ''अजिबात नाही. मी आयुष्यात यापूर्वी यापेक्षा भयानक गोष्टींना तोंड दिलंय.''

आम्ही केबिनमध्ये त्याच्या बिछान्यावर स्वच्छ चादरी अंथरल्या... तो त्याच्याकडचा अखेरचा संच होता. आम्ही दोघं त्याच्या आयुष्यातल्या खडतर १२ पावसाळ्यांबद्दल बोललो. त्यानं मला भविष्यात कुणीतरी वेगळं होण्याची इच्छा असल्याचं सांगितलं. मीही त्याला जीवन सर्वोत्तम बनवण्यासाठी आवश्यक असणारं सर्व सामर्थ्य त्याच्या ठायी असल्याचं पटवून दिलं. त्यावेळी तो संपूर्ण

आठवड्यात पहिल्यांदाच अतिशय हळुवार, गोड आणि खरा वाटला.

तो उडी मारून पांघरुणात शिरला.

मी त्याला विचारलं, "तुला गुरफटून देऊ का?"

त्यावर त्यानं कुतूहलानं विचारलं, "गुरफटून म्हणजे?"

माझे डोळे भरून आले. मी त्याला पांघरुणात अगदी हनुवटीपर्यंत चांगलं गुरफटलं आणि त्याच्या कपाळावर ओठ टेकले.

"गुडनाईट मायकेल, तू जबरदस्त आहेस!" मी हळुवारपणे म्हणाले.

"गुडनाईट, आणि हो, आज तुम्ही माझ्याशी अगदी मॉमसारखं प्रेमानं वागलात, त्याबद्दल आभार, ओके?" तो मनापासून म्हणाला.

"माय प्लेझर, स्वीटहार्ट," मी त्याला जवळ घेत म्हणाले.

मी तिथले खराब झालेल्या चादरींचे तीन संच सोबत घेतले. माझ्या डोळ्यांतून अश्रूधारा वाहात होत्या... मी देवाचे आभार मानले... आई व तिचा मुलगा यांच्या दरम्यान उमलू शकणाऱ्या प्रेमाच्या बहरासाठी, मग तो एका दिवसासाठी का असेना.

ॲनी जॉर्डन

२

आईचं मार्गदर्शक बोट

देव सर्वत्र राहू शकत नाही म्हणून त्यानं आई निर्माण केली.

प्रसिद्ध अरबी वचन

एकटा असशील तेव्हा वाचण्यासाठी

मी १३ वर्षांचा होतो. आदल्याच वर्षी आमचं कुटुंब उत्तर फ्लोरिडातून दक्षिणी कॅलिफोर्नियात रहायला आलं होतं. तारुण्याच्या उंबरठ्यावर असणं माझ्या डोक्यात जरा जास्तच चढलं होतं. मी रागावलेला आणि बंडखोर असायचो. आईवडील जे काही सांगतात त्याबद्दल फारसा आदर नसायचा, विशेषत: ते माझ्याशी संबंधित असेल तेव्हा तर अजिबातच नाही! इतर टीनएजर्स सारखाच माझाही माझ्या जगतचित्राबाहेरच्या कुठल्याही गोष्टीतून सुटका मिळवण्यासाठी माझा संघर्ष असायचा. मी होतो 'मार्गदर्शनाची गरज नसलेला बुद्धिमान' मुलगा! माझ्यावर कुणी प्रेमाचा वर्षाव करीत असेल तर तो मी झिडकारून लावायचो. खरं तर मला 'प्रेम' हा शब्द उच्चारला तरी संताप येत असे.

एक दिवस फार वाईट गेला. त्या दिवशी रात्री मी तिरीमिरीतच माझ्या खोलीत घुसलो. दार लावलं आणि बिछान्यावर पडलो. तिथं माझं खाजगीपण जपत एकटाच पडलो असताना माझा हात उशीखाली गेला. तिथं एक पाकीट होतं. मी ते बाहेर काढून बघितलं. त्यावर लिहिलं होतं- 'एकटा असशील तेव्हा वाचण्यासाठी'.

मी एकटाच होतो आणि मी ते वाचलंय का नाही हे कुणाला कळणारही नव्हतं. त्यामुळं मी ते पाकीट उघडलं. त्यामध्ये एक पत्र होतं, त्यात लिहिलं होतं;

"माईक, सध्या जीवन मोठं कष्टाचं आहे हे मला कळतंय, तू निराश आहेस हेही मला समजतंय आणि आपण प्रत्येक गोष्ट योग्यच करतो असं नाही हेही मी जाणून आहे. मी तुझ्यावर सर्वस्वी प्रेम करते; तू काहीही केलंस, कसाही वागलास तरी माझ्या प्रेमात काहीही फरक पडणार नाही. तुला कधी काही सांगावंसं वाटलं तर मी तुझ्यासाठी सदैव हजर आहे आणि समजा तशी गरज भासली नाही तरी काही हरकत नाही. एक गोष्ट कायम लक्षात ठेव, तू

आयुष्यात कुठंही जा, काहीही कर, माझं तुझ्यावर सदैव प्रेम राहील आणि तू माझा मुलगा आहेस याचा मला कायम अभिमान वाटेल. मी तुझ्यासाठी सदैव हजर आहे. आय लव्ह यू... ते कायम असंच राहील.

लव्ह,
मॉम

'एकटा असशील तेव्हा वाचण्यासाठी' मालिकेतलं हे पहिलं पत्र होतं. मी मोठा होईपर्यंत तिनं कधीही या पत्रांचा उल्लेखसुद्धा केला नाही.

आज मी लोकांना साहाय्य करीत जगभर प्रवास करतो. एकदा मी एका परिषदेसाठी सारासोटा, फ्लोरिडाला गेलो होतो. संध्याकाळी एक महिला मला भेटायला आली. तिनं मला तिच्या मुलासंदर्भातल्या अडचणी सांगितल्या. मी तिच्यासमवेत समुद्रकिनारी फिरायला गेलो तेव्हा तिला माझ्या आईच्या भक्कम प्रेमाबद्दल 'एकटा असशील तेव्हा वाचण्यासाठी' पत्रांबद्दल सांगितलं.

त्यानंतर बरेच आठवडे उलटले. एके दिवशी मला त्या महिलेचं कार्ड आलं. तिनं लिहिलं होतं की, ''मीसुद्धा मुलासाठी असं पत्र प्रथमच लिहिलं आहे.''

त्या दिवशी रात्री, मी बिछान्यावर पडल्यावर माझे हात उशीखाली सारले आणि प्रत्येक वेळी पत्र मिळालं की मनाला केवढा दिलासा मिळायचा त्याची आठवण झाली. माझ्या खळबळत्या किशोरवयात ती पत्रं म्हणजे माझ्या लेखी मूक धीर असायचा की, मी कसाही असलो तरी माझ्यावर प्रेम केलं जातंय, मी कसा आहे यावर ते ठरत नाहीये.

मी निद्राधीन होण्याआधी देवाचे आभार मानले की, मी 'संतप्त टीनएजर' असताना माझी आई माझी गरज ओळखून होती. आजही जेव्हा जीवनसागरात वादळ उठतं तेव्हा मला माहीत असतं की, माझ्या उशीखाली मूक धीराचे शब्द आहेत- प्रेम... चिरस्थायी, दृढ, बिनशर्त प्रेम... जीवन बदलून टाकतं.

माईक स्टॅव्हर

माझी आई म्हणते...

आईचं प्रेम हे जणू इंधन असतं, ज्यायोगे सर्वसामान्य माणूस अशक्य गोष्टीसुद्धा साध्य करू शकतो.

मरियन सी. गॅरेट्टी

मी 'वेस्ट पॉईंट'मधून पदवीधर झालो. त्यानंतर माझी अमेरिकी सैन्यात नेमणूक झाली. या दरम्यान मी मिस्टिक, कनेक्टिकट मधल्या आमच्या घरच्या शेतावर काही आठवडे उन्हाळी सुट्टी घालवली. एके दिवशी रात्री भोजन घेताना, मी माझ्या आईवडिलांना येत्या हिवाळ्यात माझी रेन्जर स्कूलमध्ये जाण्याची इच्छा असल्याचं सांगितलं.

मी आईवडिलांना रेन्जर स्कूलबद्दल सांगितलं. सैन्यातर्फे फक्त त्यांच्या सर्वोत्तम जवानांनाच तिथल्या कष्टप्रद कोर्ससाठी पाठवलं जातं. तिथं जाणाऱ्यांना दिवसभरात फक्त एकदाच जेवण मिळतं. रात्री फक्त दोन ते तीन तासच झोप मिळते आणि त्यांना ३० किलोमीटर अंतरात गस्त घालताना वैयक्तिक व तुकडीच्या साहित्यानं गच्च भरलेली रकसॅक्स पाठीवर वागवावी लागतात. त्यांना शत्रुरेषेजवळ जगण्याचं आणि अचानक हल्ले करणं, दबा धरून बसणं, टेहळणी करणं अशा मोहिमांचं शिक्षण दिलं जातं. सर्वसाधारणपणे, तीन रेन्जर विद्यार्थ्यांतला फक्त एकच विद्यार्थी पदवीधर होतो.

माझ्या या बेतावर माझ्या आईची प्रतिक्रिया पाहून मला आश्चर्य वाटलं. मला पाठिंबा व प्रोत्साहन देण्याऐवजी ती नाखूष दिसली. या कोर्समध्ये मी जखमी होण्याची शक्यता कितपत आहे, ते तिला जाणून घ्यायचं होतं. मी तिथं जायला इतका का आतुर आहे, ते तिला पुन्हा एकदा ऐकायचं होतं. रेन्जर प्रशिक्षणादरम्यान पूर्वी काही जवान मृत्युमुखी पडल्याचं तिला माहीत होतं.

मग मी तिला सांगितलं की, मी रेन्जर स्कूलमध्ये गेलंच पाहिजे असं नाहीये. सैन्य अधिकारी म्हणून माझ्या करिअरमध्येही ते महत्त्वाचं किंवा आवश्यक नाहीये. मला फक्त ते आपल्याला जमतंय का एवढंच पाहायचं होतं. त्यासाठी जे लागतं ते माझ्याजवळ आहे का? एवढंच आजमावायचं होतं.

माझ्या आईनं माझं बोलणं शांतपणे ऐकून घेतलं. त्यानंतर तिनं मला एकही प्रश्न विचारला नाही. तिला काय वाटत होतं ते मला कळत होतं किंवा निदान मला तसं वाटत होतं!

आमच्या या संभाषणानंतर काही दिवसांतच मी फोर्ट लिओनार्ड वूड, मिसौरी इथं 'इंजिनिअर ऑफिसर बेसिक कोर्स' (EOBC) साठी रवाना झालो. या कोर्सनंतर मी कन्स्ट्रक्शन बटालियनबरोबर जर्मनीत जाणार होतो. EOBCच्या दुसऱ्या आठवड्यात मी रेन्जर स्कूलवरील एका माहितीसत्राला गेलो होतो. त्या सत्राचा समारोप करताना, तिथल्या अधिकाऱ्यानं अशी काही बातमी दिली की, त्यामुळं रेन्जर बनण्यातील अडथळे दुर्निवार्य असल्याचं भासू लागलं. ६० सेकंड-लेफ्टनंटस् पैकी फक्त आम्हा सहाजणांनाच रेन्जर स्कूलमध्ये जाण्याची परवानगी मिळणार होती. पुढच्या तीन महिन्यांत आम्हाला सहा क्षेत्रांत पारंगत व्हायचं होतं- फिजिकल फिटनेस, लँड नेव्हिगेशन, नॉट टाईंग, पोहणं आणि अभ्यास. त्यानंतर पहिल्या सहा जवांनाना रेन्जर स्कूलमध्ये जाता येणार होतं.

त्याच रात्री मी आईवडिलांना फोन केला.

''मला रेन्जर स्कूलमध्ये जाता येण्याची शक्यता अगदी धूसर आहे, ''मी म्हणालो. तिथं जायला कितीजण उत्सुक आहेत आणि किती जागा उपलब्ध आहेत यांबद्दलही मी त्यांना सांगितलं. ही बातमी ऐकून माझ्या आईला हायसं वाटलं असणार याची मला खात्री होती, पण तसं घडलं नाही! तिच्या दृष्टीनं माझ्या बाबतीत रेन्जर स्कूलपेक्षाही कितीतरी जास्त भयानक गोष्ट घडत होती... माझं स्वप्न माझ्या आवाक्याबाहेर निघालं होतं. ते स्वप्न पुन्हा माझ्या आवाक्यात आणून देण्यासाठी तिची धडपड होती. तिला ते आतूनच समजलं होतं.

''हे तुला जमेल,'' ती म्हणाली. ''तू रेन्जर स्कूलमध्ये जाण्यासाठी किती उत्सुक आहेस, ते मला माहीत आहे आणि तू तिथं जाशीलच हेही मला माहीत आहे. तू हे जमवशील आणि पदवीधरही होशील.''

तिच्या त्या शब्दांनी माझ्या मनातली शंकाकुशंकांची कोळिष्टकं झटकून निघाली आणि माझ्यात सामर्थ्य जागलं, दृढ निश्चयाचं बळ आलं.

त्यानंतर पुढच्या तीन महिन्यांत रेन्जर होऊ इच्छिणारे आम्ही ६० जण झपाटून कामाला लागलो. आठवड्यामागून आठवडे पुढं सरकत होते. मी आईवडिलांना माझ्या प्रगतीबाबत नियमित कळवत होतो. आईचं खंबीर प्रोत्साहन

सदैव होतं. प्रतिकूलतेतही ती डळमळली नाही. तिचं एकच सांगणं होतं... हे तुला जमेल.

ऑक्टोबर महिन्याची अखेर होती. प्रशिक्षण क्षेत्रातून आम्हाला पुन्हा वर्गात नेण्यासाठी बस आली होती. मी धावण्यात मागं होतो, त्यामुळं बसमध्ये सर्वात शेवटी पोहोचलो. मी पायऱ्या चढत असताना, कुणीतरी ओरडलं,

"हेऽ व्हिट्ल, तुला कळलं का?"

मी जागीच थांबलो. माझ्या मागं सेकंड-लेफ्टनंटचा घोळका होता. ते माझ्याकडंच बघत होते. कशी कोण जाणे, पण काहीतरी वाईट बातमी आहे याची मला चाहूल लागली होती... आणि तीसुद्धा रेन्जर स्कूलबद्दल आहे असंही मला वाटत होतं.

"काय?" मी विचारलं.

"कमांडर म्हणतायत की, कन्स्ट्रक्शन बटालियनमध्ये जाणारं कुणीही रेन्जर स्कूलमध्ये जाणार नाहीये." उत्तर मिळालं.

हे ऐकून मी कोसळलोच. इतकी सगळी मेहनत घेतली होती... आणि मला जाता येणार नव्हतं.

पण मी ताठ मानेनं बसमध्ये गेलो. बसमध्ये नीरव शांतता पसरली होती. प्रत्येकजण माझी प्रतिक्रिया काय येतीय ते बघत होता.

त्या क्षणी माझ्या मनात माझ्या मॉमचे शब्द आले.

चेहऱ्यावर हास्य धारण करून मी खरंखरं बोललो.

"वेल, मला वाटतं कमांडर अजून माझ्या आईशी बोललेले नाहीत... कारण माझी आई म्हणते, तू रेन्जर स्कूलमध्ये जाणार आहेस."

हे ऐकताच अख्खी बस हास्यात बुडाली.

माझी ही अशक्यप्राय प्रतिक्रिया वाऱ्याच्या वेगानं सगळीकडं पसरली... सगळ्या स्टाफमध्ये, विभागात, सर्वत्र. त्यानंतर एका आठवड्यानं कमांडरनं त्यांचा निर्णय बदलला. म्हणजे त्यांना माझ्या आईशी दोन हात करायचे नव्हते तर!

तिथल्या अधिकाऱ्यानं स्पर्धेचा निकाल जाहीर केला. माझा सहावा नंबर आला होता. माझ्या आईचं बरोबर होतं. ३० नोव्हेंबर, १९९० रोजी मी रेन्जर स्कूलमध्ये दाखल झालो आणि १९ मार्च, १९९१ रोजी पदवीधर झालो!

रॉबर्ट एफ. व्हिट्ल ज्युनिअर

तपासणी

सगळे स्काऊट्स कॅम्पमध्ये होते. तिथं तपासणीसाठी आलेल्या डायरेक्टरना एका छोट्या स्काऊटच्या वळकटीशेजारी व्यवस्थित मिटून ठेवलेली छत्री दिसली. सोबत आणायच्या वस्तूंच्या यादीत छत्री दिलेली नव्हती, त्यामुळं डायरेक्टरनी त्या मुलाकडं स्पष्टीकरण मागितलं.

"सर," तो मुलगा दीर्घ उसासा टाकत म्हणाला,

"तुम्हाला कधी आई होती का?"

ग्लेन वॅन इकेरेन यांनी पाठवलेली
अनामिक लेखकाची कथा

'जादू की झप्पी!'

एका स्पर्शात दहा हजार शब्दांचं सामर्थ्य असतं.

हॅरॉल्ड ब्लूमफिल्ड

माझी धाकटी मुलगी- बेर्नाडेट्टी १० वर्षांची झाली त्यावेळी मला तिची फार काळजी लागून राहिली होती. गेली चार वर्षं आमच्या कुटुंबासाठी फार खडतर गेली होती. बेर्नाडेट्टीचं तिच्या आजी-आजोबांशी अगदी खास गूळपीठ असायचं. ती त्यांची फार लाडकी होती. पण, थोड्या काळाच्या अंतरानं ते दोघंही निर्वतले.

अशा प्रकारे एका मागून एक वियोगाची मालिका सहन करणं कुणालाही कठीणच असतं, विशेषत: लहान मुलाच्या दृष्टीनं तर फारच कठीण. पण बेर्नाडेट्टीला ते जरा जास्तच कठीण गेलं, त्याला कारण होतं तिचं हळवं मन आणि प्रेमळ स्वभाव. ती दहा वर्षांची झाली त्या दरम्यान ती अक्षरश: नैराश्याच्या गर्तेतच गेली होती. जवळपास वर्षभरात ती क्वचितच कधी हसली असेल. ती आला दिवस ढकलत जगत होती एवढंच! तिची खासियत असणारी तिच्या चेहऱ्यावरची चमक पूर्ण मंदावली होती.

मला काय करावं तेच कळत नव्हतं. मला तिची चिंता पोखरतेय हेही तिला समजत होतं, त्यामुळं तिच्या मनावरचं ओझं आणखीनच वाढल्यासारखं झालं होतं.

एके दिवशी ती शाळेत गेल्यानंतर मी आमच्या घरात गुबगुबीत खुर्चीवर बसून विचार करीत होते. आमच्या कुटुंबात बरेचदा आलिंगन सोहळा असायचा. माझ्या लहानपणी, आमचे आईवडील, आजी-आजोबा, काका, मामा, मावश्या सगळेजण मुलांना प्रेमभरानं कुशीत घ्यायचे. मी त्या घरातून बाहेर पडल्यानंतर, जेव्हा कधी समस्यांनी वैतागायची त्यावेळी माझ्या मन:चक्षूंसमोर मी चित्र आणायची

की, मी डॅडींच्या मांडीवर बसलेय... त्यांच्या कुशीत विसावलेय.

आजही मला आईवडिलांची आठवण होत होती.

"ओह, डॅड, मी बेर्नाडेट्टीसाठी काय करू?"

मला जेव्हा याचं उत्तर मिळालं तेव्हा मला हसूच आलं. मी अलीकडंच 'जादू की झप्पी'च्या औषधी परिणामांबद्दल वाचलं होतं. माझ्या मनात आलं, या आलिंगन उपचारपद्धतीचा आपल्या मुलीसाठी चांगला परिणाम घडेल का?

माझ्यासमोर दुसरा कुठला पर्यायच नसल्यामुळं मी ठरवलं की, तिला शक्य तितक्या वेळा कुशीत घ्यायचं, तेसुद्धा हे ठरवून चाललंय याचा तिला सुगावा लागू न देता.

त्यानंतरच्या काही आठवड्यांत, बेर्नाडेट्टी हळूहळू खुलू लागली. थोडी आनंदी दिसू लागली, तिच्या मनावरचा ताण कमी झाल्यासारखं वाटू लागलं. तिच्या चेहऱ्यावर हास्याचं चांदणं बरेचदा उमलू लागलं. ...तिच्या डोळ्यांबरोबरच तिच्या चेहऱ्यावरही चमकणारं ते निखळ, निर्मळ हास्य! ती अधिक उत्साहानं काम करू लागली, खेळू लागली. त्यानंतर अवघ्या काही महिन्यांतच वारंवार दिलेल्या मन:पूर्वक आलिंगनांनी नैराश्याचं कृष्णमळभ पुसून टाकलं.

मी बेर्नाडेट्टीला माझ्या या 'धोरणा'बद्दल कधीही काही सांगितलं नाही, पण आलिंगनाचं महत्त्व तिला चांगलंच कळून चुकलं होतं. ती कधी वैतागली असली किंवा अनिश्चिततेमुळं अस्वस्थ झाली असली किंवा असंच थोडंसं 'बिनसलं' असलं की ती मला कुशीत घ्यायला सांगायची. तसंच, मी दुःखी किंवा तणावग्रस्त आहे असं तिच्या लक्षात यायचं तेव्हा ती म्हणायची, "तुला 'झप्पी' पाहिजे असल्यासारखी दिसतीयेस!"

याची सवयच लागली होती!

काही वर्षं उलटली. आमच्या लेखी 'कुशीत विसावणं' हा असा 'सोपा आराम' झाला होता की, त्यातून काही समस्या उद्भवू शकेल असं मला वाटलं देखील नव्हतं. पण बेर्नाडेट्टी कॉलेजला जाणार होती त्यादरम्यान आम्ही दोघीही दूर राहण्याच्या कल्पनेनं उदास झालो होतो. त्यात भर म्हणजे तिनं निवडलेलं कॉलेज १७०० मैलांवर होतं.

ती कॉलेजला जाण्याआधी एक आठवडा आम्ही माझा वाढदिवस साजरा केला. त्याआधी, आठवड्याभरापूर्वीच तिनं मला वाढदिवसाची छानशी भेट देण्याचा विचार ऐकवला होता. त्यानंतर तिच्या रहस्यमय खरेदी वाऱ्या सुरू होत्या, ती अधूनमधून तिच्या खोलीत गडप होऊन ते काम करीत होती.

मग वाढदिवसाच्या दिवशी तिनं अतिशय देखणं वेष्टन चढवलेलं एक पुडकं माझ्या हातात दिलं आणि जरासा चेहरा टाकूनच ती म्हणाली, "तू या

वेडगळपणाला हसणार नाहीस अशी आशा आहे.''

मी त्या पुडक्यासोबत असणारा लखोटा उघडला, त्यामध्ये एका कथेची झेरॉक्स प्रत होती. तिनं मला तो मजकूर मोठ्यानं वाचायला सांगितलं.

ती 'चिकन सूप फॉर द सोल'मध्ये प्रसिद्ध झालेली 'द हगिंग जज' ही कथा होती. मी वाचू लागले.

ली शापिरो हे निवृत्त न्यायाधीश आवश्यकता आहे असं वाटणाऱ्या प्रत्येकाला आलिंगन द्यायचे... त्रस्त बसचालकाला, छळणुकीनं गांजलेल्या मोलकरणीला, असं कुणालाही. त्यांनी 'हगर किट' तयार केलं होतं. आलिंगनाच्या बदल्यात ते अनोळखी लोकांना या 'किट'मधले छोटे छोटे हृदयाचं प्रतिक असणारे बदामाच्या आकाराचे स्टीकर्स द्यायचे. एकदा त्यांनी एक विलक्षण कसोटीचा प्रसंग अनुभवला. त्यांच्या एका मित्रानं त्यांना विकलांग आश्रमात नेलं होतं. तिथं त्यांना आलिंगनासाठी आसुसलेली माणसं भेटली. वास्तवाचं अस्वस्थ करणारं दर्शन घडवणाऱ्या त्या दिवसाच्या शेवटी, त्यांना एक असा दुर्दैवी माणूस भेटला की ज्याला काहीही करता येत नव्हतं... तो तोंडातून लाळ गाळणारा जिवंत गोळा होता इतकंच! या न्यायाधीश महोदयांनी त्या एकाकी जीवाला आलिंगन देण्याचा आग्रह धरला त्यावेळी २३ वर्षांत पहिल्यांदाच या रुग्णाच्या चेहऱ्यावर हास्य उमललं...

'इतरांच्या जीवनात थोडंसं निराळेपण आणणं किती सोपं असतं' या विचारानं त्या कथेचा समारोप केलेला होता.

ती कथा माझ्या मनाला स्पर्शून गेली. मी भेटवस्तूवरचं वेष्टन उघडत होते... माझ्या डोळ्यांना अश्रुधारा लागल्या होत्या. त्या पुडक्यात एक उंच, पारदर्शक डबा होता, त्यावर चमकत्या अक्षरांत लिहिलं होतं 'झप्पी' आणि त्यामध्ये हातानं शिवलेल्या, इवल्या इवल्या बदामांच्या आकाराच्या उश्या होत्या.

बेर्नाडेट्टी आता खूप दूरवर आहे, पण तो बदामांचा डबा पाहिला की, तिनं आलिंगन दिल्यासारखं वाटतं.

काही लोक भावी पिढ्यांसाठी संपत्ती किंवा कीर्ती यांचा वारसा ठेवतात, पण मला माझ्या वडिलांनी आम्हाला कुशीत घेण्याचं महत्त्व आठवतं आणि प्रेम व स्वीकृती व्यक्त करणाऱ्या या साध्याशा कृतीचा ठेवा आपण आपल्या पुढच्या पिढ्यांना देऊ शकलो तर ते नक्कीच आपल्या कुटुंबासाठी वरदान ठरेल असं मला वाटतं.

लॉरेट्टा हॉल

लसूण कथा

आई म्हटलं की माझ्या डोळ्यांसमोर येते, ती स्वयंपाकघरात कुठलं ना कुठलं घरगुती औषध बनवत असलेली आकृती. तिला लिहिता-वाचता येत नव्हतं, पण जुन्या काळच्या लोकांची हजारो वर्षांची सुज्ञता तिच्या डोक्यात ठासून भरली होती. तिच्या दृष्टीनं, 'माला-हा-मूव्हिस' हा मृत्युदूत आम्हा मुलांवर कसल्या ना कसल्या आजारांचे हल्ले करण्यासाठी सदैव टपलेला असायचा. त्या दुष्ट शक्तीशी तिचा सतत सामना सुरू असायचा आणि ही दुष्ट शक्ती माझ्या आईपुढं व तिच्या औषधांपुढं टिकण्याची सुतराम शक्यता नव्हती. मात्र आमच्या दृष्टीनं वैतागवाणी गोष्ट म्हणजे तिच्या या सगळ्या औषधांना लसणीचा वास असायचा!

"हे बघ, यानं गुळण्या कर आणि गिळून टाक."

"पण मा," मी किंचाळायचो. "याला लसणीचा आणि औषधी वास आहे. माझ्या तोंडाला याचा वास येईल."

"म्हणून काय झालं? तुझा घसा दुखतोय. गुळण्या कर! माला-हा-मूव्हिसचा या वासापुढं टिकाव लागणार नाही."

आणि, दुसऱ्या दिवशी अर्थातच सगळं दुखणं पळून गेलेलं असायचं. असा प्रकार नेहमी घडायचा. ताप उतरवण्यासाठी ठेचलेली लसूण असायची. नाक वाहात असेल किंवा दातदुखी असेल तर लसूण, लवंग आणि मिऱ्यांचं पोटीस असायचं. काही काही कुटुंबांना लाईफबॉय साबणासारखा वास असतो. पण आमचं तसं नसायचं. आम्हाला सदैव 'गौलाश' या सामिष पदार्थासारखा वास येत असायचा.

हा घरगुती प्रतिजैविकांचा डोस देताना ममा इडापीडा टळवण्यासाठी काही प्रार्थनाही म्हणायची, पण त्या तोंडातल्या तोंडात अगदी गुप्त असत. आम्ही ते गूढ शब्द ऐकून त्याचा अर्थ लावायचा प्रयत्न करायचो. हे सगळं फारच वेडगळपणाचं वाटू शकेल, पण आमच्या आजूबाजूच्या बऱ्याचशा कुटुंबांत असंच असायचं, त्यामध्ये फक्त वांशिकतेनुसार फरक असायचे इतकंच! माझा मित्र- रिक्कीच्या शर्टाच्या आतल्या बाजूला इटालियन वनौषधींपासून केलेल्या

'औषधाच्या' टी-बॅग्ज शिवलेल्या असत. काय वास असायचा त्याचा! माझा दुसरा एक ग्रीक मित्र होता- स्टीव्ह. त्याच्या सर्वांगावर बुल डरहॅम तंबाखूच्या पिशव्या लपवलेल्या असत. त्यांना तो 'लकी ताईत' म्हणत असे.

आधुनिक औषधांचा चमत्कार घडण्याआधी आमच्या आसपास राहणाऱ्या सगळ्यांकडं अशा प्रकारचे आपापल्या पद्धतीचे गुणकारी उपचार असत. एका वर्गात ३५ मोठी मुलं कोंबली आहेत आणि त्यांचा औषधी वास अख्ख्या वर्गात घुमतोय, याची तुम्ही कल्पना तरी करू शकता का? अरे देवा! कसला वास असायचा तो! आमच्या फिफ्थ-ग्रेडच्या शिक्षिका मिस हॅरिसन या वासानं वैतागायच्या. त्यांच्या डोळ्यांत नेहमी अश्रू दाटायचे... ते या भपकाऱ्यानं का वैफल्यातून, ते मात्र मला कधीच कळलं नाही.

"तुमच्या आयांना हे असलं लसूण चोपडून पाठवणं बंद करायला सांगा," त्या लेसच्या हातरुमालानं नाजूकपणे नाक धरत आमच्यावर खेकसायच्या.

"मला हा वास सहन होत नाही. कळतंय का तुम्हाला?"

मिस हॅरिसन असली देशी औषधं घेणाऱ्या जातकुळीतल्या नव्हत्या हे स्पष्टच आहे. आम्हाला जो वास यायचा, त्यात थरारून जाण्यासारखं काहीच नसायचं.

त्यानंतर एकदा पोलिओचं आक्रमण झालं. त्यावेळी तर माझी आई आणि तिचा शत्रू माला-हा-मूव्हिस आमनेसामने उभे ठाकले. त्यावेळी तर मलासुद्धा तिच्या नव्या गुप्त 'शस्त्रांचा' वास सहन होईना.

आमच्या प्रत्येकाच्या गळ्यात दोरा बांधून त्यात तीन कापडी पिशव्या लटकवल्या होत्या. त्या कापडी पिशव्यांत लसूण, कापूर आणि परमेश्वर जाणे त्यात आणखी काय काय होतं- ठासून भरलं होतं.

या खेपेला मात्र मिस हॅरिसननी 'वासवाल्या पोरां'समवेत युद्धबंदी जाहीर करून, वर्गाच्या खिडक्या थोड्या जास्त उघडल्या... आणि ममानं दुष्ट शक्तीला पूर्ण नामोहरम केलं. आमच्यापैकी कुणालाही त्या भयानक आजाराची लागण झाली नाही.

आयुष्यात ममाची 'युद्धसामग्री' फक्त एकदाच अपयशी ठरली. माझ्या भावाला- हॅरीला घटसर्प झाला होता, त्यावेळी मात्र लसूण उपचार दाद देईनात. त्यामुळं तिनं तिच्या पोतडीतून निराळीच युक्ती काढली. हॅरीला धाप लागली होती. त्यावेळी अचानक आईनं आम्हाला सांगितलं,

"डेव्हिडला जीवनदान मिळावं म्हणून मोठ्यानं प्रार्थना म्हणा."

"मा, हा डेव्हिड कोण?" आम्ही विचारलं.

"बिछान्यावर झोपलाय तो डेव्हिड."

"नाही मा, तो तर हॅरी आहे."

आम्हाला वाटलं तिचं चित्त थाऱ्यावर नाहीये.

तिनं आम्हाला बकोटीला धरून जोरात सांगितलं,

"तो डेव्हिड आहे, समजलं?"

मग तिनं हलक्या आवाजात आम्हाला समजावलं की,

"आपण 'माला-हा-मूव्हिस'ला मूर्ख बनवूया. त्याला जर तो डेव्हिड आहे असं वाटलं, तर तो आपल्या हॅरीला सोडेल. मी तुम्हाला सांगितलं की तुम्ही मोठ्यानं म्हणायचं.

ती दुष्ट शक्तीशी, मृत्युदेवतेशी बोलत होती... आम्ही तिचं बोलणं ऐकण्यात गुंगून गेलो होतो.

"माला-हा-मूव्हिस," ती म्हणाली, "मी काय बोलतेय ते ऐक. तू चुकीच्या मुलाला धरलं आहेस. बिछान्यात आहे तो डेव्हिड आहे. या घरात कुणी हॅरी नाहीये. निघून जा! डेव्हिडला सोड! तुझी चूक झालीये!"

मग तिनं आम्हाला खूण केली. आम्ही सर्वजण एका सुरात ओरडू लागलो.

"माला-हा-मूव्हिस, हे खरं आहे! हे खरं आहे! आम्हाला हॅरी नावाचा कुणी भाऊ नाही. हा आमचा भाऊ डेव्हिड आहे. हा डेव्हिड आहे, माला-हा-मूव्हिस!"

आम्ही आमच्या भावाला जीवनदान मिळावं यासाठी आर्जवं करीत होतो आणि ममा यिद्दिश व इतर सगळ्या भाषांचा मिलाफ करून प्रार्थना म्हणत होती... त्याची पुन: पुन्हा आवर्तनं करीत होती. रात्रभर आम्ही भयभीत झालेली तिघं भावंडं टक्क जागी होतो. मृत्युदेवतेपुढं आमची बाजू मांडत होतो.

डेव्हिड त्यातून वाचला. होय, मी बरोबरच सांगतोय... डेव्हिडच! त्या दिवसापासून आमच्या इवल्याशा विश्वातून हॅरी हे नाव कायमचं लुप्त झालं. वेडगळ समजूत वाटतीये ना? पण विषाची परीक्षा कशाला घ्या?

अशीच बरीच वर्षं उलटली... आम्ही सगळे मोठे झालो, त्या चाळींतून बाहेर पडलो, शिकलो-सवरलो. ममाची औषधंही जवळपास बंद झाली. त्यानंतर, वयाच्या सत्तेचाळिसाव्या वर्षी मला हृदयविकाराचा झटका आला. ममा मला पाहायला दवाखान्यात आली होती. ती माझ्या खोलीतून बाहेर पडल्यानंतर तिथल्या परिचारिकेच्या चेहऱ्यावर सुटकेचे कसले विलक्षण भाव उमटले सांगतो!

"कसला वास आहे! लसणीचा आहे का?" परिचारिकेनं विचारलं.

मला अर्थातच कसलाच वास येत नव्हता. पण मला उशीखाली काहीतरी असल्याचं जाणवलं. होय, उशीखाली खरंच भरपूर लसूण होती! एका दोरीला तीन कापडी पिशव्या लटकवलेल्या होत्या. त्या पिशव्यांत लसूण, कापूर आणि इतर काय काय भरलेलं होतं!

माईक लिपस्टॉक

'दंत-परी'

आईवडील या नात्यानं, आपल्याला आपल्या मुलांनी जीवनात अधिकाधिक यशस्वी होण्यासाठी त्यांच्या गुणांचा विकास व्हावा असं नेहमीच वाटत असतं.

आम्हाला पाच मुलं आहेत. त्यातली थोरली मीगन. वयाच्या सहाव्या वर्षी तिचा पुढचा दात पडला... आणि तो इवलासा दात गुंडाळून ठेवलेल्या कागदावर आम्हाला एक निरोप दिसला.

प्रिय दंत-परी,

प्लीज, मला तुझी जादूची कांडी दे. मला मदत करायची आहे. मलासुद्धा दंत-परी व्हायचं आहे.

तुझी,
मीगन

अर्थातच हे सगळं बोली उच्चारांनुसार लिहिलेल्या भाषेत होतं!

मग, मीगनमधली अंगभूत नेतृत्व कौशल्यं, सुवर्णसंधी व शिकवण्याच्या दृष्टीनं उत्तम क्षण असल्याचं लक्षात घेऊन 'दंत-परी'नं छोट्या मीगनसाठी चिठ्ठी पाठवली-

प्रिय मीगन,

चांगली दंत-परी बनण्यासाठी मी खूप परिश्रम घेतले आहेत. मला माझं हे काम खूप आवडतं. तू आत्ता या कामाच्या दृष्टीनं खूपच लहान आहेस. त्यामुळं मी तुला तुझी जादूची कांडी देऊ शकत नाही. पण तू या कामासाठी सज्ज होण्याची तयारी करायला सुरुवात करू शकतेस. त्यासाठी काही गोष्टी-

१) तू जे काही काम करशील ते नेहमी सर्वशक्तिनिशी कर.

२) इतरांनी आपल्याशी जसं वागावं असं तुला वाटतं, तसंच तू सगळ्या माणसांशी वागत जा.

३) इतरांशी प्रेमानं वाग, त्यांना मदत कर.

४) लोक तुझ्याशी बोलतील तेव्हा ते नेहमी अवधानपूर्वक ऐकत जा.

तू मोठी झालीस आणि या कामासाठी तयार झालीस की, एके दिवशी मी तुझी मुलाखत घेईन.

गुड लक, मीगन!

दंत-परी

दंत-परीकडून प्रतिसाद आलेला पाहून मीगन रोमांचित झाली. तिनं दंत-परीचे ते शब्द मनावर कोरले, त्या सूचना काळजीपूर्वक अंमलात आणल्या आणि सुधारणा घडवण्यासाठी सदैव प्रयत्न केले. ती जशी मोठी होत गेली तसं तिचं व्यक्तित्व, तिचं सामर्थ्य, तिचं नेतृत्वकौशल्यही बहरत गेलं.

कॉलेजशिक्षणानंतर मीगन व्यवस्थापनातील एका आव्हानात्मक पदावर रुजू झाली. तिथं उत्तम कामगिरी घडवत, ती वयाच्या २७ व्या वर्षीच कंपनीची वरिष्ठ व्यवस्थापक बनली.

एके दिवशी आम्ही दोघी तिच्या यशाबद्दल बोलत होतो. त्यावेळी तिनं एक प्रसंग सांगितला...

तिच्या कंपनीच्या अध्यक्षांनी तिला एकदा विचारलं होतं की, तुझ्या यशात प्रेरणादायी घटक कोणकोणते आहेत?

"मग? तू काय सांगितलंस?" मी विचारलं.

त्यावर ती उत्तरली, "माझे आईवडील, माझे शिक्षक, माझे मित्रमैत्रिणी आणि अर्थातच दंत-परी!"

सुझानी मौस्टाकास

मायेची चिठ्ठी

माझं प्रत्येक मूल शाळेत जाऊ लागलं तेव्हा मी त्याला सोबत खाऊचा डबा द्यायची. आणि प्रत्येक वेळी डब्यात एक चिठ्ठी ठेवायची. अर्थातच चिठ्ठी म्हणजे डब्यातल्या नॅपकिनवर मजकूर लिहायची... त्यामध्ये एखाद्या खास क्षणासाठी आभार मानलेले असायचे, एखाद्या अपेक्षित आनंदमयी गोष्टीचं स्मरण असायचं किंवा एखाद्या आगामी परीक्षेसाठी वा खेळाच्या सामन्यासाठी प्रोत्साहन असायचं.

मुलांना त्यांच्या सुरुवातीच्या इयत्तांमध्ये या चिठ्ठ्या आवडायच्या, शाळेतून घरी परत आल्यानंतर ती त्याबद्दल सांगायचीही... आणि मी शिकवण्याच्या कामात पुन्हा रुजू झाल्यानंतर तीसुद्धा माझ्या डब्यात अशा चिठ्ठ्या ठेवू लागली.

पण मुलं जशी मोठी होतात तशी त्यांना स्वत्वाची जाणीव होते. माझा मोठा मुलगा- मार्क हायस्कूलमध्ये गेला, त्यावेळी त्यानं मला रोज रोज असली लांबलचक पत्रं देण्याची गरज नाही असं कळवलं. त्यावर मी त्याला कळवलं की, ही पत्रं मी जितकी तुझ्यासाठी लिहिते, तितकीच स्वत:साठीही लिहिते. तुला आता या पत्रांची गरज नसेल, पण मला अजूनही हे लिहिण्याची गरज वाटते. आणि मी लिहीतच राहिले... तो पदवीधर होईपर्यंत ही परंपरा अखंडित होती.

हायस्कूल ग्रॅज्युएशननंतर सहा वर्षांनी मार्कचा फोन आला. त्याची काही महिने घरी रहायला यायची इच्छा होती. इतकी वर्षं तो बाहेरच राहिला होता. शिक्षण पूर्ण करून तो सॅक्रॅमेन्टोमध्ये कायदेविषयक साहाय्यक बनला होता. अधूनमधून चार दिवस सुट्टीसाठी घरी येणं सोडलं तर तो घरापासून दूरच राहिला होता.

याच दरम्यान, माझी धाकटी मुलगी कॉलेजच्या निमित्तानं दूर जाणार होती, त्यामुळं मार्कच्या घरी येण्याचा मला विशेष आनंद झाला होता.

मार्क घरी आला. काही काळ त्याची विश्रांती, नवा गट बनवणं, लेखन सुरू होतं. त्यानंतर तो कामाला लागला. त्याची निवडणूक प्रचारमोहिमेत नेमणूक झाली होती. मी अजूनही माझ्या दुसऱ्या मुलासाठी रोज डबा देत होतेच. आता मार्कसाठीही देऊ लागले. आणि तुम्हाला आश्चर्याची गोष्ट सांगते... माझ्या या २४ वर्षांच्या मुलाची डब्याबद्दल तक्रार होती!

"माझं काही चुकलं का? मी आता तुझं लेकरू नाहीये का? मॉम, आता तुझं माझ्यावर प्रेम नाही का?" त्यानं माझ्यावर प्रश्नांचा भडीमार केला. मी हसतच त्याला 'काय झालं?' म्हणून विचारलं.

"माझ्यासाठी चिठ्ठी, मॉम," तो उत्तरला.

"माझी चिठ्ठी कुठाय?"

याच वर्षी माझा सर्वात धाकटा मुलगा हायस्कूलमध्ये 'सिनिअर' होईल. 'आता मी या चिठ्ठ्यांच्या दृष्टीनं बराच मोठा झालोय,' असं त्यानंही जाहीर केलंय. पण त्याच्या ताई व दादाप्रमाणेच त्यालाही तो पदवीधर होईपर्यंत या चिठ्ठ्या मिळतच राहतील... आणि त्यानंतरही मी त्याला जेव्हा जेव्हा डबा देईन तेव्हाही.

ॲन्टोनेट कुरित्झ

पट्ट्यानं वाचवलं

आई म्हणून मी खूप नशीबवान आहे. मला चांगला, हुशार व देखणा मुलगा आहे. त्यानं माझ्या ओंजळीत सुखाची फुलं भरभरून ओतली आहेत.

ॲलनचा सोळावा वाढदिवस जवळ आला होता, त्याआधी काही महिन्यांपासूनच एका आगामी सोहळ्याचा थरार व गडबड-गोंधळ सुरू होता... त्याच्यासाठी वाहन चालवण्याचा परवाना!

त्याच्या वाढदिवसाच्या साधारण महिनाभर आधी, त्याच्या हायस्कूलमध्ये 'सीट-बेल्ट सुरक्षा' या विषयावर 'असेम्ब्ली' झाली होती. त्या कार्यक्रमात कॅथी हेझलेप सादरीकरण करणार होत्या. आदल्याच वर्षी एका भयानक कार दुर्घटनेत त्यांनी पोटचा गोळा गमावला होता. कॅथींना या असेम्ब्लीत बोलायला सांगितलं तेव्हा सुरुवातीला त्यांनी नकारच दिला. मुलाच्या वियोगाच्या प्रचंड धक्क्यातून त्या अजून सावरल्याच नव्हत्या. त्यांना सतत असहाय आणि उमेद खचल्यासारखं वाटायचं. आपण या मुलांपुढं बोलण्यानं काय फरक पडणार आहे, असं त्यांना वाटत होतं.

पण शाळेनं त्यांचं मन वळवलं आणि त्यांना मुलांशी बोलायला तयार केलं. मग कॅथींनी मुलाचा वियोग सोसणं किती कठीण आहे ते सांगितलं. या दुर्घटनेनंतर त्यांना बिछान्यातून उठणंसुद्धा नकोसं वाटायचं... कॅथी अगदी मनापासून बोलल्या आणि ते शब्द माझ्या मुलाच्या हृदयात उतरले. मला आठवतंय, त्या दिवशी ॲलन शाळेतून घरी आला आणि आम्ही दोघं त्याच दुर्घटनेबद्दल बोलत होतो. कॅथींनीसुद्धा त्यांच्या मुलाला- रायनला एकटीनंच वाढवलं होतं (माझ्यासारखंच) आणि रायन त्यांचा एकुलता एक मुलगा होता (ॲलनसारखाच).

वेल, अखेर तो महान दिवस उजाडला. फ्लोरिडा राज्यानं सुज्ञपणे माझ्या 'बाळाला' सुसज्ज शस्त्र घेण्याचा व ते चालवण्याचा परवाना दिला!

आपल्या एकुलत्या एक मुलाला माझ्या गाडीतून 'एकट्या'नं भुर्रकन

जाताना पाहणं ही बहुधा सर्वात भयंकर गोष्ट असावी! पण तसं नव्हतं. त्यापेक्षाही भयानक पुढं वाढून ठेवलेलं होतं!

ॲलनला परवाना मिळाला आणि बरोब्बर एका आठवड्यातच फोन आला... प्रत्येक मातापित्याचं सर्वात वाईट दुःस्वप्न असणारा फोन! पोलिसांनी सांगितलं की, तुमचा मुलगा वळण पार करीत होता, त्यावेळी त्याचा गाडीवरील ताबा सुटला... आणि तो अननुभवी चालक असल्यामुळं त्याला सावरून घेता आलं नाही. त्यानं मार्गातील सरोवर व ट्रॅफिक साईन चुकवलं; पण तो वीजेच्या खांबावर जोरात आदळलाय. सुदैवाची गोष्ट म्हणजे तो जास्त वेगात नव्हता. कारण, जर त्याची खांबाला आणखी जोराची धडक बसली असती तर, तो व त्याच्यासोबतचे दोन्ही प्रवासी वीजेचा धक्का बसून मेले असते.

मला घटनास्थळी नेलं तेव्हा ती चक्काचूर झालेली गाडी पाहून माझ्या हातापायांतलं बळच गेलं. त्या गाडीतून तिन्ही मुलं सहीसलामत जिवंत बाहेर पडली आहेत यावर माझा विश्वासच बसेना! माझ्या मनात आलं, माझा मुलगा कुणी रक्षक देवदूत असला पाहिजे! माझं बरोबर होतं.

मी रुग्णालयात गेले. तिथं ॲलनशी अपघाताबद्दल बोलले. त्यानं सांगितलं की, 'मी गाडी सुरू केली तेव्हा गाडीतल्या मुलांनी सीट-बेल्ट बांधले नव्हते. पण मला कॅथी हेझलेप यांचे कळकळीचे शब्द आठवले, त्यामुळं मी सगळ्यांना खांद्यावरचे व मांडीवरचे पट्टे बांधायला लावले.'

अशा प्रकारे ॲलननं त्यांचा जीव वाचवला होता.

माझं कुटुंब भाग्यवान लोकांपैकी आहे. आम्ही ज्याला मौल्यवान ठेवा समजतो, अशी गोष्ट अजूनही आमच्यापाशी आहे, ती म्हणजे- आम्ही दोघं एकमेकांना आहोत.

माझ्या मनात कॅथी हेझलेप यांच्याबद्दल असीम आदर, प्रेम व कौतुक आहे. कुणी सुप्रसिद्ध व्यक्ती नाहीत, त्या सर्वसामान्य माणूस आहेत... आपलं अथांग दुःख बाजूला ठेवून, मुलांसमोर बोलण्याचं धैर्य एकवटणाऱ्या या आईनं तीन प्राण वाचवले आहेत. माझ्या लेखी कॅथी 'सुपरस्टार' आहेत.

रॅन्डी गोल्डस्मिथ

अपयशाचा संस्मरणीय दिवस!

अपयश हा विलंब असतो, पराजय नव्हे.
ते मार्गावरून तात्पुरतं भरकटलेपण असतं,
तो रस्त्याचा शेवट नसतो.

विल्यम आर्थर वार्ड

आई म्हणून मला जेव्हा जेव्हा मदतीची गरज असते. तेव्हा तेव्हा मला माझ्या आईची आणि आजीची आठवण होते. त्या दोघींनी माझ्या मनात शहाणपणाची बीजं पेरली... ती माझ्या मनाच्या गुप्त बागेत रुजली आणि भयानक थंडीच्या कडाक्यातही ती फुलली.

असाच एक दिवस उदासीचा काळोख घेऊनच उगवला होता. मी घरी येऊन पाहते तो गॅस बिलाची 'तितकीशी सौम्य नसलेली' दुसरी नोटीस आली होती. आणि माझी तिन्ही मुलं उदासवाणी बसली होती.

अकरा वर्षांचा टॉमी हेअरकट बिघडल्यामुळं वैतागला होता.

"माझ्या टीचरनी माझी टोपी काढून घेतली, कारण सभ्य माणसं वर्गात टोपी घालून बसत नाहीत."

त्याला 'टकलू', 'पैलवान कट' अशी विशेषणं दिवसभर सहन करावी लागली होती. तो दोन्ही हातांनी डोकं झाकून घेत मला हे सगळं सांगत होता.

लिसाची 'सेकंड-ग्रेड स्पेलिंग बी' झाली होती. त्यात ती 'अफ्रेड' हा एकमात्र शब्द चुकली होती.

फर्स्ट ग्रेडमधल्या जेनीला वर्गात वाचन सुरू असताना फिदीफिदी हसण्याबद्दल शिक्षा झाली होती आणि वाक्यात अडखळल्यामुळं तिला सगळे हसले होते.

"वेल, मुलांनो आजचा दिवस सुरेख अपयशाचा संस्मरणीय दिवस होता. चला, आपण तो साजरा करूया!" मी म्हणाले.

माझ्या खिन्न मुलांच्या चेहऱ्यावर आश्चर्य पसरलं. ती माझ्याकडं डोळे फाडून पाहू लागली.

''माझी टॉसी आजी नेहमी म्हणायची, आपण यशातून जे शिकतो त्यापेक्षा अपयशातून जास्त शिकतो. एखादा दगड जितके जास्त ऊन-पावसाळे झेलेल तितका तो दूरवरचा टप्पा गाठतो. चला, आपण आपल्या पहिल्या अपयश पार्टीसाठी मॅकडोनाल्डसमध्ये जाऊया.''

तेव्हापासून बऱ्याच छान छान अपयश पार्ट्या झाल्या. एखाद्या शोकांतिकेमुळं आपल्यावर केवढा दुःखाचा पहाड कोसळलाय याचं दुःख करीत कुढत बसण्यापेक्षा आम्ही अशाही परिस्थितीत काय 'सेलिब्रेट' करता येईल हे शोधायला शिकलो. माझ्या आधीच्या पिढीतल्या स्त्रियांकडून मला ज्या शहाणपणाचा वारसा मिळाला, त्याच वारशाची बीजं मी माझ्या मुलांच्या मनात पेरली आहेत... एके दिवशी मुलांनी आपापल्या बागांत ही बीजं पेरावीत यासाठी.

ज्युडिथ टॉसी- रॉबर्ट्स

‘मध्यरात्रीचा पाहुणा’

माझं बालपण अत्यंत छोट्या खेड्यात गेलं. त्या काळी तिथं टेलिफोन हे आश्चर्य होतं, तर वाहनं ही गोष्ट अव्यवहार्य होती. कारण ह्या ग्रामीण भागातल्या चिखलभरल्या रस्त्यांवरून वाहनं चालवणं शक्यच नव्हतं. तो ‘डिप्रेशन’ हा शब्द ‘विशेषनाम’ बनण्याआधीचा काळ होता. त्या काळी आजूबाजूला फारसं कुठं जाण्यासारखी परिस्थिती नव्हती. शेजारीपाजारी परस्परांवर थोडेफार विसंबून असायचे. मला अशीच एक वादळी रात्र आठवतेय.

ऑक्टोबर महिन्याच्या सुरुवातीलाच वादळ घोंघावत आलं होतं. कुट्टकाळी रात्र आमच्या घराच्या खिडक्यांवर धडका देत होती... वाऱ्यापावसाचं थैमान सुरू होतं. ग्रामीण अर्कान्सास मधल्या आमच्या इवल्याशा लाकडी घरात गडगडाट नुसता भरून राहिला होता. दिवाणखान्यात टेबलवर ठेवलेला रॉकेलचा दिवासुद्धा वादळाच्या तडाख्यानं विझेल असं वाटत होतं.

मी त्यावेळी नऊ वर्षांची होते. मी अस्वस्थ झाले होते. आता कुठल्याही क्षणी आपलं घर उडून जाणार असं खात्रीनं वाटत होतं. त्यावेळी माझे डॅडी कामाच्या शोधार्थ उत्तरेकडं गेले होते, त्यामुळं मी आणखीनच घाबरले होते. मी स्वत:शीही कबूल करीत नव्हते, पण मी चांगलीच हादरले होते. मात्र माझी ममा शांत, गप्प होती. ती आणखी एक हिवाळा ‘निघावा’ म्हणून तिच्या जुन्याच कपड्यांची डागडुजी करीत होती.

“ओह, ममा, तुला नवे कपडे घ्यायला हवेत.” मी संभाषण सुरू करण्याचा प्रयत्न करीत म्हणाले. अशा भयानक रात्री मला शांत मानवी आवाजाचा दिलासा हवा होता.

ती माझ्याभोवती हात टाकत म्हणाली,

“तुला चांगले कपडे हवेत कारण तू शाळेला जातेस.”

“पण तुला तर थंडीसाठी कोटसुद्धा नाहीये.”

“देव आपल्या गरजा भागवण्याचा शब्द देत असतो. तो त्याचा शब्द

राखेल, पण आपण मागितल्यावर नाही, तर त्यानं ठरवलेल्या वेळेला. आय विल बी ऑल राईट.''

मला तिच्या ठाम, 'काहीही घडो' विश्वासाचा हेवा वाटला. विशेषत: अशा रात्री.

वादळाच्या एका झोतानं चिमणी आडवी केली होती. त्यामुळं सगळे कोळसे शेकोटीच्या आजूबाजूला विखुरले.

''आपण आज दारांना कुलपं घालूया?'' मी विचारलं.

ममा हसली. तिनं छोटं काळं फावडं घेऊन शेकोटीतल्या लालभडक निखाऱ्यांवर राख पसरली.

''एडिथ, आपण या वादळाला कुलूप घालू शकत नाही आणि तुला माहीत आहे की, आपण किंवा आपले शेजारी-पाजारी आपल्या घराची दारं बंद करून घेत नाही, तीसुद्धा अशा वादळी रात्री तर नाहीच नाही. अशा वेळी कुणाला आडोशाची गरज भासू शकते.''

टेबलावरचा दिवा घेऊन ममा तिच्या बेडरूमच्या दिशेनं निघाली. मीही घाईघाईनं तिच्या मागोमाग गेले.

तिनं मला बिछान्यात पांघरुणात गुरफटून झोपवलं आणि ती स्वत: अंगावरचा गोधडीचा झगा उतरवणार इतक्यात आमचं बाहेरचं दार अकस्मात धाड्दिशी उघडलं... त्यापाठोपाठ वारा धसमुसळेपणे आत घुसला, जोडीला पावसाचा गंधही आला. आमच्या दिवाणखान्यातल्या वस्तू वाऱ्यानं टाण्टाण् आवाज करीत इकडंतिकडं विखुरल्या... त्यानंतर, तितक्याच आकस्मिकपणे दरवाजा बंद झाला.

''हा आवाज फक्त वाऱ्यापावसाचा नाही,'' ममा दिवा उचलून दिवाणखान्याच्या दिशेनं निघाली. मला तिच्यासोबत जायची भीती वाटत होती. पण तिथंच थांबण्याची त्याहून भीती वाटत होती.

आम्ही बाहेर जाऊन पाहिलं तर, ममाची शिवणकामाच्या साहित्याची टोपली उलथून त्यातल्या वस्तू सगळीकडं पसरल्या होत्या. मग आमची नजर जमिनीवर गेली. जमिनीवर बुटांचे चिखली छाप उठले होते... ते दारापासून थेट फायरप्लेस समोरच्या गुबगुबीत खुर्चीपर्यंत दिसत होते.

आम्ही त्या दिशेनं पाहिलं तर, त्या खुर्चीत एक पावसानं नखशिखांत निथळणारा, पिंजारलेला, बुटका, आडव्या अंगाचा माणूस कोसळलेला होता. त्याच्या अंगावरचा सूट चिखलानं राड झाला होता. त्याच्या तोंडाला भपकारा येत होता. त्याच्या डाव्या हातात कॅन दिसत होता.

''ममा... मि. हॉल आहेत!''

ममानं फक्त मान डोलवली. तिनं फायरप्लेस मधले जळके कोळसे काढले, राख बाजूला केली. स्वयंपाकघरातून कोळसे आणून तिथं पसरले. त्यासोबत पाईनचं जळणही घातलं.

त्यानंतर ती मला म्हणाली, ''मी कॉफी करते, तोवर तू विस्तव पेटव म्हणजे आपल्या पाहुण्यांना ऊब येईल, ते भिजलेत तेही वाळेल.''

''पण ममा, ते प्यायलेत!''

''होय, इतकं प्यायलेत म्हणून तर ते त्यांचं घर समजून आपल्या घरात शिरलेत.''

''पण त्यांचं घर तर पाव मैल दूर आहे.''

''हे बघ, मि. हॉल काही दारुडे नाहीत. आज त्यांना काय झालंय कोण जाणे, पण एरव्ही ते चांगले आहेत.''

मि. हॉल दर सोमवारी सकाळी हायवेवर एका व्यक्तीला भेटत असत हे मला माहीत होतं. त्यानंतर ते लिट्ल रॉकमधल्या त्यांच्या शिवणाच्या छोट्याशा दुकानात यायचे. तिथं आठवडाभर कित्येक तास काम करायचे. त्यानंतर दर शनिवारी दुपारी काठी टेकत टेकत कष्टानं चालत घरी आलेले दिसायचे.

ममानं माझ्या मनातले विचार वाचले असावेत. ती हलक्या आवाजात मला म्हणाली,

''त्यांना कधी कधी खूप एकटं वाटत असेल.''

स्वयंपाकघराच्या दाराशी उभी असताना एक विचार माझ्या मनात तरळून गेला.

“ओह, ममा, मि. हॉल असे दारू पिऊन... लोक काय म्हणतील?”

“हे लोकांना कधीच कळता कामा नये. मी काय म्हणतीये ते तुला कळतंय ना?”

“होय ममा.”

बाहेर वादळाचं तांडव सुरूच होतं. ममानं मि. हॉलसाठी गरमागरम वाफाळत्या ब्लॅक कॉफीचा मग आणला. तिनं त्यांची मान उचलून सावरली आणि त्यांना घोटाघोटानं कॉफी प्यायला लावली. कॉफीचा मग रिता होत आला तेव्हा त्यांनी जरासे डोळे उघडले.

“मिसेस अन... वूड,” त्यांनी आम्हाला ओळखलं होतं.

“होय, मि. हॉल, आता तुम्हाला बरं वाटेल.”

ममा कॉफीचा रिकामा मग स्वयंपाकघरात ठेवायला गेली, तितक्यात मि. हॉल काठीचा आधार घेत कसेबसे उभे राहिले, त्यांनी खुर्चीवरची अर्धी दुमडलेली गोधडी तिथंच ठेवली आणि ते झोकांड्या खात तशा वादळात बाहेर पडले.

“आता आपले पाहुणे स्वत:चं स्वत:ला नीट सावरतील असं वाटतंय.”

“ममा, तू त्यांना आपले पाहुणे असं का म्हणतीयेस?” मी विचारलं.

“ते तर फक्त आपले एक शेजारी आहेत आणि आपण काही त्यांना घरी बोलावलं नव्हतं.”

“आपल्या घराच्या छताखाली शांतपणे येणारा कुणीही माणूस हा पाहुणाच असतो. तुला ‘गुड समॅरिटन’च्या गोष्टीतला शेजारी कोण होता ते माहीत आहे ना?”

“अनोळखी माणसाला मदत करणारा माणूस.”

हे बघ, अजाणतेपणी का असेना, पण मि. हॉलनी आपला पाहुणा बनून आपल्याला त्यांचे शेजारी बनण्याची संधी दिलीय.”

त्यानंतर काही आठवड्यांनी, एके दिवशी आम्ही चर्चमधून घरी येऊन पाहतो तर टेबलवर एक तपकिरी रंगाचं कागदी पुडकं होतं. त्यावर लिहिलं होतं, ‘मिसेस अन्डरवूड.’

“बहुतेक मिसेस चिल्सनी ड्रेसचा नमुना पाठवलेला दिसतोय. त्यांची मुलगी तुझ्याएवढीच आहे. तुला पाहिजे असेल तर उघडून बघ,” असं म्हणून ममा कपडे बदलायला आत गेली.

मी ते चुरगळलेलं पुडकं उघडून पाहिलं.

“ओह, नो ममा!” मी चित्कारले.

“ममा, तुझ्यासाठी कोट आहे आणि फार छान आहे!”

ममा बाहेर आली. तिनं माझ्या हातातल्या त्या कोटाच्या बाह्यांमध्ये आधी उजवा हात सरकवला... मग डावा...

आपण शेजारधर्माचा खरा अर्थ शिकतोय हे त्यावेळी मला कळलं नव्हतं, तेव्हा मला इतकंच कळत होतं की, ममा तो हिवाळी कोट घालून बघतीये... आणि तो तिला बरोब्बर बसतोय!

एडिथ डीन

३

धैर्यसंपन्न माता

अखेर मी एक गोष्ट शिकलो,
ती म्हणजे माझ्या आतमध्ये
एक अजिंक्य उन्हाळा असतो.

अल्बर्ट कॅमस

माझा मुलगा– रॅन

आई म्हणून, शक्य त्या गोष्टींची काळजी घेणं आणि अशक्य गोष्टींत परमेश्वरावर श्रद्धा ठेवणं हे माझं कामच आहे.

रुथ बेल ग्रॅहॅम

माझा मुलगा- रॅन व्हाईट जग सोडून गेला, त्या गोष्टीला आता सात वर्षं झाली. रॅनला हिमोफिलिया होता. या रुग्णांच्या रक्ताची गुठळी नीट होण्यास साहाय्यभूत ठरणाऱ्या 'ब्लड प्रॉडक्ट'मधून त्याला एड्‌सची लागण झाली. त्याकाळी एड्‌सबद्दल कुणालाच फारसं काही माहीत नव्हतं. त्याला एड्‌स झाल्याचं निदान झालं त्यावेळी तो फक्त १३ वर्षांचा होता. डॉक्टरांनी आम्हाला सांगितलं की, त्यानं अजून सहा महिने काढले तरी नशीब समजा!

पण, रॅन पुढं सहा वर्षं जगला आणि 'एड्‌सला धैर्यानं तोंड देणारा व देशाला यासंबंधी सुशिक्षित करणारा मुलगा' ठरला. हे शब्द आहेत राष्ट्राध्यक्ष क्लिन्टन यांचे! त्यांनी रॅन व्हाईट केअर ॲक्टवर स्वाक्षरी केली तेव्हाचे. या कायद्यान्वये अमेरिकास्थित हजारो एचआयव्ही बाधितांना औषधोपचार, सपोर्ट सर्व्हिसेस, औषधं, शुश्रूषा व देखभाल मिळण्याची सोय झाली आहे. आपल्या जीवन व मृत्यू- दोन्हींचीही अनेक लोकांना मदत झाल्यामुळं रॅनला खूप खूप आनंद झाला असता.

सुरुवातीला, रॅनला या दुर्धर आजारानं ग्रासलं आहे हे कळलं तेव्हा मी संपूर्णत: उद्‌ध्वस्त झाले होते. मी पदरातल्या दोन पिलांना एकटीनं वाढवत होते. ही मुलंच माझं सर्वस्व होती... आणि माझं पहिलंवहिलं अपत्य... माझा मुलगा मरणाच्या दारात उभा होता. माझ्या हातापायातलं बळच संपलं होतं. हे दु:स्वप्न कमी होतं म्हणून की काय, पण यावर कळस म्हणजे, आम्हाला त्याकाळी एड्‌स या शब्दाभोवती साकळलेली उपेक्षा, भय व तिरस्कारही सहन

करावा लागला. रॅनची पुन्हा शाळेत जायची इच्छा होती, पण शाळेनं त्याला परवानगी नाकारली. आपली मुलं रॅनसोबत एकाच वर्गात बसली तर त्यांना एड्स होईल अशी भीती इतर पालकांना वाटत होती. आम्ही याविरुद्ध लढा दिला, त्यात आम्ही जिंकलोही, पण आमच्या कुटुंबाला प्रचंड सामाजिक वैरभाव व दबाव सोसावा लागला. मग आम्ही ते गाव सोडून दुसरीकडं जायचं ठरवलं.

रॅनच्या नव्या हायस्कूलमध्ये मात्र संपूर्णतः निराळं चित्र होतं. तिथल्या विद्यार्थ्यांनी रॅनचं स्वागत खूप धूमधडाक्यात केलं: त्यांनी एड्सविषयक अभ्यासवर्ग आयोजित केले. कुणा विद्यार्थ्यांच्या मनात अजूनही कुशंकेची पाल चुकचुकत असेल तर त्याच्या मनातली भीती दूर करण्यासाठी समुपदेशन उपलब्ध केलं होतं. लोकांना या आजाराविषयी सुशिक्षित करणं हेच रॅनचं जीवितकार्य आणि त्याचं करिअरही बनलं. रॅन एड्स संदर्भातला जागतिक प्रवक्ता बनला, तो जगभरातल्या दूरचित्रवाहिन्यांवर, मासिकांत व वृत्तपत्रांत झळकू लागला. आमच्या कुटुंबावर जो दुःखाचा पहाड कोसळला होता, त्यातून आम्हाला यामुळं थोडासा दिलासा लाभला, आमच्या वेदनांचा दाह जरासा कमी झाला.

आम्ही एड्ससोबत जगायला शिकलो. या आजारातली भयानक गोष्ट म्हणजे हा आजार रुग्णाला एकामागोमाग एक जबरदस्त संसर्ग घडवत असतो. रॅनला खोकला झाला, ताप आला की, प्रत्येक वेळी मला मृत्युघंटा ऐकू यायची. त्याचं आता हे अखेरचंच, असं वाटायचं. एड्सच्या बाबतीत एखादं लक्षण गंभीर आहे की सौम्य स्वरूपाचं आहे, तेच कळत नाही. रुग्ण आजारी पडतो... पुन्हा छान होतो... आणि छान बरा झालाय असं वाटायचा अवकाश की तो पुन्हा आजारी पडतो.

रॅन जवळजवळ नेहमीच चांगल्या मूडमध्ये असायचा. त्याला दवाखान्यात जावं लागायचं तेव्हासुद्धा, मी दारापर्यंत आले की तो माझ्याकडं पाहून हसायचा प्रयत्न करायचा. कधीकधी मात्र त्याला एखादी गोष्ट करता आली नाही- म्हणजे फारच आजारी असल्यामुळं किंवा शाळेत फारच बांधून घातल्यासारखं झाल्यामुळं एखादी खास संगीतमैफल हुकली किंवा कुणाची भेट चुकली, किंवा एखाद्या इन्टरेस्टिंग ठिकाणी जाता आलं नाही, तर तो हिरमुसला व नाराज व्हायचा. मग मी त्याला रागवायची, की तो पश्चात्तापदग्ध होऊन दिलगिरी व्यक्त करायचा. क्वचित मला एखादं पत्र लिहायचा किंवा कार्ड पाठवायचा.

एके दिवशी रॅननं सहजच माझा हात धरला आणि त्याला झोके द्यायला सुरुवात केली.

"रॅन, तू हे असं छान काहीतरी करतोयस म्हणजे नक्कीच तुला काहीतरी हवंय."

"मला काहीही नकोय. का गं... मुलगा आपल्या आईचा हात धरू शकत नाही?"

"कम ऑन नाऊ, रॅन..."

"खरंच काही नकोय, मॉम. तू माझ्यासाठी इतकं सगळं केलं आहेस त्याबद्दल मला तुझे आभार मानायचे आहेत, तू माझ्या पाठीशी खंबीरपणे उभी आहेस त्याबद्दल."

हे शब्द माझ्यापासून कुणीही हिरावून घेऊ शकत नाही. त्यादिवशी आई म्हणून मला जे काही वाटलं, ते माझ्यापासून कुणीही कधीच हिरावून घेऊ शकत नाही.

एकदा मला एका व्यक्तीनं विचारलं होतं, "जेनी, आपला मुलगा मरणाच्या दारात उभा आहे हे माहीत असताना तू कशी काय जगतेस?"

त्यावर मी उत्तरले, "आम्ही मृत्यूचा विचारच करीत नाही. त्यासाठी आमच्यापाशी वेळ नाही. तुम्ही जर या विचाराला तुमच्या जीवनात थारा दिलात तर तो विचार तुम्हाला पोखरून संपवेल. आपण जीवनगाणं गात चालतच रहायचं असतं, प्रत्येक दिवस, प्रत्येक क्षण कारणी लावत..."

अखेर तो क्षण येऊन ठेपला. रॅनचं शरीर साथ देईनासं झालं. रॅन अखेरच्या घटका मोजत होता, त्यावेळी रुग्णालयातल्या कर्मचारीवृंदाला आम्हाला वेड लागलंय असं वाटलं असणार! इथं बेशुद्धीत गेलेला मुलगा 'लाइफ सपोर्ट'वर झुंजतोय आणि त्याची अर्धवट आई त्याला हाक मारतीय, तो झोपलेला असताना त्याच्याशी बोलतीय! कदाचित त्याला ऐकू येत नसावं; पण आम्ही त्याच्यासाठी संगीत लावायचो. त्याला एकही वस्तू दिसत नव्हती, पण आम्ही तिथल्या पडद्यांच्या, नळ्यांच्या व पिक-पिक करणाऱ्या मॉनिटर्सच्या वरच्या बाजूला भिंतीवर आकर्षक पोस्टर्स व फलक लावायचो. आम्ही हात टेकणार नव्हतो.

तरीही, रॅनचा इवलासा कृश देह पाहताना सारं संपलंय याची जाणीव व्हायचीच.

रॅननं बेशुद्धीच्या अंधारात बुडून जाण्याआधी मला सांगितलं होतं,

"ममा, काही शक्यता आहे असं वाटत असेल तर प्रयत्न करून बघ."

आणि आम्ही तेच केलं. त्याच्या कुडीत प्राण असेतोवर आम्ही शक्य ते सर्व काही केलं.

मी झुकून त्याच्या अगदी जवळ जात कुजबुजत्या स्वरात म्हणाले, "इटस् ओके, सन! आता शांतपणे निरोप घे."

त्यानंतर त्यानं कायमचे डोळे मिटले. त्यांनी त्याला काही मिनिटांसाठी पुन्हा जीवनदान दिलं. पण क्षणार्धात तो पुन्हा विझणार आहे हे मी चांगलं ओळखून होते. त्याच्या जगण्याची आशा अजिबात नाहीये हे मला माहीत होतं, पण... युद्धातली हार जाहीर करावी लागणार होती... माझ्या व माझ्या कुटुंबासाठी तो क्षण किती दुःखाचा होता ते शब्दांत नाही सांगता येणार!

"तुला वाटत असेल तर तू त्यांना सांगू शकतेस," माझी जिवलग मैत्रीण म्हणाली, "ते तू ठरव जेनी."

मग मी माझ्या आईवडिलांशी, रॅनची बहीण- अॅन्ड्रियाशी बोलले आणि त्यानंतर डॉक्टरांना सांगितलं, 'नो मोअर."

डॉ. मार्टी क्लीमॅननी- त्यांनी रॅनवर अगदी सुरुवातीपासून औषधोपचार केले होते. इतर डॉक्टर्सनी तो जेमतेम सहा महिने काढेल असं सांगितलेलं असताना डॉ. क्लीमॅन यांच्या उपचारांमुळं तो जवळजवळ सहा वर्षं जगला- बाहेर जाऊन जाहीर केलं की, माझ्या मुलाचा झोपेत असताना वेदनारहित मृत्यू झाला.

आयुष्यातली चमकच संपली.

या गोष्टीला आता सात वर्षं उलटली आहेत. आता माझ्या आयुष्यात हळूहळू पुन्हा चमक उजळू लागली आहे. सध्या माझ्या मनात जणू उषःकाल झालाय. मला प्रत्येक गोष्टीत रस वाटू लागलाय. माझं विवाहबंधन मला सुखवतंय. माझ्या नव्या पतीनं- रॉयनं माझ्या जीवनात पुन्हा आनंद फुलवलाय. माझी मुलगी- अॅन्ड्रिया मोठी झालीय, ती खंबीर, हुशार व देखणी आहे. आयुष्यातल्या प्रत्येक गोष्टीची- म्हणजे साहस, प्रवास, नातवंडं अशा साऱ्याची मला आस लागलीय. आकाशात ढगापलीकडं क्षितिजापाशी मला एड्सचा अंत पाहायला मिळणार आहे. कधी काळी ज्या लोकांचं जीवन संपलं असं वाटायचं, त्याच लोकांना दररोज नवं आरोग्य लाभतंय. एड्सवर उपचार येत आहे... जवळपास येऊनच ठेपलाय. तो दिवस पाहायला मी जिवंत असेन असं मला वाटतं. या सुखद अपेक्षेच्या जाणिवेपेक्षा जास्त छान भेट आणखी कुठली असणार?

बाग हीच माझी उपचारपद्धती राहिली आहे. रोज नवा सूर्यप्रकाश चमकतो, सारं काही ताजंतवानं, टवटवीत आणि प्रसन्न ओलसर असतं, पानं दवबिंदूंच्या मोत्यांनी लगडलेली असतात, फुलं हसत असतात, पक्व फळं चमकत असतात, त्यावेळी मी निसर्गाच्या अंगणात काम करीत असते, माझ्या अंगांगात चैतन्य भरून घेत असते. मी बागेत तण काढते तेव्हा असं वाटतं की, मी माझ्या दुःखाचं माजलेलं तण उपसून काढतीय... मी अश्रू उपटून काढतीय, ज्यायोगे पुन्हा आनंदाचे अंकुर तरारू शकतील.

मला सोडून गेलेल्या सगळ्या मित्रांचे चेहरे मला त्या फुलांमध्ये दिसतात... त्यात मला माझ्या मुलाचाही चेहरा दिसतो. नव्या प्रभाती ही फुलं सुंदर दिसत असतात, हास्यासारखी उमलत असतात, आशेनं चमकत असतात.

परमेश्वरा, मला आणखी एक दिवस दिल्याबद्दल मी तुझी आभारी आहे.

जेनी व्हाईट

बली आहेश ना, मॉम?

मी ऑफिसमध्ये एका महत्त्वाच्या अहवालावर काम करीत विचारात गढलेली असतानाच फोनची रिंग वाजली. "आत्ताच काय?" अशा वैतागानं मी फोन उचलला तर माझ्या मुलाला सांभाळणारी बाई फोनवर होती. तिनं माझ्या मुलाची तब्येत बिघडल्याचं सांगितलं.

"जॉर्डन नेहमीसारखा नाहीये," ती म्हणाली.

"त्याला ताप नाहीये, पण तो फारच ढेपाळला आहे."

ऑफिसमधून माझ्या घरापर्यंत बरंच अंतर आहे. घरी परत येताना माझा वैताग निवळला आणि मन जॉर्डनकडं वळलं. त्यावेळी तो दोन वर्षांचा होता. मला आठवलं... त्याच्या आगमनाची चाहूल लागली तेव्हा मी केवढी आश्चर्यचकित झाले होते! मी मोठी झाले त्याचवेळी मी ठरवून टाकलं होतं की, आपल्याला मुलंबिलं नकोत, पण त्यावेळी मी दोन लहान मुलींच्या पित्याच्या प्रेमात पडायचं तरी कुठं ठरवलं होतं!

आमच्या लग्नाला पाच वर्षं झाली... या दरम्यान मी 'सावत्र आई'पण स्वीकारलं होतं. माझ्या 'नव्या' मुलींच्या दृष्टीनं ही भूमिका अगदी मला साजेशी होती. या मुलींची नव्या बाळाच्या आगमनाबद्दल काय प्रतिक्रिया असेल याची मला चिंता लागून राहिली होती. कारण आधीच त्यांना असुरक्षित वाटतच होतं. पण त्यांची प्रतिक्रिया आठवून मला हसू फुटलं. हे कळताच त्या मुली मला वडिलांपासून बाजूला बाथरूममध्ये घेऊन गेल्या होत्या आणि त्यांनी त्यांच्या दृष्टीनं एकमात्र चिंतेचा विषय बोलून दाखवला होता,

"म्हणजे तू आणि डॅडनी सेक्स केलं होतं?"

त्यानंतर सात महिन्यांनी, २२ तास खडतर प्रसूतीवेदना सोसल्यानंतर आम्हाला जॉर्डनचं दर्शन झालं. जॉर्डन अतिशय गोंडस व सुदृढ होता. त्याचे डोळे काळेभोर होते.

"हा आपल्या सगळ्यांचाच आहे," व्हॅल, आमची ज्येष्ठ सुकन्या वदली.

आपल्या नव्या भावाकडं प्रेमभरानं पाहात ती म्हणाली,

"त्यानं आपल्या सगळ्यांना एकत्र आणलंय."

घरापाशी आल्यावर माझी तंद्री भंग पावली आणि मी पळतच आत गेले. जॉर्डन झोपला होता, पण त्याचा श्वास जडावला होता आणि तो घामानं थबथबला होता. मी त्याला उचललं, गाडीत त्याच्या सीटवर बसवून पट्टे बांधले आणि गाडी थेट दवाखान्याच्या दिशेनं दामटली.

वाटेत माझं निम्मं लक्ष रस्त्याकडं तर निम्मं जॉर्डनकडं होतं. त्याला सांभाळणारी बाई बरोबर सांगत होती. जॉर्डन नेहमीसारखा दिसत नव्हता. एव्हाना तो जागा होऊन, माझ्याकडं कष्टी, थकल्या डोळ्यांनी बघत होता.

अजून दवाखाना बराच दूर होता. मी पुन्हा एकदा जॉर्डनकडं नजर टाकली. जॉर्डनचे ओठ कापू लागले होते... बघता बघता त्याची तीव्रता वाढली... आणि त्याच्या तोंडातून फेस येऊ लागला... मी अक्षरश: भीतीनं गारठले. जॉर्डनचं संपूर्ण शरीर थरथरत होतं, त्यानं डोळे फिरवले होते... आणि अचानक तो निश्चेष्ट झाला आणि जागीच कोसळला.

मी व्याकूळ होऊन दोन सिग्नल तोडून भरधाव गाडी हाकत पार्किंग लॉटमध्ये आले. मी त्याला गाडीतून उचलून बाहेर घेतलं तेव्हा तो अगदी शक्तिहीन झालेला होता. त्याचे डोळे निर्जीव दिसत होते. त्यावेळी माझ्या लक्षात आलं की त्याचा श्वास बंद झालाय.

"काय झालंय बघा माझ्या बाळाला," मी रडत-किंचाळत दवाखान्यात धावले. माझं किंचाळणं ऐकून डॉक्टर प्रतिक्षागृहात आले. त्यांनी जॉर्डनला माझ्याकडून ओढून घेतलं. त्यांनी जॉर्डनची मानेपाशी नाडी तपासली, त्यानंतर परिचारिकेला पॅरामेडिक्सना बोलवून घ्यायला सांगत एकीकडं CPR सुरू केलं. दुसऱ्या एका परिचारिकेनं मला बाहेरच थोपवून धरलं होतं. ते सगळेजण माझ्या मुलाच्या देहात चेतना जागवण्याचा प्रयत्न करीत होते. मी असहायपणे बाहेर फक्त त्यांचं बोलणं ऐकू शकत होते.

"कम ऑन, बेबी!" कुणीतरी आर्जवानं म्हणत होतं.

"कम बॅक टू अस."

"आय कान्ट गेट अ लाइन!" आणखी एक व्याकूळ स्वर.

काय घडत होतं... माझा विश्वासच बसत नव्हता. मला काही समजतच नव्हतं. माझ्या बाळाला गमवण्याच्या कल्पनेनं माझं मन भयभीत झालं होतं. मला त्याच्याजवळ थांबायचं होतं... त्याचा हात धरून, त्याच्या गालावर पापा देऊन त्याला सांगायचं होतं की, सगळं काही ठीक होईल.

मी अतिशय घाबरले होते त्यामुळं माझा स्वत:वर ताबा नव्हता.

पॅरामेडिक्स आले. अजूनही जॉर्डनचा श्वासोच्छ्वास सुरू नव्हता. त्यांनी बराच वेळ प्रयत्न केला. मग त्यांनी त्याला स्ट्रेचरवरून बाहेर आणलं.

"आपण त्याला लाइफ सपोर्टवर ठेवूया," मला रुग्णवाहिकेकडं नेत एक पॅरामेडिक म्हणाला.

"तुमच्या मुलाला स्वत:चा स्वत: श्वासोच्छ्वास करता येत नाहीये, म्हणून आम्ही त्याला हा आधार देणार आहोत."

तोवर माझा नवरा दवाखान्यात आला. तो मला खाजगी प्रतिक्षागृहात भेटला. तो जमिनीवर गुडघे टेकत माझ्या मांडीवर कोसळून ढसाढसा रडू लागला. त्यावेळी माझ्या लक्षात आलं की, मी कधी त्याला रडताना पाहिलं नव्हतं.

तितक्यात एक परिचारिका तिथं आली. तिनं आम्हाला 'पास्टरना बोलवू का?' असं मृदूपणे विचारलं.

"नाही!" माझा नवरा दु:खावेगानं रडतच म्हणाला.

"तो बरा होणार आहे!"

त्यानंतर एक तासानं, अखेर आम्हाला जॉर्डनला पाहण्याची परवानगी मिळाली. माझा अदम्य चिमणा इतका क्षीण आणि नाजूक दिसत होता! त्याच्या देहावर असंख्य नळ्या होत्या... तो अजूनही थरथरतच होता. त्याला पुनर्जीवन मिळाल्याबरोबर लगेचच तो पुन्हा निश्चेष्ट होऊ लागला होता.

अतिदक्षता विभागातले डॉक्टर निराश झाल्याचं स्पष्ट दिसत होतं.

"मी तुम्हाला फक्त एवढंच सांगू शकतो की, जॉर्डनची तब्येत फार फार बिघडलीय," ते म्हणाले. "आम्ही त्याला शक्य तितकं 'फेनोबार्बिटल' दिलंय, पण अजूनही काही उपयोग होत नाहीये."

असाच आणखी एक तास गेला. एव्हाना जॉर्डनची तब्येत स्थिरावली होती. आता त्याला लहान मुलांच्या दवाखान्यात हलवलं होतं. अजूनही तो 'लाइफ सपोर्ट'वरच होता, पण त्याचं ते निश्चेष्ट होणं एकदाचं थांबलं होतं.

'CAT' 'स्कॅन' मध्ये काहीच बिघाड दिसून आला नाही. 'स्पायनल टॅप' नॉर्मल होतं. तरी जॉर्डन एकदम इतका निश्चेष्ट होण्याचं कारण कळलंच नाही आणि प्राणवायूच्या कमतरतेमुळं त्याच्या मेंदूला हानी पोहोचलीये का हे कळायलाही काही मार्ग नव्हता.

आम्हा उभयतांना जॉर्डनसोबत अतिदक्षता विभागात राहू दिलं होतं. मी त्याचा हात हातात घेऊन त्याच्या गालावर पापा देत, त्याला 'सगळं काही ठीक होईल' असा दिलासा दिला. सायंकाळी उशिरा, आमचे पास्टर व घरचे लोक

प्रतिक्षागृहात प्रार्थना करीत असताना, जॉर्डननं श्वास घेतला... हा प्रकार सुरू झाल्यापासून त्यानं पहिल्यांदाच कसल्याही आधाराविना स्वत:चा स्वत: श्वास घेतला होता.

अखेर, दुसऱ्या दिवशी सकाळी जॉर्डननं डोळे उघडले. आम्हा दोघांना तर पुढं काय वाढून ठेवलंय तेच कळत नव्हतं. जॉर्डनच्या मेंदूला हानी पोहोचली असण्याची शक्यता होती, पण आम्ही दोघंही धीरानं 'आलिया भोगासी' तोंड द्यायला सज्ज होतो. फक्त त्याच्या कायमच्या वियोगाची कल्पनाही आम्हाला सहन होत नव्हती.

जॉर्डनवर अजूनही औषधांचा अंमल होता. तो डोळे स्थिर करून पाहण्याचा प्रयत्न करीत होता. त्यानं जर आपल्याला ओळखलं तर सगळं काही ठीक होईल असं समजायचं... माझं मन सांगत होतं. हळूहळू जॉर्डननं आम्हा दोघांकडं पाहिलं. त्याची नजर आमच्यावर पडताच तो अशक्त आवाजात पुटपुटला,

"मॉमा, डॅडी,"

आणि मी बांध फुटल्यासारखी हमसून हमसून रडले.

माझ्या अश्रुधारा पाहून जॉर्डननं क्षीण स्वरात विचारलं,

"बली आहेश ना, मॉम?"

त्याची माझ्याबद्दलची आस्था पाहून मन भरून आलं. गेले २४ तास जीवनासाठी झगडल्यानंतर माझं हे दोन वर्षांचं अनमोल बछडं 'माझी' काळजी करीत होतं!

“होय रे, राजा,” मी त्याच्या गालावर थोपटत उत्तरले.

“मी अगदी बरी आहे.”

सहा महिने उलटले. एव्हाना जॉर्डन पूर्ण बरा झाला होता. मी रोज रात्री त्याची बेडरूम असलेल्या मजल्यावर झोपणं बंद केलं होतं. आता त्याच्या प्रत्येक हालचालीवर लक्ष ठेवण्याचीही गरज उरली नव्हती. हा प्रकार कशानं घडला होता, ते आम्हाला कधीच कळलं नाही... कदाचित विषाणू संसर्ग झाला असावा किंवा कदाचित, शरीराच्या तापमानातील आकस्मिक बदलामुळं घडलं असावं. या अनिश्चिततेमुळं जॉर्डनला किमान दोन वर्षं antiseizure औषधं घ्यावी लागणार होती.

काल रात्री जॉर्डनला त्याच्या दोघी बहिणी व डॅडसमवेत आमच्या घराच्या मागच्या अंगणात सॉकर खेळताना पाहून माझ्या मनात नेहमीच येणारा विचार पुन्हा डोकावला की, जॉर्डन अक्षरश: मरणाच्या दारातून परत आलाय.

तितक्यात चेंडू माझ्यापाशी येऊन पडला. जॉर्डन चेंडूमागं धावत आला. मी त्याच्या हातात चेंडू उचलून देत असताना त्याची नजर माझ्याकडं गेली. माझ्या डोळ्यांत आसवांचं धुकं दाटलेलं पाहून त्यानं त्याचे इवलेसे हात माझ्या गुडघ्यावर टेकत विचारलं, “बली आहेश ना, मॉम?”

“होय रे, राजा,” मी हसून, त्याला घट्ट मिठीत घेत म्हणाले,

“मी अगदी बरी आहे.”

क्रिस्टीन पेरेझ

'हिरकणी'

ॲन्डेसमध्ये दोन जमाती होत्या, एक पर्वताच्या पायथ्याशी रहायची, तर दुसरी उंच पर्वतराजींमध्ये. या दोन जमातींमध्ये युद्धं झडायची. असंच एके दिवशी, उंच भागातल्या लोकांनी पायथ्याशी राहणाऱ्या लोकांवर हल्ला करून लुटालूट केली आणि परत जाताना तिथल्या एका कुटुंबातल्या छोट्या बाळाचं अपहरण करून त्यालाही सोबत नेलं.

पायथ्याशी राहणाऱ्या लोकांना पर्वतावर कसं चढायचं तेच माहीत नव्हतं. त्यांना माथ्यावरच्या लोकांच्या वापरातल्या वाटाही ठाऊक नव्हत्या... या लोकांचा माग कसा काढायचा, त्या उंच खड्या प्रदेशात त्यांना कुठं शोधायचं, काहीच कळत नव्हतं.

तरीसुद्धा त्यांनी त्यांच्या सर्वोत्तम युद्धनिपुण माणसांची फौज बाळाला परत आणण्याच्या कामी लावली.

या फौजेनं पर्वतावर चढण्याचे निरनिराळे मार्ग अवलंबून पाहिले, निरनिराळ्या वाटा शोधून पाहिल्या, पण अनेक दिवस प्रयत्न करूनही ते थोडीच उंची सर करू शकले.

अखेर, त्यांनी हताश व निराश होऊन माघारी परतायचं ठरवलं.

ते परत यायला निघण्यासाठी बांधाबांध करीत असतानाच त्यांना त्या बाळाची आई त्यांच्याच दिशेनं येताना दिसली. त्यांच्या लक्षात आलं की, जो पर्वत पार करणं त्यांना जमलं नव्हतं, तोच पर्वत ती उतरून येत होती.

तितक्यात त्यांची नजर बाळाकडं गेली. तिनं पाठीवर ते बाळ बांधलं होतं.

हे कसं शक्य झालं?

मग एकानं तिला विचारलं, "आम्हाला हा पर्वत चढून जाणं जमलं नाही... आम्ही या खेड्यातली सर्वात बलवान व कुशल माणसं असून आम्हाला जे जमलं नाही, ते तू कसं काय करून दाखवलंस?"

त्यावर ती ‘हिरकणी’ खांदे उडवत म्हणाली,
“हे मूल तुमचं नव्हतं.”

जिम स्टोव्हाल
‘बिट्‌स ॲण्ड पिसेस’

कुठंही जा, काळीज तेच!

'थँक्सगिव्हिंग डे' होता. भारतातील भाजून काढणाऱ्या उकाड्यात आमची रेल्वे नागपूरच्या दिशेनं धावत होती. माझ्यासोबत माझा नवरा आणि आम्ही दत्तक घेतलेली दोन भारतीय मुलं होती. आम्ही आमच्या कुटुंबाची चौकट पूर्ण करण्यासाठी आणखी एक मुलगी दत्तक घेणार होतो. त्या छोटीला भेटण्यासाठी आम्ही नागपूरला चाललो होतो. परदेशी दत्तक प्रक्रियेला बराच वेळ लागत असल्यामुळं आम्हाला आमच्या मुलीला लगेचच अमेरिकेला घेऊन जाता येणार नव्हतं याचं दुःख असलं तरी, आम्ही काही तासांसाठी तिला भेटू तरी शकणार होतो.

आमचं घर मेरीलॅन्डमध्ये होतं. तीन वर्षांपूर्वी मी भारतात आले होते त्यावेळी मी हैदराबादमध्ये आणखी एक घरटं तयार केलं होतं. हे घर हैदराबादमध्ये अनाथाश्रमाजवळच होतं. याच अनाथाश्रमातून मी मुलगे दत्तक घेणार होते. या खेपेला मी पुन्हा हैदराबादमध्ये राहिले होते आणि माझा नवरा मेरीलॅन्डहून काही दिवसांसाठी इथं आला होता व छोटीला दत्तक घेण्याच्या कामात मदत करीत होता. आमचं इथलं वास्तव्य मंद गतीनं चालणाऱ्या भारतीय दत्तक न्यायालयाच्या मर्जीवर ठरणार होतं... इथल्या यंत्रणेबाबत आम्ही काहीच करू शकत नव्हतो. मात्र, प्रचंड उकाड्यात काही तास का होईना, पण आमचं कुटुंब एकत्र येऊ शकणार होतं.

आम्ही नागपूरला पोहोचलो. भोजनानंतर आम्ही काही वेळातच सायकलरिक्षानं अनाथाश्रमात गेलो. अनाथाश्रमात प्रचंड दाटीवाटी होती. तिथं शेकडो आतुर चेहऱ्यांनी आमचं स्वागत केलं. प्रत्येक मुलाच्या चेहऱ्यावर त्याला घ्यावं अशी आशा होती. ते दृश्य यातनादायी होतं. तिथली माणसं मुलांची चांगली काळजी घेतायत असं दिसत होतं. तिथली परिस्थिती सामान्य असली तरी ठीकठाक दिसत होती.

आम्ही जागीच चुळबुळत वाट बघत बसलो होतो... मग एक इवलीशी, नाजूक मुलगी आमच्यासमोर आणली. मी तत्क्षणी ओळखलं... मी जवळपास वर्षभर दररोज ज्याची आस लावून बसले होते तेच माझं बाळ समोर होतं. गीता,

आमची मुलगी! आम्ही तिला कुशीत घेतलं, हर्षभरानं तिचे पापे घेतले... आम्ही त्या क्षणी जीवनभराचे बंध निर्माण करीत होतो.

गीताला एकही इंग्रजी शब्द बोलता येत नव्हता, पण त्यामुळं काहीही बिघडत नव्हतं. ती आमची मुलगी होती... अखेर आमचं कुटुंब पूर्ण होणार होतं. आम्ही तिला आइस्क्रीम खाऊ घातलं, चित्रांची पुस्तकं दाखवली... आणि डोळ्यांत आसू-ओठांवर हसू अशा अवस्थेत तिचा निरोप घेतला, महिन्याभरातच आपण एकत्र येऊ याची आशा होतीच.

त्यानंतर माझा नवरा अमेरिकेला परत गेला आणि मी मुलांसमवेत हैदराबादमध्ये राहिले. हे ठिकाण नागपूरच्या अनाथाश्रमापासून ३०० मैलांवर होतं. गीताची कागदपत्रं पुढं सरकावीत म्हणून मी व्याकूळतेनं वाट बघत होते. बरेचदा मी रात्री टक्क जागी असायची... मी माझ्या चिमणीला कडेवर घेतलंय, तिला त्या गजबजत्या अनाथाश्रमात काही इजा होऊ नये म्हणून मी तिला जपतीय, अशी कल्पना करायचे. गीता किती नाजूक होती... किती लाघवी...

अखेर मला बोलावणं आलं. मला माझ्या मुलीचा ताबा घेण्यासाठी ताबडतोब नागपूरला जायचं होतं. मग मी वेळ न दवडता विमानानं नागपूरला गेले. त्यामुळं मला मुलांनाही रात्रभर सोडून राहावं लागणार नव्हतं.

त्याच दरम्यान तो प्रसंग घडला- उत्तरेतील अयोध्येमध्ये मुस्लिमांनी हिंदू मंदिरावर बॉम्बहल्ला केला. आम्ही या स्थळापासून हजारो मैल दूर असलो तरी हैदराबादमध्ये मुस्लीम प्राबल्य होतं. दहशतवादाच्या भयानं सगळी विमानं रद्द झाली आणि संपूर्ण शहरात संचारबंदी लागू झाली.

पण मी हताश न होता, नागपूरला रेल्वेनं जायचं ठरवलं, मुलांना मित्रांकडं ठेवायची व्यवस्था केली. मात्र आमच्या ड्रायव्हरनं- तो स्वत: धर्मपरायण मुस्लीम होता- मला परावृत्त केलं.

"मॅडम, तुम्ही जिवंत परत येणार नाही!"

त्यानं मला समजावून सांगितलं की, एकटीनं प्रवास करणारी अमेरिकी बाई आकस्मिक हिंसाचार घडवण्यासाठी प्रमुख लक्ष्य ठरेल. माझ्या जिवलग हिंदू मित्रांनीही मला हाच सल्ला देऊन न जाण्याविषयी आग्रहानं सांगितलं.

मग माझ्या मनात आणखी एक कल्पना आली... सरळ गाडी घेऊनच नागपूरला जायचं! माझा ड्रायव्हर मुस्लीम होता. मी त्याच्यावर विश्वास ठेवू शकत होते. त्यानं आम्हाला संचारबंदीच्या काळात जेवणखाण मिळवून द्यायची व्यवस्था केली होती, त्यामुळं मी आणि माझी मुलं घरी सुरक्षित राहू शकलो.

पण त्यानं पुन्हा मला परावृत्त केलं.

"मॅडम," तो म्हणाला, "मी एकटा माणूस... मी लुटारूंच्या टोळीपुढं

एकटा काय करणार? धोका पत्करू नका... घरीच रहा!''

मला माझ्या इतर दोन मुलांच्या जबाबदारीचाही विचार करावा लागला आणि मी वास्तवापुढं शरणागती पत्करली... आता वाट पाहणं सोडून काहीच हातात नव्हतं.

असेच काही दिवस... काही आठवडे... काही महिने सरले. अनाथाश्रमात असलेल्या माझ्या मुलीसाठी मी रोज प्रार्थना करीत होते. ''तिला काय वाटलं असेल? मी का येऊ शकत नाहीये हे तिला कळलं असेल का?'' मनात विचार थैमान घालत होते. माझी मुलं जास्तच दंगेखोर झाली होती. त्यामुळं त्यांना सांभाळणं कठीण होऊन बसलं होतं. मला खरोखर आधाराची गरज होती. पण माझा नवरा व मित्रमंडळी १०,००० मैलांवर होती! माझ्या समोरची आव्हानं अधिक तीव्र बनली तसं माझ्या लक्षात आलं की, आपल्याला आपल्या आंतरिक सामर्थ्याच्या बळावर या आव्हानांचा सामना एकटीनंच करायचा आहे. मग मी स्वत:ला बजावलं... शांत रहा. नेहमीसारखं वागायचा प्रयत्न कर... परमेश्वरा, मला यातून पार होण्यासाठी शक्ती दे.

हळूहळू हिंदू-मुस्लीम यांच्या दरम्यानचा तणाव निवळला. संचारबंदी उठली, शहरातलं जनजीवन पूर्वपदावर आलं.

एव्हाना मार्च महिना उजाडला होता. आम्ही गीताला भेटलो त्या तेजस्वी 'थँक्सगिव्हिंग डे'ला चार महिने उलटले होते. माझा नवरा पुन्हा भारतात आला होता. मला प्रचंड अग्निदिव्यातून पार झाल्यासारखं वाटत होतं. आता मी खोल नि:श्वास घेऊ शकत होते... मनही हलकंफुलकं झालं होतं... आणि काळीज प्रसन्न होतं... तिथं गीता होती ना!

त्यानंतर एक चमत्कार घडला. नागपूरहून विमानसेवा पूर्ववत सुरू झाली! आम्ही विजेच्या वेगानं धावलो आणि काही तासांतच दुसऱ्या दिवशीची विमानाची तिकिटं मिळवली.

आम्ही सायकलरिक्षा करून अनाथाश्रमाकडं निघालो... ती सायकलरिक्षा जणू 'स्लो-मोशन'मध्ये निघाली होती! मी अगदी अधीर झाले होते. त्यानंतर अखेर तो क्षण आला. आतुर चेहऱ्यांच्या त्या गर्दीत मला फक्त एक चेहरा दिसला... चमकदार इवलासा चेहरा... ती दुडूदुडू पुढं येत म्हणाली, ''मॉमी!''

हा तिनं उच्चारलेला पहिला इंग्रजी शब्द होता. तिचे मोठेमोठे डोळे या विश्वाइतके मोठे होते आणि प्रेम... जीवनभर पुरेल इतकं!

ॲम्शेवा मिलर

प्रत्येक नवी प्रभात ईश्वरी देणगीच असते

हा सगळा प्रकार सुरू होण्याच्या आदल्या रात्रीचं चित्र माझ्या मन:पटलावर जसंच्या तसं आहे... मी डिनर टेबलवर माझी मुलगी व तिचा भावी पती यांच्यासमवेत मद्याचा चषक उंचावला होता.

मेणबत्तीच्या मंद प्रकाशात घरचे लोक व मित्रमैत्रिणींचे सस्मित चेहरे चमकत होते. माझ्या नवऱ्यानं- स्टीव्हनं खाली झुकून माझं चुंबन घेतलं होतं.

मात्र, भयाचं तांडव सुरू होण्याआधीचे ते अखेरचेच आनंदी क्षण ठरणार होते. त्या रात्री मी बिछान्यात पडले... आणि माझं जीवन कायमचं बदललं.

गेले काही आठवडे मी जराशी अस्वस्थ होते, पण पाठदुखीमुळं तसं होतंय असं मला वाटलं होतं. मध्यरात्री अचानक मला जाग आली ते माझ्या छातीवर कुणीतरी उभं आहे अशा जाणीवेनं. हे हृदयाचंच काहीतरी आहे हे मी ओळखलं आणि मरणोन्मुख अवस्थेत स्टीव्हला म्हणाले,

"मला दवाखान्यात घेऊन चल."

"तू ठीक होशील," तो मला पुन:पुन्हा सांगत होता. तो प्रचंड घाबरला होता. मी रडत होते... खरं तर मीसुद्धा खूप घाबरले होते.

दवाखान्यात गेल्यावर... माझ्या अश्रूभरल्या डोळ्यांपुढं दुसऱ्या एका हॉस्पिटलचं चित्र आलं... ही गोष्ट खूप खूप वर्षांपूर्वीची आहे, त्यावेळी मी फक्त दहा वर्षांची असेन... माझ्या डॅडींना हृदयविकाराचा पहिला झटका आला होता. दवाखान्यात मी त्यांच्या उशाशी उभी होते.

माझी आई माझ्या बहिणीच्या जन्माच्या वेळी बाळंतपणात गेली होती. या गोष्टीला बरीच वर्षं उलटली होती. त्यानंतर डॅडीच माझं विश्व होते. त्यानंतर, मी बारा वर्षांची असताना डॅडींना कामावर असताना हृदयविकाराचा आणखी एक झटका आला. मला त्यांचा अखेरचा निरोप घ्यायची सुद्धा संधी मिळाली नाही, या गोष्टीचं दु:ख कायमचं माझ्या काळजात घर करून आहे. आणि आता मीच दवाखान्यात होते.

मी देवाची प्रार्थना करीत होते... "प्लीज... मला माझ्या मुलांचा निरोप घेण्याआधी मरण देऊ नकोस. जेफरी फक्त तेरा वर्षांचा आहे... जॅसन पंधरा वर्षांचा... तो तारुण्याच्या उंबरठ्यावर आहे... आणि ट्रिसियाचं लग्न ठरलंय! तिला आत्ता माझी गरज आहे."

स्टीव्ह मुलांना आणायला गेला, त्या वेळेत, 'ब्लॉकेज' शोधण्यासाठी माझा ॲन्जिओग्राम काढला.

"चार मुख्य धमन्यांपैकी तीन बंद झाल्या आहेत." डॉक्टरांनी सांगितलं.

"पण आत्ता मी फक्त ३९ वर्षांची आहे!" मी रडत म्हणाले.

डॉक्टरांनी मला समजावून सांगितलं की, मला डॅडींकडून हृदयविकार वारसानं मिळाला आहे.

"तुमच्यावर बायपास शस्त्रक्रिया करावी लागेल," ते म्हणाले. "पण तुमचं हृदय इतकं निकामी झालंय की, कुठल्याही उपचारादरम्यान..."

मी मरू शकते... माझा भीतीनं थरकाप उडाला. पण हे भय मरणाचं नव्हतं. मी बालपणी जे दुःख भोगलं तेच दुःख माझ्या प्रियजनांना भोगायला लावून त्यांना सोडून जाणं मला सहन होत नव्हतं.

"कदाचित मी जगणार नाही," हे मुलांना सांगताना त्यांना व मला अश्रू अनावर झाले होते.

शस्त्रक्रियेआधी स्टीव्ह शक्य तितक्या वेळ दवाखान्यात येत होता, चेहऱ्यावर हास्य ठेवायचा प्रयत्न करीत होता. पण मी त्याच्या डोळ्यांत साकळलेलं भय पाहिलं होतं.

आमच्या लग्नाला फक्त एक वर्ष झालं होतं.

"आपण एकमेकांसाठी इतकी प्रतिक्षा केलीय. अजून आपल्याला बरंच काही करायचंय," स्टीव्ह म्हणाला.

मी खिन्नपणे मान डोलवली.

ट्रिसिया तिच्या लग्नसमारंभासाठी फुलं आणण्याबद्दल बोलत होती... मी हसत होते... जेफरी व जॅसन शाळेतलं काय काय सांगत होते.

"तू घरी आलीस ना..." ते म्हणायचे. सगळेजणच शौर्याचा आव आणीत होते. पण खरं तर आम्ही सगळेच हादरलो होतो.

माझ्या शस्त्रक्रियेचा दिवस उजाडला. सरोवरात सूर्य उगवत होता... एक नौका पाण्यावर विहरत होती. मी त्या नौकेत असल्याची शांत भावना मनात जागवण्याचा प्रयत्न करीत होते... पण जसजशी शस्त्रक्रियेची वेळ जवळ येत गेली तसतसं या शांत भावनेची जागा भयानं व्यापली. मी स्टीव्हचं, मुलांचं चुंबन घेतलं. त्यांचे गाल अश्रूंनी भिजले होते... मला जगायचं होतं... मला आत्यंतिकतेनं जगायचं होतं.

मला भूल देण्याआधी मी देवाची प्रार्थना केली, "परमेश्वरा, तू जर मला मुलं मोठी होईपर्यंत आयुष्य दिलंस तर मी एक मिनिटसुद्धा वाया घालवणार नाही...

त्यानंतर एकदम मला आठवतंय ते... माझ्यावर शस्त्रक्रिया झाली होती. मी स्टीव्हचा हात धरला होता आणि माझ्या मुलांकडं पाहात होते... स्टीव्हचा स्पर्श किती हळुवार होता... मुलांच्या चेहऱ्यावर किती देखणं हास्य होतं. आता याचा आनंद घेण्यासाठी माझ्याकडं 'वेळ' होता.

मात्र दोनच दिवसांनी डॉक्टरांनी सांगितलं की, माझ्या धमन्या पुन्हा बंद होण्याची शक्यता असून, माझं हृदय आणखी एक शस्त्रक्रिया झेलू शकणार नाही.

"या शस्त्रक्रियेमुळं तुम्हाला आणखी सहा वर्षं मिळू शकतील," ते म्हणाले,

"आय ॲम सॉरी."

"सहा वर्षं... ती तर निमिषार्धात संपतील! माझा कंठ दाटला, श्वास अडकला.

मग मला आठवलं- सहा वर्षं... मी एवढा काळ लाभावा याचीच तर प्रार्थना केली होती. त्यावेळी माझं शेंडेफळ अठरा वर्षांचं झालेलं असेल... म्हणजे मोठं होतंय. मला स्टीव्हचाही आणखी सहवास मिळेल. यस्, देवानं या सौद्यात माझा शब्द मानला होता. आता मी माझा शब्द पाळीन, मी प्रतिज्ञा केली... मी प्रत्येक क्षण सत्कारणी लावीन.

मग मी जीवनाचा उत्सव केला... मुलीला नववधूच्या वेशात पाहताना,

माझ्या मुलांना मैत्रिणींच्या त्रासांबाबत सल्ला देताना, स्टीव्हच्या बाहुपाशात वीकएंड साजरे करताना, वाढदिवसाचे केक बनवताना... मी भरभरून जगले.

माझ्या आयुष्यातल्या प्रत्येक क्षणात... पोस्टमनचं स्वागत करण्यापासून ते नातवंडांना जोजवण्यापर्यंत... विलक्षण जादू होती.

जसजशी सहा वर्षांची लक्ष्मणरेषा समीप येऊ लागली तसं दुखणं सुरू झालं.

''आता काहीही करण्याजोगं उरलेलं नाही,'' डॉक्टरांनी सांगितलं.

आणि पुन्हा भीतीचा तोच सुपरिचित अंधार घेरून आला. एके दिवशी जेफरी माझ्या छातीवर मस्तक ठेवून हमसून हमसून रडला. असंच एके दिवशी ट्रिसिया डबडबत्या डोळ्यांनी म्हणाली,

''मॉम, मला तुझी गरज आहे. माझ्या मुलांना आजी हवीय!''

''मी शक्य आहे तोवर तुमच्यात आहेच,'' मी त्यांना थोपटत म्हणाले.

आता माझं कुटुंब अधिक सहजतेनं माझा निरोप घेईल असं मला का वाटत होतं? सहा वर्षं, मग दहा... वीस! कधी पुरेसं वाटेल का?

''बेव्ह, जगण्यासाठी लढ!'' माझं मन आतून आक्रंदत होतं. मग मी आहार, सकारात्मक विचारसरणी या विषयांवर वाचन सुरू केलं.

''मी जगीनच!'' मी निश्चय केला.

कदाचित ईश्वरी देणगी म्हणूया किंवा माझं आत्मिक बळ, पण आत्ता दोन वर्षं उलटून गेल्यावरही माझं छान चाललंय. मी कधी अपेक्षाही केली नव्हती इतकं छान!

अजूनही मी प्रत्येक नव्या प्रभातीचं स्वागत करते... आणि रात्री स्टीव्हच्या कुशीत झोपल्यावर, दिवसभरात घडलेल्या साध्या, विस्मयजनक, निराश करणाऱ्या... अशा साऱ्या साऱ्या गोष्टींबद्दल आभार मानते.

एखाद दिवशी सूर्य उगवेल पण मी असणार नाही, याची मला जाणीव आहे. कदाचित माझ्या नातीच्या शाळेत तिच्या पहिल्या नाटकाला किंवा नातवाच्या क्रीडास्पर्धेला मी जाऊ शकणार नाही, या कल्पनेनं डोळ्यांत अश्रू तरळतात. पण मी मागितलं त्यापेक्षा देवानं आधीच माझ्या ओट्यात जास्त टाकलंय... आणि प्रत्येक क्षण किती मौल्यवान असतो तेही मला कळून चुकलंय!

बेव्ह शॉर्ट

शब्दांकन– डेबोरा बेब

'वूमन्स वर्ल्ड मॅगेझिन'मधून

एका 'निराळ्या' मुलासाठी आईचा लढा

आईच्या प्रेमाचं सामर्थ्य, सौंदर्य व उदात्तता व्यक्त करण्याचं सामर्थ्य कुठल्याच भाषेत नाहीये.

एडविन एच. चॅपिन

फ्रँक आणि ली यांनी कॅथॉलिक चर्चमध्ये अनुक्रमे 'सेमिनरी स्टुडंट' व 'नन' म्हणून सेवा बजावल्यानंतर, १९४८ साली विवाह केला. त्यांनी घरकुल सजवल्यानंतर लीनं ठरवलं की, आपल्या संसाररूपी बागेत सहा फुलं उमलली पाहिजेत. त्यांना पहिलं अपत्य झालं १९५१ साली. त्यानंतर पुढल्या अकरा वर्षांत त्यांना एकूण पाच मुलं झाली. मात्र पाचवं अपत्य- टॉम झाला तेव्हा मात्र ली आता आणखी एका मुलाला सांभाळायला जमणं अवघड आहे अशा टप्प्यावर आली होती.

टॉम सहा महिन्यांचा झाला होता; पण अजून तो मान सावरत नव्हता की, चमच्यानं भरवलेलं खाऊ शकत नव्हता. लीला वाटलं की एकंदरीतच याची वाढ मंद दिसतीय. त्यामुळं तिनं त्याला बालरोगतज्ज्ञालाही दाखवलं पण ते म्हणाले की, तुम्ही उगीच बाऊ करताय, तसं काहीच नाहीये.

"चमच्यानं खायला शिकताना बऱ्याच बाळांना त्रास होतो," ते म्हणाले. "यात असाधारण काहीही नाही."

"मला वाटतं सर्वसाधारण काय आणि असाधारण काय ते मला समजतं," ती त्यांना शांतपणे म्हणाली. "मला आणखी चार मुलं आहेत. याच्याबाबतीत काहीतरी चुकतंय हे नक्की."

मग तिनं टॉमला दुसऱ्या एका डॉक्टरांना दाखवलं. त्यांनी सांगितलं की, तुम्ही त्याच्यात काही प्रगती होतीय का याची वर्षभर वाट बघा."

त्यानुसार ली थांबली... काय घडतंय ते पाहू लागली.

पुढच्या वर्षभरात, टॉम मान सावरू लागला, पण इतर बऱ्याच बाबतीत त्याचं वागणं भयानक बिघडलं. तो बरेचदा खायला नको म्हणायचा किंवा फक्त स्क्वॅशच खायचा, अगदी अंगाला नारिंगी छटा येईतोवर! पण त्याच्यातली सगळ्यात काळजी करण्याजोगी प्रगती म्हणजे त्याचा हिंसक उद्रेक. त्याची मोठी भावंडं टीव्ही बघत असली की तो त्यांच्यावर हल्ला करू लागला, ली गाडी चालवत असली की तिला मागच्या सीटवरून मारू लागला. लहान मुलांना असे संतापाचे झटके येत असतात हे लीला माहीत होतं; पण टॉमच्या संतापाच्या झटक्यांची तीव्रता पाहून ती सचिंत झाली होती.

टॉम दीड वर्षांचा झाल्यावर लीनं पुन्हा डॉक्टर, तज्ज्ञ यांचे उंबरठे झिजवले. मात्र या खेपेला तिला टॉम 'नॉर्मल' आहे असं कुणीही सांगितलं नाही. एका डॉक्टरांनी निदान केलं की, त्याला PKU हा चयापचयाचा आजार आहे, त्यामुळं त्याला मंदत्व येऊ शकतं. दुसरे डॉक्टर म्हणाले की हा PKU नाही, त्याच्या जन्माच्या वेळी त्याच्या मेंदूला इजा झालीये, त्यामुळं त्याच्या मेंदूला प्राणवायू मिळालेला नाही. असंच वर्षभर या डॉक्टरकडून त्या डॉक्टरकडं हेलपाटे घातल्यानंतर लीला सांगण्यात आलं की, टॉम सर्वसामान्य आयुष्य कधीच जगू शकणार नाही, त्याला कुठंतरी संस्थेत ठेवावं हे बरं.

लीच्या पोटात गोळा आला. तीन वर्षांच्या एवढ्याशा पोराला दूर कुठंतरी संस्थेत, जिथं त्याच्या निरोगी वाढीची शक्यता कायमची नाहीशी होईल अशा ठिकाणी कसं ठेवायचं?

ली व फ्रँक डॉक्टरांनी सुचवलेल्या संस्था पाहून आले. तिथली सगळी मुलं मानसिकदृष्ट्या अत्यंत विकलांग होती, बऱ्याच मुलांना तर काही सांगता-बोलतासुद्धा येत नव्हतं. मग लीनं निर्णय घेतला- टॉमला बऱ्याच समस्या असल्या तरी त्याला अशा ठिकाणी पाठवायचं नाही.

मग एका परिचारिकेकडून लीला ॲन आर्बरमधल्या एका रुग्णालयाविषयी समजलं. तिथं कदाचित टॉमसाठी काही साहाय्य मिळू शकलं असतं. पण तिथल्या डॉक्टरांनी व मानसोपचारतज्ज्ञांनी निष्कर्ष काढला की, तो मानसिकदृष्ट्या विकलांग असल्यामुळं तो हायस्कूलचं शिक्षण कधीही पूर्ण करू शकणार नाही. रुग्णालयातली एक सामाजिक कार्यकर्ती फ्रँक व लीला म्हणाली की, तुम्ही दोघंही कॉलेजमध्ये गेलेले आहात, तुम्हाला अशा मर्यादित क्षमता असलेल्या मुलाला वाढवणं अडचणीचं वाटेल.

"तो खुदाई कामगार बनण्यापलीकडं काही करू शकणार नाही," ती म्हणाली.

"म्हणून काय झालं?" ली गरजली.

"तुम्हाला एक गोष्ट सांगते. तो उपजीविकेसाठी काय करतो या गोष्टीची मी पर्वा करीत नाही. माझं माझ्या सगळ्याच मुलांवर प्रेम आहे. मी त्यांच्यावर त्यांच्या बुद्धिसंपन्नतेनुसार प्रेम करीत नाही. टॉम खास कुणी नसला तरी माझं त्याच्यावरचं प्रेम तिळमात्रही कमी होणार नाही."

मात्र टॉमनं डॉक्टरांच्या अपेक्षेबाहेर प्रगती केली. डॉक्टरांनी त्याला नियमित शाळेला जाण्याची परवानगी नाखुषीनंच दिली. तिथं त्याला अडचणींचा सामना करावा लागला, पण त्यानं हायस्कूलच काय, तर कॉलेजची अडीच वर्षंसुद्धा पूर्ण केली. या दरम्यान त्याची मानसिक विकलांगता भावनाधारित असल्याचं आढळून आलं आणि त्यावर योग्य उपचार केले गेले.

लीनं त्या मुलाला सोडून दिलं नाही याचा मला फार आनंद वाटतो. कारण... कारण आयुष्याचा असा काटेरी प्रारंभ होणारा तो मुलगा मीच आहे. सध्या मला भावनिक चढउतार थोपवण्यासाठी औषधांचा आधार घ्यावा लागतो. मी भूतकाळात डोकावून बघतो, त्यावेळी मी मला अशी खंबीर आई दिल्याबद्दल परमेश्वराचे आभार मानतो... डॉक्टरांच्या माझ्या भकास भवितव्याबाबतच्या निराशावादी अंदाजांना न बधता ती ठाम राहिली.

उलट, आपल्या मुलासाठी लढताना दृढ श्रद्धा व आत्यंतिक प्रेम हीच सर्वोत्तम शस्त्रं असतात हा तिच्या मनानं दिलेला कौल तिनं मानला, इतकं तिचं माझ्यावर प्रेम होतं.

टॉम मुलिगन

हॉलंडमध्ये स्वागत!

मला विकलांग मुलाला वाढवण्याच्या अनुभवाबद्दल नेहमी विचारलं जातं. अर्थातच त्याचा उद्देश ज्या लोकांना हा निराळा अनुभव नसतो त्यांना याबद्दल समजावं हाच असतो. तर ते असं असतं की,

तुम्हाला मातृत्वाची चाहूल लागते तेव्हा जणू एखाद्या मस्त सुट्टीच्या सफरीच्या बेतासारखं असतं... म्हणजे जशी इटलीची सफर! तुम्ही बऱ्याच मार्गदर्शक पुस्तिका आणता... छान छान बेत आखता. कोलिसियम. मायकेलँजेलो 'डेव्हिड'. व्हेनिसमधले गोंडोला. एखादवेळी इटालियनमधले काही उपयुक्त शब्दप्रयोगसुद्धा शिकता. हे सगळंच विलक्षण थरारक असतं.

त्यानंतर आतुरतेनं वाट पाहण्यात काही महिने सरतात आणि अखेर तो दिवस येऊन ठेपतो. तुम्ही सामानसुमान बांधून प्रस्थान ठेवता. त्यानंतर बऱ्याच

तासांनी विमान उतरतं. विमानातली कारभारीण तुमच्यापाशी येऊन म्हणते,

"हॉलंडमध्ये स्वागत!"

"हॉलंड?" तुम्ही चित्कारता.

"काय सांगताय, हॉलंड? मी इटलीला जाण्याची नोंद केली होती! मी इटलीला जाणार होते. मी आयुष्यभर इटलीला जायचं स्वप्न पाहिलं आहे."

"पण विमानाच्या बेतात बदल झालाय. त्यांनी हॉलंडमध्ये विमान उतरवलंय आणि तुम्हाला इथंच राहावं लागेल."

यातली महत्त्वाची गोष्ट अशी की, त्यांनी तुम्हाला कुठल्या भयानक, गलिच्छ, घाणेरड्या, दुष्काळग्रस्त, रोगराईग्रस्त, साथीचे आजार पसरलेल्या ठिकाणी आणलेलं नाहीये.

त्यामुळं तुम्हाला बाहेर जाऊन नव्या मार्गदर्शक पुस्तिका आणाव्याच लागतात आणि तिथली सर्वस्वी नवी भाषाही शिकावीच लागते. तसंच तुमची यापूर्वी कधीही न भेटलेल्या नव्या लोकांशी भेट होणार असते.

हे 'निराळंच' ठिकाण असतं. इटलीपेक्षा कमी गतीनं चालणारं, इटलीइतका दिमाख नसलेलं; पण तुम्ही काही काळ इथं राहिलात, आजूबाजूला पाहिलंत... की तुमच्या लक्षात येऊ लागतं की, हॉलंडमध्ये पवनचक्क्या आहेत... हॉलंडमध्ये ट्यूलिप्स आहेत. हॉलंडमध्ये रेम्ब्रॅन्डटस् सुद्धा आहेत.

पण, तुमच्या परिचयाचा प्रत्येकजण इटलीला जाणं-येणं यात गढलेला असतो. ते सगळेजण तिथं कित्ती मज्जा केली याबद्दल फुशारक्या मारत असतात आणि तुम्ही उरलेलं आयुष्यभर म्हणत राहता, "होय हो, मला पण तिथंच जायचं होतं. मी पण तेच ठरवलं होतं."

आणि ही वेदना कध्धी कध्धी तुमची पाठ सोडत नाही. कारण हा स्वप्नभंग अतिशय ठळक नुकसानकारक असतो.

पण... तुम्ही जर आपण इटलीला जाऊ शकलो नाही या वास्तवाबद्दल शोक करीत आयुष्य ढकललंत, तर तुम्हाला हॉलंडमधल्या अगदी खास, फार सुंदर सुंदर गोष्टींचा आनंद कधी घेताच येणार नाही.

इमिली पर्ल किंग्स्ले

४

मातृत्व

आईचं प्रेम असतं वर्तुळासारखं,
त्याला ना आरंभ असतो ना अंत.
ते गोल गोल फिरतच असतं
सतत कक्षा विस्तारत,
संपर्कात येणाऱ्या प्रत्येकाला स्पर्श करत.
प्रभातीच्या धुक्याच्या दुलईसारखं
त्यांना गुरफटून घेत,
दुपारच्या सूर्यासारखं
त्यांना उबदार कुशीत घेत,
आणि सायंकाळी
तारकांची गोधडी पांघरत.
आईचं प्रेम असतं वर्तुळासारखं,
त्याला ना आरंभ असतो, ना अंत.

आर्ट अर्बन

मातृत्व- एक 'ट्रिव्हियल परस्यूट'

तुम्ही 'ट्रिव्हियल परस्यूट' या सुप्रसिद्ध 'बोर्ड गेम'बद्दल नक्कीच ऐकलं असेल. हा छोट्या छोट्या गोष्टींबाबतच्या प्रश्नांवर आधारलेला खेळ असतो. मला नेहमी वाटतं की आईपण निभावणं या खेळासारखंच असतं. आपला बराचसा वेळ या 'ट्रिव्हिया'च्या चौकटीसारखाच रोजच्या जगण्यातल्या फालतू फालतू तपशिलांत गुरफटलेला असतो. आपण या खेळात पुढं आहोत की नाही तेसुद्धा आपल्याला कधी समजत नाही.

याच विचारातून मी आयांसाठी स्वतः एक ट्रिव्हिया खेळ तयार केला आहे. या खेळाचा नियम अगदी सोपा आहे- तुम्ही दहा गोट्या घेऊन खेळाला सुरुवात करायची आणि जसजसं खेळत जाल तसतसं गोट्या जमवायच्या किंवा कमी करायच्या.

तर मग आहात तयार?

चला, सुरू करूया...

पहिली चौकट– तुम्ही तुमच्या पहिल्यावहिल्या बाळाच्या आगमनाची प्रतिक्षा करीत आहात. तुम्ही तुमच्या कमरेचा झपाट्यानं वाढणारा घेर पाहून, 'बाळ झालं रे झालं की, मी पुन्हा ६ साइजवर येईन' असं म्हणत असाल तर 'विशफूल थिंकिंग'साठी २ गोट्या कमी करा.

दुसरी चौकट– आता दोन वर्षं उलटली आहेत. लवकरच तुमचं दुसरं मूल जन्माला येणार आहे. भावंडांमधली स्पर्धा टाळण्यासाठी तुम्ही काळजीपूर्वक तयारी केलीय, तुमच्या पहिल्या बाळाला 'क्वालिटी टाइम' दिला आहेत, त्याला छोटी बाहुली देऊन तिला खाऊपिऊ घालणं, अंघोळ घालणं, आंजारणं-गोंजारणं या गोष्टी करू दिल्या आहेत. जेव्हा नव्या बाळाचं घरी आगमन होतं, तेव्हा मोठा भाऊ छान वागतो. पण... १ गोटी कमी करा, आता तुमचा कुत्रा मत्सरानं जळू लागतो.

तिसरी चौकट– तुमच्या पहिल्या मुलानं रात्री जेवताना जाहीर केलंय की, त्याच्या शाळेतल्या नाटकात तो ओकवृक्ष बनलाय आणि त्याला उद्या सकाळी तसा पोशाख हवाय. अशावेळी जर तुम्ही पहाटे तीन वाजेपर्यंत जागून कल्पक व खास नवा पोशाख बनवत असाल तर आम्हा बाकीच्या लोकांसाठी अशक्य

कोटीतलं उदाहरण घालून दिल्याबद्दल ३ गोट्या कमी करा.

मात्र, जर तुम्ही तपकिरी कागदी पिशवी गुंडाळून बाकी सर्वांगाला– त्याचं डोकं व हात वगळता– मागं-पुढं सगळीकडं हिरवी पानं चिकटवून देत असाल तर ५ गोट्या गोळा करा. तुम्ही आम्हा बाकीच्या सर्वांची सुटका केली आहेत.

चौथी चौकट– आता मुलांची संख्या तीनावर पोहोचलीय आणि सगळीच्या सगळी शाळेत जाऊ लागली आहेत. तुम्हाला 'आई' हा 'टॅक्सी सेवा' या शब्दाला समानार्थी शब्द असल्याचा शोध लागला आहे. एखाद्या दिवशी तुम्ही धाकट्या मुलीला गाण्याच्या क्लासला सोडायला जाता, त्यानंतर मुलांना 'लिट्ल लीग'च्या सरावाला घेऊन जाता. तिथून पुन्हा मुलीला आणायला जाता आणि सगळ्या 'लिटल् लीगर्स'ना त्यांच्या त्यांच्या घरी नेऊन सोडता. संध्याकाळी ७ वाजता कुणाला तरी चर्चमधल्या गायन सरावाला जायचं असतं. त्यामुळं रात्रीचं जेवण गडबडीनं उरकावं लागतं. एव्हाना झोपायची वेळ होते... आणि तुम्हाला आपल्याला अजून एक मूल असल्याचा साक्षात्कार होतो. पण तुम्ही वैतागत नाही... असं यापूर्वीही घडलंय... त्यानंतर लवकरच फोनची रिंग वाजणार

असते, आणखी एका आईला आपलं एक मूल दिसत नसल्याचं लक्षात आलेलं असतं... सहनशक्तीबद्दल ५ गोट्या गोळा करा.

पाचवी चौकट– गेली कित्येक वर्षं तुम्ही ज्या चिमण्या जिवलगांना बिछान्यात गुरफटून निजवत असता तीच चिमणी अचानक तुमच्याशी असं वागू लागतात की, जणू तुमचा मेंदू बालवाडीत असतानाच हरवलाय! याच मुलांना तुमच्यासोबत दिसण्याची लाज वाटू लागते. ओळखा पाहू! आता तुम्ही 'टीनेजर्स'चे माता-पिता असता. या विचित्र प्राण्यांना आपण आठ फूट उंच व 'बुलेट प्रूफ' आहोत असं वाटत असतं. या टप्प्यावर तुम्ही जर डोकं अबाधित ठेवून तरून जाऊ शकलात तर उत्तुंग शौर्याबद्दल ८ गोट्या गोळा करा. तोवर कायम लक्षात ठेवा की, अखेरचं शस्त्र तुमच्याच हाती आहे... तुमच्याजवळ कारच्या किल्ल्या आहेत!

सहावी चौकट– तुमच्या दिवाणखान्यात घाणेरड्या कपड्यांचा ढीग पडलेला दिसला की, तुमचं थोरलं अपत्य कॉलेजहून घरी आलंय हे तुम्ही ओळखू शकता. तुम्ही पूर्वीप्रमाणेच हे कपडे खाली नेऊन त्याची वर्गवारी करून, ते धुवून, इस्त्री करून ठेवत असाल तर ३ गोट्या वजा करा... शेम ऑन यू! पण समजा, तुम्ही त्याला हाताला धरून धुण्याची खोली दाखवलीत... जी त्याच्या लहानपणापासून तिथंच आहे, तिथं स्वयंचलित वॉशर व ड्रायरही आहे. तर ५ गोट्या गोळा करा. यु नो, आयुष्यात सर्वात महत्त्वाच्या असणाऱ्या काही गोष्टी कॉलेजमध्ये शिकवल्या जात नाहीत.

सातवी चौकट– काहीतरी चमत्कार घडल्यामुळं ही मुलं जबाबदार प्रौढ बनली आहेत. तुमचा आता मोठा झालेला मुलगा त्याच्या पहिल्यावहिल्या चिमण्याला झोपवताना गोष्टी सांगत असतो... योगायोगानं ते तुमच्या कानावर पडतं... बऱ्याच वर्षांपूर्वी तुम्ही त्याला याच गोष्टी सांगितलेल्या असतात. ते ऐकताना तुमच्या गालांवर अश्रुधारा ओघळत असतात. पण निराश होऊ नका... हेच तर मातृपितृत्वाचे मौक्तिकमणी असतात... आणि हाच तर खेळ असतो.

अभिनंदन! तुम्ही अंतिम रेषा पार केलीत. आता तुम्ही जमवलेल्या-गमवलेल्या गोट्यांचा हिशोब मांडून बघा. आता तुम्ही जो खेळ खेळलात त्याला 'मातृत्व' म्हणतात... आणि तुम्ही जर सगळ्या गोट्या गमावल्या नसतील... तर तुम्ही जिंकलात!

जॅकलिन ली लिंडस्ट्रॉम

आर्ट १०१

मी चौतीस वर्षांची, तीन मुलांची आई होते, तेव्हाची गोष्ट आहे. मी टेनिसीच्या 'मॉटलो स्टेट कम्युनिटी कॉलेज'मध्ये 'आर्ट १०१'ला प्रवेश घेतला होता. एके दिवशी शिक्षकांनी वर्गात जाहीर केलं की, तुम्ही वर्गात पहिल्या दिवशी जे 'प्रोजेक्ट' केलं होतं ते वहीत धरलं जाईल. या वहीवर 'ग्रेड' मुख्यत्वे अवलंबून होती.

"मी दुसरं प्रोजेक्ट केलं तर चालेल?" मी काळजीनंच विचारलं, "माझ्याजवळ ते पहिलं प्रोजेक्ट नाही."

मग शिक्षकांनी ते प्रोजेक्ट कुठं गेलं म्हणून विचारताच, मी काहीशी शरमेनंच उत्तरले,

"ते माझ्या आईच्या फ्रीजवर लावलंय."

अनामिक
जॅना बॅरेट्ट यांनी पाठवलेली कथा

बालवाडीत प्रवेश करणाऱ्या मुलास आईचं पत्र

प्रिय जॉर्ज,

आज तुझा मोठा भाऊ, तुझा लाडका कुत्रा आणि मी तुला शाळेत सोडायला आलो होतो तेव्हा मला काय वाटत होतं ते तुला कळलंसुद्धा नाही.

तू इतका रोमांचित होतास... तू तुझ्या बॅकपॅकमध्ये वॉशेबल मार्कर्स, सुरक्षित कात्र्या या वस्तूंची शंभर वेळा काढ-घाल करीत होतास.

आपण तुझ्या ताई-दादाला सकाळी टाटा करायचो... त्या निवांत सकाळची खरंच खूप आठवण होत राहील. मी कॉफी आणि वर्तमानपत्र घेऊन सैलावलेली आणि तू 'सिसेम स्ट्रीट' बघता बघता कॉमिक्स रंगवत असायचास.

तू माझं शेंडेफळ. त्यामुळं तुझ्या जन्माच्या वेळेपर्यंत मी काही गोष्टी शिकले होते. मुलांच्या बालपणीचे कधी संपणारच नाहीत असं वाटणारे दिवस कसे भुर्रकन उडून जातात ते मला कळलं होतं. माझ्या डोळ्यांची पापणी लवते न लवते तोच तुझी मोठी भावंडं शाळेत जाऊ लागली... आज सकाळी तू ज्या आतुरतेनं शाळेत गेलास ना तशीच.

मी नशीबवान होते, मला काम करण्याच्या वा न करण्याच्या पर्यायनिवडीचं स्वातंत्र्य होतं. तू झालास तोवर करिअरमधली प्रगती व दुहेरी मिळकत यांची चमक कमी झाली होती. तू लाल बूट घातलेस की तुझं पचकन् चिखल उडवणं किंवा पुन: पुन्हा वाचलेलं तुझं आवडतं 'फ्रॉग ॲन्ड टोड आर फ्रेंडस्' 'फक्त आणखी एकदा' वाचणं यालाच अधिक अर्थ आला.

तू 'प्रिस्कूल'मध्ये गेला नाहीस आणि मीही मारिया मॉन्टेसोरी नाही. पण त्यामुळं तू मागं पडशील असं वाटत नाही. आपण दुकानात सोड्याचे कॅन्स परत करायचो, ते मोजताना तू आकडे शिकलास. (आपल्याला त्याचे जे पैसे परत मिळायचे त्या पैशातून तुला 'ट्रीट' करू देताना मला अपार आनंद व्हायचा.)

मी 'पामर' पद्धतही वापरली नाही, पण तू 'साइडवॉक'वर खडूनं छानपैकी तुझं नाव लिहितोस, तेसुद्धा अधिक ठळक दिसण्यासाठी 'कॅपिटल'मध्ये. तसंच तुला शब्दांच्या छटासुद्धा कळू लागल्या आहेत.

परवा तू मला विचारलंस, "आपण गोष्टी वाचत असतो तेव्हा तू मला 'हनी' का म्हणतेस आणि मी तुला मदत करीत असतो तेव्हा 'बड' का म्हणतेस?"

त्यावर मी तुला कुशीत घेऊन लाड करण्याचा मूड आणि मनमिळाऊपणा यांतला फरक समजावला, तो तुला पटला असावा.

तू शाळेत गेल्यावर मी काय करीन याचं चित्र माझ्या मन:चक्षूंपुढं तयार आहे, हे मला कबूल करावंच लागेल. मी सगळे फोटो अल्बम्स अद्ययावत करतीये आणि बराच काळ मनात असलेली कादंबरी लिहायला सुरुवात केलीये... असं चित्र माझ्या डोळ्यांपुढं आहे. उन्हाळा सरला आणि तुझी व तुझ्या भावंडांची सारखी भांडाभांडी सुरू झाली तेव्हापासून मी आजच्या दिवसाची वाट बघत होते.

आणि आज सकाळी मी तुझ्या वर्गापर्यंत तुला सोडायला आले. वर्गाच्या एका भिंतीवर राष्ट्राध्यक्षांचं छायाचित्र होतं आणि दुसऱ्या भिंतीवर 'बाम्बी'चं. तू तिथं तुझ्या नावाचा 'कोट हूक' लगेच शोधून काढलास आणि मला घट्ट घट्ट आलिंगन दिलंस. या खेपेला माझ्याआधी तूच निरोप घेण्यास तयार झाला होतास.

असंच एके दिवशी तूसुद्धा तुझ्या मोठमोठ्या डोळ्यांच्या, हसऱ्या चिमण्याला बालवाडीत सोडायला येशील. त्याला तिथं सोडून परत जाताना टाटा करायला मागं वळशील तेव्हा ते चिमणं नव्या सवंगड्यासमवेत संभाषणात गढलेलं असेल. तेव्हा तू जरी हसलास तरी तुला गालांवर काहीतरी उष्ण उष्ण ओघळल्याचं जाणवेल...

...आणि तेव्हा तुला समजेल.

लव्ह,
मॉम

रेबेका ख्रिश्चन

एका 'स्पोर्ट्स मॉम'ची कथा

मे महिन्यातल्या, थंडीनं गारठलेल्या एका शनिवारची गोष्ट आहे. त्या दिवशी मी दिवाणखान्यातली कोळिष्टकं झाडून काढत घरीच थांबू शकले असते किंवा कोचावर आरामात लोळत रहस्यकथा वाचत पडू शकले असते. पण तसं न करता मी वॉशिंग्टनच्या किर्कलॅन्डमधल्या बेसबॉल पार्कातल्या स्टँडमधल्या थंडगार लोखंडी बाकड्यांवर कुडकुडत बसले होते. अंगावरच्या जाडच्या जाड हिवाळी जॅकेटमधून सुद्धा बर्फिल्या वाऱ्याचे झोत जाणवत होते. मी हातांवर फुंकून ऊब मिळवत होते... हातमोज्यांवर चढवायला लोकरी मिटन्स आणले असते तर बरं झालं असतं असं वाटत होतं.

"मिसेस बॉडमर?" माझा मुलगा मॅथ्यू ज्यांचं कौतुक करायचा ते प्रशिक्षक माझ्यासमोर उभे होते. मॅथ्यूला ते इतके आवडायचे की त्यांना आपल्या 'फिटनेस'नं प्रभावित करण्यासाठी त्यानं सोडा पॉप सोडलं होतं.

"आज मी तुमच्या मुलाला 'राईट फिल्ड' देतोय. त्यानं या वर्षात चांगले कष्ट घेतले तर मला वाटतं त्याला नक्की संधी मिळेल," ते म्हणाले.

"थँक्स," मी म्हणाले. माझा ऊर मॅथ्यूविषयीच्या अभिमानानं भरून आला होता. त्यानं या माणसाला व या संघाला सर्वस्व बहाल केलं होतं. त्याला ही संधी किती आत्यंतिकतेनं हवी होती हे मला ठाऊक होतं. त्याच्या कष्टाला फळ येतंय हे पाहून मला आनंद झाला होता.

मात्र, शुभ्रधवल पोशाखातला संघ दुडक्या चालीनं मैदानात आल्यावर मी बेचैन झाले. मी माझा मुलगा कुठं दिसतोय ते पाहात होते. पण तो दिसतच नव्हता. उलट, एडी हा संघातला सर्वात अननुभवी खेळाडू 'राईट फिल्ड'वर दिसत होता. मी अविश्वासानं पुन्हा पाहिलं. असं कसं घडू शकतं?

मला सरळ प्रशिक्षकांकडं धावत जावं आणि त्यांना हे काय चाललंय म्हणून विचारावंसं वाटलं, पण तसं करणं मॅथ्यूला आवडणार नाही हे मला माहीत होतं. मी आईसाठी असणारे शिष्टाचाराचे योग्य संकेत आत्मसात केले

होते. असं आपणहून जाऊन प्रशिक्षकाशी बोलणं त्याला आवडणार नव्हतं.

माझा मुलगा खेळाडूंच्या तंबूबाहेर साखळ्यांचं कुंपण धरून उभा होता, आपल्या संघाला जोरजोरात प्रोत्साहन देत होता. मी त्याच्या चेहऱ्यावरचे भाव वाचण्याचा प्रयत्न केला, पण बहुतेकशा पुरुषांप्रमाणेच तोही भावना लपवायला शिकलाय हेही मी जाणून होते. त्यानं इतकी मेहनत घेऊनही त्याला असं निराश व्हावं लागलं की माझं काळीज तुटतं. ही मुलं या सगळ्याचा अट्टहास का करतात तेच मला समजत नाही.

"ॲट्टा बॉय, एडी," राईट फिल्डरचे वडील ओरडत होते. त्यांना आपल्या मुलाचा कोण अभिमान वाटत होता. मी याच माणसाला, मुलानं चेंडू सोडला किंवा वाईट फेक केली की वैतागानं निघून जाताना पाहिलंय, पण आत्ता मात्र तो 'स्टार्टिंग' करणाऱ्या मुलाबद्दलच्या अभिमानानं निथळत होता आणि माझा मुलगा बाकावर होता.

चौथी इनिंग सुरू होईपर्यंत थंडीनं माझी बोटं आखडली होती, पाय बधिर झाले होते, पण मला त्याची पर्वा नव्हती. मॅथ्यूला खेळासाठी पाचारण केलं होतं. तो हेल्मेट घालून बॅट घेऊन सज्ज झाला होता. माझी लोखंडी आसनावरची पकड घट्ट झाली होती. त्यानं सरावासाठी काही फटके लगावले. 'पिचर' तर चांगला बाप्या दिसत होता. कुणी त्याचा जन्मदाखला तपासला होता की नाही कोण जाणे!

पहिला फटका.

"नाईस स्विंग!" मी ओरडले.

"गुड आय! गुड आय!"

दुसरा फटका. मी प्रार्थना करीत होते.

तिसरा फटका.

मी श्वास रोखून होते.

माझा मुलगा मान हलवत. तो धीम्या गतीनं तंबूत परतला.

आपल्याला यात त्याला काही मदत करता यावी असं मला फार फार वाटत होतं, पण आपण काहीही करू शकत नाही हेही मला माहीत होतं.

गेली आठ वर्षं मी इथं बसतीय. या कालावधीत मी गॅलनच्या गॅलन भयानक कॉफी प्यायलेय, टनावारी हिरवट हॉट डॉग्ज आणि खारट पॉपकॉर्न फस्त केलेत. ऊन, पाऊस, वारा, थंडी सारं सहन केलंय.

काहींना वाटेल की, शहाणीसुरती माणसं कशाला असल्या फंदात पडतात?

मी माझ्या मुलांकरवी माझं खेळात चमकण्याचं स्वप्न पूर्ण करतीय अशातला

भाग अजिबात नाही. तसंच मी हे भावनिकतेच्या आहारी जाऊनही करीत नाहीये. पण... हो, यात थोडा भावनिकतेचा भाग आहेच. मी माझ्या दोन्ही मुलांना सॉकरमध्ये विजयी गोल नोंदवताना, बेसबॉलमध्ये धावा काढताना, बास्केटबॉलमध्ये कानामागून येऊन तिखट होताना पाहिलंय. फुटबॉलमध्ये अतुल्य कामगिरी करताना पाहिलंय. पण बहुतेक वेळा पाहिलंय ते दुःख आणि वेदनाच.

त्यांचा संघात समावेश आहे हे सांगणारा फोन येण्याची मी त्यांच्यासोबत वाट पाहिली आहे... असा फोन कधीच आला नाही. प्रशिक्षक त्यांच्यावर खेकसतायत हे दृश्य मी पाहिलंय. मुलांची मोडलेली हाडं जुळवताना आणि त्यांच्या सुजलेल्या घोट्यांचा एक्स-रे काढताना मी अतिदक्षता विभागात बसून राहिलीय. मी वर्षानुवर्षं हे सगळं पाहात आणि 'का?' याचा विचार करीत इथं बसत आलीय.

खेळ संपला. मी पाय लांबवून, गोठलेल्या पावलांत पुन्हा चैतन्य जागवायचा प्रयत्न करत होते. प्रशिक्षकांनी संघाचा समाचार घेतला. ते त्यांच्यावर ओरडले, मग त्यांच्या आईवडिलांकडं वळले. माझ्या नजरेनं एडीच्या डॅडींच्या चेहऱ्यावरचं रुंद हास्य टिपलं. त्यांनी मुलाच्या पाठीत धपाटे घातले. मॅथ्यूला हॅम्बर्गर हवा होता. मी त्याची वाट बघत थांबले होते. तितक्यात प्रशिक्षक माझ्याजवळ होता. माझी त्यांच्या नजरेला नजर द्यायची तयारी नव्हती.

"मिसेस बॉडमर, तुमचा मुलगा फार चांगला आहे."

मी त्यांनी माझ्या मुलाचं काळीज का तोडलं याचं स्पष्टीकरण ऐकण्यासाठी उत्सुक होते.

"मी तुम्हाला सांगितलं होतं की, आज तुमचा मुलगा 'स्टार्ट' करेल, पण त्यानं माझे आभार मानले व नकार दिला. त्यानं मला सांगितलं की, एडीला 'स्टार्ट' करू दे, त्याच्या दृष्टीनं ते महत्त्वाचं आहे."

माझी नजर मॅथ्यूकडं वळली. तो बर्गर तोंडात कोंबत होता. तेव्हा माझ्या मी स्टँड्समध्ये का बसते ते माझ्या लक्षात आलं. मला माझा मुलगा मोठा माणूस बनताना दुसरीकडं कुठं पाहायला मिळणार होतं?

ज्यूडी बॉडमर

प्रगत मातृत्वाची लक्षणं

रॉक मैफिलींची आपल्याला डोकेदुखी वाटतीय असं तुमच्या लक्षात येऊ लागतं... किंवा तुम्ही इतर माणसांच्या खाण्यापिण्यात काटछाट करू लागता... किंवा ''मी आई आहे ना म्हणून...'' या वाक्यानं तुम्ही संभाषणाची अखेर करू लागता तेव्हाच याची सुरुवात होत असावी.

आता तुम्ही मातृत्वाच्या एका नव्या स्तरावर पोहोचलेल्या आहात. तिथं सगळे धोक्याचे इशारे असतात. तुम्ही प्रगत 'ममीडम'चा उंबरठा ओलांडला आहे, हे कसं ओळखायचं तर,

जेव्हा तुम्ही प्रत्येक मुलाच्या कपकेकवर भुरभुरण्याचे पदार्थ मोजून ते सर्वांना सारखेच असतील याची दक्षता घेता तेव्हा.

जेव्हा तुम्हाला तुमच्या मुलाची आवडती खेळण्यातली कार मोडणाऱ्या व त्याला रडवणाऱ्या पोराला हाकलून द्यावंसं वाटतं तेव्हा.

जेव्हा तुम्हाला एकावेळी फक्त एकाच पायावरची लव काढण्यापुरता वेळ असतो तेव्हा.

जेव्हा तुम्ही एकांत मिळवण्यासाठी बाथरूममध्ये लपता तेव्हा.

जेव्हा तुमचं मूल ओकतं आणि तुम्हाला ते नेमकं कळतं तेव्हा.

जेव्हा पार्टीत दुसऱ्या कुणाचं तरी मूल ओकतं आणि तुम्ही पुढ्यात असलेलं खात राहता तेव्हा.

जेव्हा नेलपेंट ही संयमित करण्याजोगी वस्तू वाटू लागते तेव्हा.

जेव्हा तुम्ही बशीत भरपूर पॅनकेक्स व अंडी, कशालाही स्पर्श न करता, भरण्याच्या कलेत पारंगत होता तेव्हा.

जेव्हा तुमचं मूल 'ग्रँड सेन्ट्रल टर्मिनल'च्या लॉबीत तुम्ही 'वन्स अपॉन अ पॉटी' मोठ्यानं वाचण्याचा आग्रह धरतं व तुम्ही त्याप्रमाणे वाचता तेव्हा.

जेव्हा तुम्ही खेळण्यातल्या शस्त्रांबाबत उच्च नीतिमूल्यांना चिकटून असता पण तुमचं मूल टोस्ट खाताना त्याचा बंदुकीचा आकार बनवतं तेव्हा.

जेव्हा तुम्ही केचप ही भाजी आहे असं समजू लागता तेव्हा, कारण तुमचं पोर फक्त हीच 'भाजी' खातं.

जेव्हा तुम्ही FAO श्वाईझ हे दुकान नसून खेळण्यांचं संग्रहालय आहे अशी तुमच्या मुलाची खात्री पटवता तेव्हा.

जेव्हा तुम्हाला मुलाच्या पहिल्या 'गर्लफ्रेंड'चा विचारसुद्धा सहन होत नाही तेव्हा.

त्यापेक्षाही तुम्हाला त्याच्या बायकोचा विचार अधिक तिरस्करणीय वाटतो तेव्हा.

जेव्हा तुमच्या, आपण नवऱ्यासाठी वेगळ्याच आकाराची सँडविच बनवतोय असं लक्षात येतं तेव्हा.

शिकारी बाम्बीच्या आईवर गोळी झाडतो या भागावरून तुम्ही 'फास्ट फॉरवर्ड' करता तेव्हा.

तुमच्या मुलाला शार्क आवडतात म्हणून तुम्ही तीन तीन मत्स्यालयांच्या सदस्य बनता तेव्हा.

तुमचं मूल शाळेत जाऊ लागतं तेव्हा पहिल्या महिन्यात, तुम्ही त्याला शाळेत सोडता त्यावेळी निरोपाच्या वेळी ते तुम्हाला घट्ट बिलगतं ही गोष्ट तुमच्या डोक्यातून जात नाही आणि त्यानंतर ते मागंसुद्धा वळून न पाहता शाळेत जातं ही गोष्टही तुमच्या डोक्यातून जात नाही तेव्हा.

मुलांच्या लहानपणातले कपडे देऊन टाकण्याची कल्पनासुद्धा तुम्हाला सहन होत नाही तेव्हा... तुमचा निश्चय पक्का असतो.

जेव्हा तुम्हाला आपल्याच तोंडून 'आईचा आवाज' ऐकू येतो की, 'नको, चांगल्या कपड्यांमध्ये नको,' तेव्हा.

तुमच्या आईनं तुम्हाला ज्या पद्धतीनं वाढवलं त्यावर तुम्ही टीका करणं बंद करता तेव्हा.

तुम्ही झोपेला पारख्या होता तेव्हा.

जेव्हा तुम्ही स्वतःच्या थुंकीनं मुलाचं तोंड स्वच्छ करता तेव्हा.

तुमच्या वाचनात येतं की, पाच वर्षे वयाचं 'ॲव्हरेज' मूल दिवसाला ४३७ प्रश्न विचारतं, त्यावेळी आपलं मूल 'अबव्ह ॲव्हरेज' असल्याचा तुम्हाला अभिमान वाटतो तेव्हा.

तुम्ही तुमच्या नवऱ्याबरोबर बाहेर जाऊन युगानयुगं लोटली आहेत त्यामुळं तुम्ही मुलांना सांभाळायला बाई ठेवता आणि त्यानंतर निम्मी रात्र मुलांवर लक्ष ठेवण्यात घालवता तेव्हा.

जेव्हा तुम्ही 'मी या कामासाठी योग्य नाही' असं दिवसातून किमान एकदातरी म्हणता, पण तुम्ही हे काम कशाच्याही बदल्यात सोडणार नाही हे तुमचं तुम्हालाच ठाऊक असतं तेव्हा.

लायनी कफरबर्ग कार्टर

काहीही झालं तरी, सदैव, कायम!

आईचं मुलावर प्रेम असतं तशा प्रकारचे कुठलेच मैत्रीबंध, कुठलंच प्रेम नसतं.

हेन्री वार्ड बीचर

आमची मुलगी अरियाना पावलं टाकू लागली होती. त्यासोबत टेंगळं, गुडघे खरचटणं हेही ओघानं होतंच. असं काही झालं की, मी हात पसरून म्हणायचे,

"ये इकडं माझ्याकडं."

मग ती रांगत रांगत माझ्या मांडीवर येऊन बसायची, आम्ही दोघी एकमेकींना घट्ट बिलगायचो.

मग मी विचारायचे, "तू माझी मुलगी आहेस ना?"

ती रडता रडता मानेनंच 'होय' म्हणून सांगायची.

मग मी म्हणायचे, "माझी स्वीटी बीटी अरियाना गर्ल?"

त्यावर ती हसून मान डोलवायची.

मग मी म्हणायचे, "आणि माझं तुझ्यावर नेहमीच प्रेम आहे, कायम... काहीही झालं तरी!"

त्यावर ती मला मिठी मारून खिदळायची आणि बाजूला होत पुढच्या आव्हानासाठी सज्ज व्हायची.

आता अरियाना साडेचार वर्षांची झालीय. अजूनही आम्ही गुडघे खरचटले, मन दुखावलं की, आणि 'गुड मॉर्निंग्ज' व 'गुड नाईट'च्या निमित्तानं 'ये इकडं माझ्याकडं' सुरूच ठेवलं आहे.

काही आठवड्यांपूर्वीची गोष्ट आहे. माझा 'त्या' दिवसांतला एक दिवस

सुरू होता. मी चार वर्षांच्या मुलीला व किशोरवयीन जुळ्या मुलांना सांभाळता सांभाळता, त्याजोडीनं घराकडं लक्ष देता देता अगदी कंटाळून गेले होते, वैतागले होते. त्यातच येणारा प्रत्येक फोन व दारावर पडणारी थाप आणखी काम वाढवत होतं, तेसुद्धा लगेच करावं लागत होतं! दुपारपर्यंत माझी सहनशक्ती संपली आणि मी माझ्या खोलीत जाऊन अक्षरशः कोसळले, मला रडू फुटलं.

तितक्यात अरियाना तिथं आली. माझ्या शेजारी बसत म्हणाली,

"ये इकडं माझ्याकडं."

अरियाना माझ्या ओल्या गालांवर तिचे इवले इवले हात ठेवत म्हणाली, "तू माझी मॉमी आहेस ना?"

मी रडता रडता मान डोलावली.

"माझी स्वीटी बीटी मॉमी?"

मी हसून मान डोलवली.

"आणि माझं तुझ्यावर नेहमीच प्रेम आहे, कायम... काहीही झालं तरी!"

मी तिला घट्ट मिठी मारून खिदळले आणि बाजूला होत पुढच्या आव्हानासाठी सज्ज झाले.

जीनेट्टी लिसेफस्की

मूक नायिका

मदर्स डे... आईपण साजरा करण्याचा दिवस. पण १९९६ सालच्या त्या रविवारी माझ्या मनात कडू-गोड स्मृती होत्या. मी 'सिंगल मदर' होते, त्यामुळं मी माझ्यातल्या उणिवांबाबत सतत विचार करीत असायचे... मला वेट्रेस म्हणून मिळणाऱ्या पगारात कितीतरी वस्तू विकत घेणं शक्य नसायचं... पण मी कॉलेजची पदवी मिळवण्यासाठी पुस्तकं विकत घेण्यासाठी किती सायंकाळी घालवल्या होत्या, त्याचा विचार मनात यायचा.

पण मला किती चांगली मुलं लाभली होती! माझी मुलगी- मारिया कॉलेजमध्ये प्राथमिक शिक्षणातील पदवी मिळवण्यासाठी धडपडत होती आणि माझं बाळ- डेनी पेनसिल्वानियाच्या वेस्टचेस्टर विद्यापीठात 'फ्रेशमन इयर'ला होता. माझ्या मुलांनी कधीही कशाबद्दल तक्रार केली नाही, पण आपण त्यांना यापेक्षा खूप काही द्यावं असं मला वाटायचं. ती मला समजून घेत असतील

एवढीच मला आशा होती.

त्या दिवशी मी न्याहारीसाठी स्वयंपाकघरात आले तेव्हा डझनभर लाल गुलाबांच्या गुच्छानं माझं स्वागत केलं! डेनीनं हे काम गुपचूप कधी केलं होतं कोण जाणे! फुलदाणीच्या शेजारी एक चिठ्ठी होती. त्यावर अठरा वर्षांच्या तरुणाच्या अक्षरात घाईघाईनं लिहिलेले शब्द होते.

चिठ्ठीत मजकूर होता-

तिनं तिच्या व्यग्र दिनक्रमातून एक दिवस सुट्टी घेऊन आपल्या मुलाला त्याच्या 'नायका'ला प्रत्यक्ष पाहण्यासाठी क्रीडासंकुलात नेलं होतं. तिथं जायलाच साडेतीन तास लागले. मुलाला त्याचा आवडता खेळाडू बॅटिंगचा सराव करताना पाहताना मिळावा यासाठी त्यांना तिथं लवकर पोहोचावं लागलं. तिथं आल्यावर, तिनं तिच्या घामाचा पैसा खर्चून त्याला महागडा टी-शर्ट घेऊन दिला. त्या टी-शर्टवर त्या 'नायका'ची स्वाक्षरी हवी होती म्हणून ती रात्री एक वाजेपर्यंत मुलासोबत थांबली होती... तिला दुसऱ्या दिवशी लवकर उठायचं असूनही. मला हे कळायला खूप काळ जावा लागला, पण अखेर मला खरा नायक कोण आहे ते कळून चुकलं.

आणि अकस्मात तो 'मदर्स डे' उजळून निघाला!

डेनी मॅककॉर्मिक व लिसा मॅककॉर्मिक

मूल कॉलेजमध्ये जातं तेव्हा...

फळ पिकलंय हे कसं ओळखायचं? जेव्हा ते घडापासून वेगळं होतं तेव्हा.

अॅन्ड्री गाईड

आपण तिला बालवाडीतच घेऊन चाललोय असं मला वाटत होतं; मग मी इथं कॉलेज कॅम्पसमध्ये काय करतीय? माझ्या छकुलीला दुपारी झोपण्यासाठी मी ब्लँकेट तयार केलं होतं ते हेच ना? मग मी ते या निराळ्याच बिछान्यावर का ठेवतीय? आम्ही इथं काय करतोय? ती तर इतकी रोमांचित झालीय आणि मी... मी काळजावर दडपण नसल्याचा बहाणा करतीय. ही सगळी अठरा वर्षं गेली तरी कुठं?

आता काहीही काम बाकी उरलं नव्हतं. बिछाना तयार होता, सूटकेसमधलं सामान काढून झालं होतं. ती तर भिंतीवर चित्रंसुद्धा लावू लागली होती. म्हणजे, आता मी निघावं असा अर्थ होता? मी तिचा पापा घेऊन तिचा हसत हसत निरोप घेतला, तिला मजेत रहा असं सांगितलं- म्हणजे अभ्यास करायचंच विसरण्याइतकी मजा नको हेही बजावलं. त्यानंतर मी सोनेरी शरदऋतूतल्या त्या वातावरणात बाहेर आले, गाडीत बसले... आणि मला रडू फुटलं.

घरी येणारा रस्ता किती दीर्घ आणि एकाकी होता. मी घरी आले, पण घर कसं निःस्तब्ध होतं... जणू सगळे कायमचेच घर सोडून गेलेत. तिची खोली किती शांत शांत आणि भकास दिसत होती आणि अरे देवा! चक्क रिकामीसुद्धा होती! माझा विश्वासच बसेना, चक्क तिच्या खोलीतला गालिचासुद्धा दिसत होता! तिचा बिछाना अगदी व्यवस्थित दिसत होता, त्यावर चक्क काहीसुद्धा पडलेलं नव्हतं. खिडकीचे पडदे सरळ होते आणि कपाट जवळपास रिकामं होतं. पण... हे काय? सगळा कचरा अजूनही बिछान्याखाली होता!

अच्छा, म्हणजे माझे हरवलेले कप, क्रिस्टल ग्लास इथं कपाटात होते

तर! त्याच्या आजूबाजूला माजी बॉयफ्रेंडस्‌चे फोटो दिसत होते. आणि कोपऱ्यात तिचा लाडका ब्लाऊज होता. ती ब्लाऊज न्यायला विसरली होती. ती असंच, ब्लाऊज इतक्या सहजतेनं माझी शिकवणही विसरेल?

तितक्यात आमच्या दारावरून स्कूलबस खडखडत गेल्याचा आवाज आला. क्षणभर माझं मन हर्षभरित झालं... मला वाटलं तीच घरी आली. पण मग माझ्या लक्षात आलं, आता ही बस इथं कधीच थांबणार नाही... मी दीर्घ उसासा टाकला. स्कूलबस कोपऱ्यावर वळून पुढं गेली आणि मी रिकाम्या रस्त्याकडं पाहात राहिले. आता घरात शाळकरी मुलगी नव्हती, मित्रमैत्रिणींची गजबज नव्हती, गचाळपणाचा लवलेश नव्हता, बाथरूममध्ये दिव्य पसारा नव्हता... सगळं कसं स्वच्छ, नीटनेटकं, नीरस आणि शांत होतं.

आज सकाळपर्यंत मी आई होते... मी गेली अठरा वर्षं हे काम करीत होते. आणि आता ते संपलं होतं. आता मी काय करायचं? कुणाला वाढवायचं? तिनं स्वतंत्र व्हावं असं मला वाटत होतं आणि मलाही माझ्या कामाकडं वळायचं होतं, पण ही वेळ येऊन ठेपते त्यावेळी काळजाचा एक कप्पा कसा निखळून पडतो, हे मला कुणी का सांगितलं नाही?

अगदी कालपरवापर्यंत ती माझ्या मांडीवर येऊन बसत होती. उन्हात तिचं कुरळं जावळ चमकून उठत होतं... मग एक वळण आलं. त्या टप्प्यावर खरचटलेले गुडघे आणि हलणारे दात ही तिच्यासमोरची घोर संकटं होती. आता तर ती संपूर्ण नव्या वाटेवरून धावतीय... आता घोर संकटं आणखी अक्राळविक्राळ झालीयत... काळीज तुटणं, स्वप्नभंग अशा रूपात समोर येतायत. आणि आता मी एखादा पापा देऊन तिच्या जखमेवर फुंकर नाही घालू शकत, बँड-एड किंवा चॉकलेट चीप कुकीजनं त्यावर मलमपट्टी नाही करू शकत. तिच्या डोळ्यांत अश्रू येऊ नयेत, तिचं मन दुखावू नये असं मला फार वाटतं, पण मी ढाल होऊन तिचं रक्षण नाही करू शकत. हे सगळं तिचं तिलाच शिकावं लागेल, आपल्या अश्रूंना तिचं तिलाच आवरावं लागेल आणि काळजातली वेदनाही पचवावी लागेल.

मी नव्या वळणासाठी सज्ज झाले होते. सगळ्या योजना तयार होत्या. मी नव्या करिअरचा श्रीगणेशा केला होता, कामाला लागले होते, माझी दिनदर्शिका गच्च भरली होती. मी घरात बसून रिकामपणीचं दु:ख उगाळणारी नव्हते. नक्कीच नव्हते... मी हुशार होते. बुद्धिमान, कार्यक्षम व स्वत:बद्दल विश्वास असणारी 'नवी' स्त्री होते. पण मी मुलीची जुनी रॅग्गेडी ॲन बाहुली छातीशी धरून रडत का बरं होते?

मग माझ्या ध्यानात आलं. असाच एक शरदऋतू होता, ठिकाण फक्त

वेगळं होतं. मी तारुण्याच्या उंबरठ्यावर होते. कॉलेजला जाणार होते. मनात स्वप्नं आणि नव्या भविष्याचा थरार होता. माझे वडील मला सोडायला आले होते. निरोपाचा हात हलवताना त्यांचं सगळं शरीर दु:खानं जडावलं होतं. ओह, डॅडी... अखेर आत्ता मी तुम्हाला समजू शकतीय?

आयुष्यातला एक टप्पा सरलाय. तुम्ही ज्या मुलाला लहानाचं मोठं केलंत, त्याला आता तुमची गरज उरलेली नाही... अशा वेळी काळजात एक रिकामा कप्पा तयार होतो... आणि दिवसही रिते रिते होतात.

मी यातून सावरीन अशी अपेक्षा आहे... मग मी नव्या स्वप्नांचा पाठपुरावा करीन, अमर्याद वेळेचा आस्वाद घेईन, सगळा गचाळ पसारा आवरावा न लागण्याचा आनंद घेईन. नीटनेटक्या बाथरूम्स मला आवडू लागतील.

पण आत्ता मात्र, सोनेरी शरदऋतूतल्या या मध्यान्ही, मला माझ्या तरुण मुलीच्या बेडरूममध्ये बसून, तिच्या आवडत्या, जुन्या बाहुलीला छातीशी धरून, आठवणींचे पक्षी बोलावत, आसवांना वाट करून द्यावीशी वाटतीय.

फिलीस वोल्केन्स

आईची मदतनीस

मी डल्लासला आले त्याच वर्षी खरंखुरं आईपण हे फक्त आयांसाठी राखीव नाही, हे मला कळून चुकलं. मी नुकतीच 'प्राईम-टाईम' वृत्तनिवेदिका म्हणून डल्लास-फोर्ट वर्थ टेलिव्हिजन मार्केटशी संलग्न NBC वर रुजू झाले होते. मी माजी 'मिस अमेरिका' होते त्यामुळं मला 'ब्यूटी क्वीन' म्हणून ठराविक साच्यात बद्ध राहण्यातला धोका माहीत होता. म्हणूनच मी स्वत:ला सिद्ध करण्यासाठी दुप्पट परिश्रम घेण्याचा निश्चय केला होता. हे काम माझं आवडतं असल्यामुळं मला या कष्टांचं काही वाटत नव्हतं, पण माझं माझ्या कुटुंबावरही प्रेम होतं. नोकरीतली दडपणं, नवं घर, चार मुलं आणि टेक्सासमधला उन्हाळा हे सगळं झेलणं फारच अवघड वाटत होतं.

यातलं सर्वांत खडतर आव्हान होतं ते माझ्या तीन वर्षांच्या मुलाला-टायलरला सांभाळण्याची सोय करणं. याआधी आम्ही ओक्लहोमात होतो त्यावेळी अगदी आमच्या शेजारीच त्याच्या 'बेबी-सीटिंग'ची उत्तम सोय झाली होती. त्या घरातले लोक त्याला घरच्यासारखंच वागवायचे. आता डल्लासमध्येही मन:शांती मिळवायची तर त्याच्यासाठी तशीच काहीतरी सोय पाहणं गरजेचं होतं. मात्र 'डे केअर'चे एकामागून एक भयानक अनुभव येत होते. पण माझ्या नव्या नोकरीत मला अधिक लक्ष देणं गरजेचं असल्यामुळं यासंदर्भात झटपट काहीतरी करणं आवश्यक होतं.

मला यासंदर्भात अगदीच असहाय वाटत होतं. त्याचवेळी माझी मैत्रीण कारमेन माझ्या मदतीला धावून आली. सॅनअॅन्टोनिओमध्ये राहणाऱ्या तिच्या मावशींची डल्लासमध्ये येऊन राहणं जमतंय का हे पाहण्याची इच्छा होती. मला तर अशाच व्यक्तीची गरज होती त्यामुळं मी लगेच तयार झाले. आणि त्या मेरी मावशींना निरोप पाठवून तिच्या येण्याची वाट पाहू लागले.

मात्र, माझ्या दारात जी स्त्री अवतरली ती माझ्या मनातील आदर्श 'नॅनी'च्या कल्पनेशी अगदी विसंगत होती. मेरी मावशी लहानखुऱ्या चणीच्या व फारच

वृद्ध होत्या. त्यांच्या अंगावर रंगसंगतीचा पत्ता नसलेले जीर्ण कपडे होते आणि तेसुद्धा सेफ्टी पिनांच्या आधारानं घातलेले होते. त्या अतिशय बुजऱ्या दिसत होत्या. मी विचारलेल्या प्रश्नांनासुद्धा त्यांनी तोडक्यामोडक्या इंग्रजीत, जेमतेम एकाक्षरी उत्तरं दिली. त्या हसल्या तेव्हा त्यांचे दात पाहून वाटलं की, ते त्यांच्या खाचखळग्यांच्या आयुष्याची व दारिद्र्याची साक्ष देतायत. ह्यांना कामावर कसं काय ठेवायचं? ह्यांना काही सूचना देणं किंवा त्या निर्णय घेतील म्हणून त्यांच्यावर विसंबणं शक्य होईल का? का, उलट मलाच आणखी एक माणूस सांभाळावं लागेल?... माझ्या मनात प्रश्नांचं मोहोळ उठलं होतं.

पण, पहिल्या क्षणापासून टायलरनं हे सगळे प्रश्न सोडवून टाकले आणि माझ्या अव्यक्त साशंकतेला पूर्णविराम देऊन टाकला. त्यानं मेरी मावशींचा हात धरून त्यांना सगळं घर दाखवलं. त्याची बराच वेळ मजेत टकळी सुरू होती. मेरी मावशी ऐकत होत्या, हसत होत्या. त्या दोघांनी एकाच छोट्या खुर्चीत बसून टीव्ही पाहिला... मग जमिनीवर बसून दोघांनीही मिळून चित्रं रंगवली.

टायलर 'फार हुशार' आहे असं त्या सारखं म्हणत होत्या, पण ते दोघंही एकमेकांकडून तितकंच शिकत होते, हे मला दिसत होतं.

आम्ही मेरीमावशींसाठी कपडे विकत आणले, पण त्यांनी ते खास प्रसंगी घालण्यासाठी म्हणून कपाटात जपून ठेवले होते. त्या इतर लोकांपेक्षा नेहमी वेगळ्या दिसतात हे टायलरच्या लक्षात यायचं नाही किंवा तो त्याची पर्वा करायचा नाही.

त्याला त्यांच्या मैत्रीचा अभिमान होता. मेरीमावशी दररोज दुपारी न चुकता त्याच्या शाळेत चालत जायच्या. शाळा सुटेपर्यंत हॉलमधल्या बाकावर बसून मुलं निरखत असायच्या. मग शाळा सुटली की, टायलर व मेरीमावशी ही जोडगोळी शाळेतून चालत घरी यायची. त्या वर्षी पहिल्यांदाच प्रचंड पाऊस झाला. त्यामुळं मी टायलरसाठी गाडीतून घरी सोडण्याची व्यवस्था बघण्यासाठी धावाधाव करीत होते, मात्र टायलरनं स्पष्ट नकार दिला. त्याला मेरीमावशींसोबत चालत चालत घरी यायचं होतं... वाटेत त्यांच्यासोबत चिखलाच्या डबक्यांत पचक पचक खेळत. त्यानंतर, वारा असो, पाऊस असो की बर्फ, टायलर व मेरीमावशी पायी चालतच घरी यायचे, बरीचशी माणसं केवळ कल्पनाचित्रातच पाहू शकतील अशा प्रेमळ मैत्रीच्या दुलईत घट्ट गुरफटून.

त्या दोघांचं किती घट्ट गूळपीठ होतं याचं एक उदाहरण म्हणजे आमची नेत्रतज्ज्ञाकडची वारी! मेरीमावशी बाहेर जायचं म्हटलं की फार बुजायच्या, त्यातसुद्धा एवढ्या मोठ्या नेत्ररुग्णालयात जायच्या कल्पनेनंच त्या घाबरल्या होत्या; पण त्यांचे डोळे तपासून आणणं आवश्यक असल्यानं मी तो विषय

लावून धरला आणि आम्ही तिघंही निघालो. तिथल्या मोठ्या तपासणी खुर्चीत बसल्यावर तर मेरीमावशी अगदीच खुज्या व कसनुशा दिसत होत्या. त्यांची अस्वस्थता टायलरच्या सुद्धा लक्षात आली असावी. तिथले दिवे विझले तेव्हा तो त्यांच्या थोडा जवळ सरकला होता. डॉक्टरांनी भिंतीवरची अक्षरं उजळवली तसं मेरीमावशींनी अडखळतच वरची ओळ वाचली आणि जसजशी अक्षरं छोटी झाली, तसं त्यांना वाचायला कष्ट पडू लागले. मी डोळ्यांच्या कोपऱ्यांतून पाहात होते... माझ्या नजरेनं एक विलक्षण क्षण टिपला. टायलर त्यांच्या खुर्चीच्या जवळ पोहोचला होता आणि खुर्चीच्या हातावर रेलत, चेहऱ्यावर रुंद हास्य पसरवून त्यांना चक्क 'उत्तरं' सांगत होता!

आईपण हे फक्त आयांसाठी राखीव नाहीये ही देवाची केवढी कृपा आहे! इतरांवर प्रेम करायची, त्यांचं संगोपन करण्याची कुवत असलेले स्त्री-पुरुष या जगात आहेत याबद्दलही देवाचे आभार मानायला हवेत! मुलांनाही सांभाळणारे लोक, गर्ल स्काऊट लीडर्स, लिटल् लीग प्रशिक्षक, शिक्षक, परिचारिका, शेजारी, काका-मामा, मावशा-आत्या अशीच बरीच मोठी माणसं मुलांना असणं किती भाग्याचं असतं.

परमेश्वराचा खास दूत असणारे मेरीमावशींसारखे लोक दिल्याबद्दल परमेश्वराचे आभार!

जेन जेरोई

सावत्र आई

काही वर्षांपूर्वी आमचा सामंजस्यानं घटस्फोट झाला असला तरी, एरिक आणि मी नातं नीट टिकवून होतो. आम्ही दोघं चांगले मित्र होतो. आम्ही मुलाला वाढवण्याचे नियम, भेटींच्या वेळा पाळत होतो आणि आमच्या दोघांच्याही घरादरम्यान उत्तम समतोल साधला असल्यामुळं आमचा मुलगा- चार्ली मजेत होता. तोही छान स्थिरावला होता व आनंदात होता.

त्यामुळंच, मी एरिकच्या वाग्दत्त वधूला- बॉनीला पहिल्यांदा भेटले त्यावेळी अर्थातच जराशी बेचैन झाले होते. आता ही बाई माझ्या मुलाची सावत्र आई होणार होती! आता बॉनीचा माझ्या मुलाच्या आयुष्यावर प्रभाव असणार होता यात शंकाच नव्हती. पण, त्यावेळी मला अजिबात न आवडलेली गोष्ट म्हणजे तिचा माझ्यावर घडलेला परिणाम!

आमच्या पहिल्याच भेटीत, आम्ही दोघी दोन विरुद्ध ध्रुवांवर असल्याचं मला प्रकर्षानं जाणवलं. तिचे कपडे रुबाबदार होते, तर मी आपली बेफिकिरीनं काहीतरी गुंडाळलंय अशा अवस्थेत. ती आकर्षक, स्थिरचित्त व आत्मविश्वाससंपन्न दिसत होती, तर मी पिंजारलेली, घाबरलेली आणि पोरकटासारखं बरळणारी. मी अस्वस्थ व साशंक मनानं तिच्या सगळ्या वागण्या-बोलण्याचा कीस काढत होते, माझ्या मुलाची भावी पालक म्हणून तिला जोखत होते. माझ्या मनातला सततचा विचार म्हणजे- माझ्या अमूल्य बाळाशी ती कशी वागेल?

हा क्षण प्रत्यक्षात येण्याआधी मी बरेचदा विचार केला होता. माझा 'माजी' नवरा एखाद दिवशी पुनर्विवाह करेल... ती बाई कशी असेल, याची माझ्या मनात निरनिराळी कल्पनाचित्रं होती...

ती एखाद्या दुष्ट चेटकिणीसारखी असेल... त्या वचवच करणाऱ्या कजाग बाईपासून माझा मुलगा किंचाळत दूर पळेल... आणि अर्थातच, तो माझ्याकडं येईल. त्याच्या खऱ्या आईकडं... आणि त्याला फक्त खरी आईच देऊ शकते अशी अंतहीन सहनशीलता व सुज्ञता माझ्याकडून मिळेल.

माझं दुसरं कल्पनाचित्र यापेक्षाही भयानक होतं. या चित्रात ती खडकासारखी कठोर होती... आणि माझा मुलगा उसळत्या पाण्यावर एका पुलावर... इथंच त्याला त्याच्या घालून-पाडून बोलणाऱ्या आईपासून सुटका मिळाल्यानं शांतता लाभली होती... तिनं त्याला कधी समजूनच घेतलं नव्हतं.

त्यापेक्षाही वाईट चित्र म्हणजे... "मॉम, आज रात्री मी घरी येत नाहीये. बॉनीनं आम्हाला बुल्स चॅम्पियनशिपसाठी 'लक्झरी सूट' दिलाय."

दुर्दैवानं हे चित्र कल्पनेतलं नव्हतं! ही खरीखुरी व्यक्ती होती... ती माझ्या मुलाची आई बनणार होती आणि माझ्या हातात केवळ बघत राहणं उरलं होतं.

हळूहळू माझं बॉनीच्या बाबतीत सावधपणे वागणं कमी झालं, मी तिच्याशी अधिक सहजतेनं वागू लागले. तिचाही कोरडेपणा कमी होत गेला आणि आमचा परिचय अधिक वाढला. सॉकर गेम्स, स्कूल कॉन्फरन्सेस, आणण्या-पोहोचवण्याच्या वेळा या सगळ्यांतून आम्ही सहज मार्ग शोधला.

त्यानंतर एके दिवशी स्कूल कॉन्फरन्सनंतर मी व माझ्या नव्या पतीनं एरिक व बॉनीला आमच्या घरी कॉफीपानासाठी आमंत्रित केलं. चार्लीला तर आम्ही सगळे एकत्र जमणं फार आवडायचं. त्यामुळे तो अगदी खुष झाला होता. त्या भेटीत सगळे ताण-तणाव, देखावे... सारं काही वितळून गेलं. बॉनी आणि मी- आमच्याभोवती उभारलेल्या भिंती जराशा मोडून, एकमेकींशी अधिक मोकळेपणानं बोललो. 'माजी', 'सावत्र' असल्या गुंतागुंतीत न फसता, आता आम्ही केवळ मैत्रिणी बनलो.

त्यानंतर काही महिन्यांनी, पुन्हा आम्ही चौघं चार्लीच्या 'ग्रेडस्'बद्दल चर्चा करायला एकत्र जमलो होतो. बॉनीनं जणू आपण एखाद्या समितीपुढं आपली बाजू मांडतोय अशा थाटात आराखडा, यादी, तपशील, माहिती वगैरे सादर न करता, सरळ खुल्या मनानं आपल्या कमकुवतपणाची कबुली दिली. तिनं तिच्या मनातली असुरक्षितता, चार्लीच्या पौगंडावस्थेशी जुळवून घेताना येणारी निराशा यांबद्दल सांगितलं. ती फारच अपेक्षा करतीय की फारच अल्पसंतुष्ट आहे? ती त्याला प्रोत्साहन देतीय की फाजील लाड करतीय? माझ्या मनात प्रश्न उभे राहिले होते.

पण मला तिचं बोलणं पटलं. रात्री याच विचारांनी व भयानं माझा डोळ्याला डोळा लागला नव्हता. ती विचार करीत होती, काळजी करीत होती. वागत होती ते अगदी आईसारखं!... जे नातं नुकतंच तिला मिळालं होतं.

अशा प्रकारे, चार्लीची दुसरी आई ही माझ्या मुलाला इजा करेल अशी कुणी दुष्ट चेटकीणही नाहीये आणि त्याला दूर पळवून नेईल अशी कुणी यक्षपरीही नाहीये. ती आहे एक स्त्री, माझ्या छोट्या बछड्यावर प्रेम करणारी. ती त्याची काळजी करेल. त्याच्यासाठी लढेल आणि कसल्याही इजेपासून त्याचं संरक्षण करेल.

आधी मला बॉनीचं चार्ली व माझ्या जीवनातील अस्तित्व भयानक वाटत होतं; पण आता मी त्याबद्दल तिची कृतज्ञ आहे. मला तिचा अपूर्व दृष्टिकोन, तिच्या कल्पना आवडतात. माझा आपल्या मुलाला एखाद्या खेळण्यासारखं छातीशी कवटाळून बसण्याचा विचार चुकीचा होता. मला त्याला 'शेअर' करायचं नव्हतं.

मी त्याच्यावर प्रेम करणारी पहिली व्यक्ती असेनही, पण म्हणून मीच अखेरचीही असा याचा अर्थ नाही. आता या जगात त्याच्यावर लक्ष ठेवणारी आणखी एक व्यक्ती आहे. आणि त्यामुळंच मी 'मॉम' हे बिरुद आनंदानं 'शेअर' करतीय.

जेनिफर ग्रॅहॅम

५

आई होणं

या जगात जन्माला येणारं प्रत्येक मूल हा परमेश्वराचा नवा विचार असतो... सदैव ताजा, टवटवीत व तेजस्वी शक्यता असलेला.

केट डग्लस विग्गिन

अवर्णनीय वरदान

बाळाच्या जन्मानंतर पहिल्या काही दिवसांतील ऋजुतेच्या जादुई बंदिस्त वर्तुळात, दोन जीवांचं फक्त एकमेकांसाठी अस्तित्वात असणं ही विलक्षण गोष्ट पुन्हा पाहायला मिळते.

ॲनी मॉरो लिंडबर्ग

ती या जगात आली... स्वर्गातल्या मंडळींनी तिला माझ्या हातात ठेवली. ती म्हणजे थेट परमेश्वराकडून मिळालेलं अवर्णनीय वरदान होतं. मी तिच्याकडं पाहिलं... तिच्या आजूबाजूला शांती आणि पावित्र्याची आभा होती. मला आनंदाश्रू अनावर झाले होते. मी तिच्या कानाशी लागून म्हणाले,

"तुला पाहून आम्हाला खूप खूप आनंद झालाय. आम्ही तुला पाहण्यासाठी फार वाट बघितलीय.

तिनं डोळे उघडले आणि मी बदलूनच गेले... तो क्षण जणू चिरंतन होता. मी तिच्या डोळ्यांत पूर्ण ओळख, बिनशर्त प्रेम आणि संपूर्ण विश्वास पाहिला. मी आई आहे... त्या क्षणी माझ्या मनात आलं... आता मला फक्त तिला दिशा दाखवण्याचं काम करायचंय.

ती बिछान्यावर तिच्या डॅडींच्या आणि माझ्यामध्ये झोपली होती. आम्ही तिच्या हातापायांची बोटं बघताना इतक्या इवल्याशा आकृतीतली परिपूर्णता पाहून आश्चर्य व्यक्त करीत होतो. तिचं आमच्याकडं बघणं... तिचं अपूर्व असणं... आम्ही डोळ्यांत साठवत होतो. आमच्यापाशी बोलण्याजोगं काहीही नव्हतं, पण आमच्या मनात विचारांची नुसती गर्दी उसळली होती... आम्ही तिच्यासाठी पाहिलेली स्वप्नं व आशा, ती कोण होईल, तिनं जन्माला येताना काय काय देणग्या सोबत आणल्या आहेत, ती या जगाला काय देईल... एक ना अनेक विचार! तिच्याकडं नुसतं पाहिलं आणि तिचं लाघवी, गोड प्रेम पाहिलं

की बाकी सगळे ताणतणाव व ओझी दूर झाल्यासारखं वाटत होतं. आणि जगात सगळ्यात महत्त्वाची व खरी असणारी गोष्ट समोर आल्यासारखं वाटत होतं... एका शहाण्या, छान जीवाचा सहवास लाभला होता. आता झोपण्यासाठी डोळे मिटणंसुद्धा नकोसं वाटत होतं.

असेच दिवस पुढं सरकतायत... वर्षं सरतायत. तिच्यातील बदल आम्ही विस्मयानं पाहतोय. तिचं पहिलं स्मित... पहिला शब्द... पहिलं पाऊल... सगळं काही ठरल्यानुसार पण तिच्या वेळेला आणि तिच्या खास पद्धतीनं. ती आम्हाला पुन्हा खेळायला, गती कमी करून पुन्हा जगाकडं पाहायला शिकवतेय; आम्ही ज्या गोष्टी पाहात होतो, आम्हाला ज्या गोष्टी माहीत होत्या त्यांचाच नव्यानं शोध घ्यायला शिकवतीय. तिला आठवतंय, जाणवतंय व दिसतंय असं बरंच काही आहे, पण आता ते आम्हाला शक्य नाही, कदाचित कधीच शक्य होणार नाही.

काळ असाच वेगानं उडून जाईल; अचानक ती मोठी होईल... या जगात ती ज्यासाठी आलीय ते या जगाला देण्यासाठी भरारी घेईल. तिला असं दूर जाऊ देताना काळजात तुटेल, पण तिला असं जखडून ठेवायला ती आपली नाहीये हेही आम्हाला माहीत आहे. ती आमच्याकडं आली ते आम्हाला धडे द्यायला, आनंद द्यायला, आम्हाला संपूर्ण बनवायला आणि आमचे परमेश्वराशी बंध जोडायला.

जीनेट्टी लिसेफ्स्की

आईपण

माझं पहिलंवहिलं गर्भारपण होतं. दिवस भरत आले होते. प्रसूतीपूर्वी मला चोवीस तास बिछान्यावर पडून राहण्याचा सल्ला होता. माझा नुकताच गर्भपात झाल्यामुळं आम्ही याबाबतीत कुठला हलगर्जीपणा होऊ देत नव्हतो. बिछान्यावर पडल्यापडल्या मला माझ्या बाळाशी गप्पा मारणं आणि त्याच्या हालचाली अनुभवणं सोडून, फारसं काही करता येण्याजोगं नव्हतंच. रोज सकाळी नऊच्या ठोक्याला माझं बाळ माझं स्वागत करायचं... मग इकडं तिकडं फिरायचं, नाचायचं... मग विश्रांतीसाठी एखादी आरामदायी जागा शोधायचं... मग आणखी थोडं फिरायचं.

मात्र ॲन्जेलिकाच्या जन्माच्या वेळी प्रसूतीसाठी दिलेल्या तारखेआधी दोन आठवडे, एके दिवशी सकाळी उठल्यावर मला कसली हालचालच जाणवली नही. मी गरोदरपणावरची पुस्तकं वाचत होते, त्यातल्या एका पुस्तकात लिहिलं होतं की, असं होऊ शकतं, त्यामुळं मी हा चिंतेचा जंतू दूर भिरकावण्याचा प्रयत्न करू लागले. मात्र सकाळचे दहा वाजले तरी काहीच हालचाल होईना तेव्हा मी डॉक्टरांना फोन केला.

"काळजी करू नका," ते म्हणाले, "असं नेहमीच घडत असतं. जर असेच विना-हालचाल आठ तास गेले, तर मात्र आपण बघूया."

पुस्तकातही नेमकं हेच सांगितलं होतं.

आणि याच क्षणी माझ्यातलं 'आईपण' खडबडून जागं झालं. मला तज्ज्ञ लोक काय म्हणतायत याची पर्वा नव्हती... काहीतरी गडबड आहे एवढं माझ्या मनानं जाणलं होतं. मग मी पुन्हा डॉक्टरांना फोन केला आणि त्यांना सांगितलं की, मी आत्ता तुमच्याकडं येतीय, तुम्ही मला बाळाच्या हृदयाचे ठोके ऐकवा. मी अतीच करतीय असं कुणाला वाटलं असलं तरी मला त्याची पर्वा नव्हती. मी माझ्या अंतर्मनाचा कौल मानत होते.

माझा नवरा कामावरून थेट तिकडंच आला. परिचारिकेनं मला मॉनिटर

लावला. माझ्या बाळाचं हृदय धडधडत होतं... स्थिर पण अशक्तपणे. मात्र, साडेअकरा वाजता, तिचं हृदय सोडलं तर बाकी कसलीच हालचाल नसल्याचं अल्ट्रासाऊंडमध्ये समजलं.

मला धक्का बसला होता. मी त्याच मन:स्थितीत रुग्णालयात धावले. डॉक्टरांनी तातडीनं 'सी-सेक्शन' घेण्याचा आदेश दिला होता. माझं बाळ मरणार की काय?... मनात धसका होता. तिथल्या परिचारिकेनं आम्हाला झटपट आत नेलं.

"चला, आम्ही तयारच आहोत!"

एव्हाना माझा नवरा गाडी पार्क करून आला. मी हातात आय.व्ही. लावूनच होते. शस्त्रक्रियेची तयारी झाली होती.

शस्त्रक्रिया पूर्ण होईपर्यंत मी माझ्या नवऱ्याचे हात घट्ट धरून आमच्या बाळाच्या- अॅन्जेलिकाच्या प्राणांसाठी करुणा भाकत होते... आणि अकस्मात अॅन्जेलिनाचा जन्म झाला. डॉक्टरांनी तिला धपके घातले... एकदा, दोनदा... पुन्हा पुन्हा.

"प्लीज, देवा, प्लीज तिला नेऊ नकोस..." माझं काळीज आक्रंदत होतं.

आणि... मग तिनं एकदाचं ट्यॅऽऽहॅऽऽ केलं. मी आजवर ऐकलेल्यातला तो सर्वांत सुंदर आवाज होता. आमच्या डोळ्यांतून अश्रुधारा वाहत होत्या. आम्ही आमच्या मुलीचे पापे घेऊन तिचं या जगात स्वागत केलं.

तिला नाळेचा वेढा पडला होता... मी जर डॉक्टरांना त्याचवेळी फोन केला नसता तर आम्ही तिला गमावून बसलो असतो.

त्यांना फोन करावा असं मला का वाटलं?

ते आईपण होतं... आयांना आपल्या मुलांबद्दल असणारा तो 'सिक्स्थ सेन्स' होता. मी अधिकृतपणे आई होण्याआधीच माझ्यातलं आईपण खडबडून कसं जागं झालं याचं मला आश्चर्य वाटतं... आणि याच अंत:प्रेरणेनं मला माझ्या मुलीचे प्राण वाचवण्यासाठी हालचाल करण्याची बुद्धी दिली याबद्दल मी तिला धन्यवाद देते.

आणि माझी अॅन्जेलिका? आता ती दहा वर्षांची आहे. ती अगदी निरोगी आहे आणि तिला वयाच्या मानानं समज जास्त आहे. झोपायच्या आधी तिला कुठली गोष्ट ऐकणं सर्वांत आवडतं माहीत आहे?

ती म्हणते, "मॉमी, माझ्या जन्माच्या वेळची गोष्ट पुन्हा सांग ना!"

अॅमी हिलिअर्ड- जोन्स

ती आमच्यासारखी दिसतीय

माझ्या पहिल्या बाळाच्या जन्माच्या आधी तीन महिने मी बाळासाठी लागणाऱ्या गोष्टींची जमवाजमव सुरू केली होती. माझ्याजवळ माझ्या बालपणीचे काही कपडे होते, माझ्या आईनं जपून ठेवलेले, काही माझ्या डॅडचे कपडे होते, माझ्या आजीनं जपून ठेवलेले आणि माझ्या आई व आजीनं माझ्या बाळासाठी म्हणून कितीतरी आधीपासूनच क्रोशाच्या विणकामाचे कपडे बनवून ठेवले होते.

डॅडींचा एक छान, नाजूक असा लांब, शुभ्र पांढरा सुती पोशाख होता, दोन दुपटी होती, बूटीज होत्या आणि छोटी टोपडीही होती. ती आम्ही माझ्या नवऱ्याच्या मुठीला घालून पाहिली.

मला फार चांगली कलाकुसर येत नाही, पण बाळाच्या पाळण्यात ठेवण्यासाठी उशा, गोधड्या आणि पाळण्यावर झाकण्यासाठी आच्छादन बनवणं, तेसुद्धा हातानं तयार करणं माझ्या लेखी महत्त्वाचं होतं. माझे पांढरंशुभ्र लांब झबलं घातलेले लहानपणीचे फोटो आहेत, पण आता तर नवजीवनाचा प्रारंभ करण्याची वेळ आली होती, म्हणून मी एक छानसं झबलं शिवलं, रेशमी रिबिनी व बो लावून सजवलं... मी तयार केलेली ही एकमात्र गोष्ट असेल... आणि ते फारच छान झालं.

मग मी खरेदी सुरू केली... डायपर्स, बाटल्या, खुळखुळे, लाळेरी, पांघरुणं, बाबागाडी, गाडीतली बैठक, 'टीथिंग'साठी मान्यताप्राप्त उपकरणं. आधुनिक बाळासाठी बरंच काय काय लागतं, ते आपल्याला माहीतही झालं आहे.

फिकट पिवळ्या बाळखोलीत मऊसूत, नव्या गोष्टींची भर पडत होती. या खोलीत आधीपासूनच बेबी पावडरचा गंध दरवळू लागला होता. आम्ही बाळाच्या आगमनाची प्रतिक्षा करीत होतो. दरम्यान मी या वस्तूंशी खेळत होते.

पण आम्हाला फार दीर्घकाळ प्रतिक्षा करावी लागली नाही. ती अपेक्षित तारखेला 'सीझर'च्या परंपरेनं अवतरली. तिचा या जगात येण्याचा प्रवास तसा

सोपा नव्हता... २१ तासांच्या प्रयत्नांनंतर ती आली होती... आठ पौंड आणि दीड औंस वजनाची, साडे एकोणीस इंचांची गोजिरवाणी छकुली ५ जानेवारी १९८० रोजी दुपारी बारा वाजून त्रेपन्न मिनिटांनी जन्मली.

नवजात अर्भकाचे सगळे तपशील इतके काळजीपूर्वक का सांगितले जातात?... कारण त्यांच्या बाबतीतली प्रत्येकच गोष्ट मोहक व महत्त्वपूर्ण असते म्हणून!

तिला माझ्या हातात दिलं, तेव्हा मी तिच्या चेहऱ्याकडं पाहात होते. तिनं डोळे उघडून माझ्या डोळ्यांत पाहिलं आणि ती हसली. नवजात बाळं हसत नाहीत असं म्हणतात हे मला माहीत आहे. पण मी हा समज ''हा!'' करून उडवून लावते.

मी तिला म्हणाले, ''हाय!''

गेले कित्येक महिने मी आणि माझा नवरा बाळासाठी नाव ठरवत होतो... कित्येक नावं समोर आली, त्यावर चर्चा झाली. अखेर आम्ही ठरवलं होतं की, मुलगी झाली तर तिचं नाव ठेवायचं कॅथेरिन आणि मुलगा झाला तर बेंजामिन. तसंच आमचं बाळ माझ्या डॅडचं नावही लावणार होतं. लिन्डसे आणि अर्थातच फॅरिसही.

कॅथेरिन लिन्डसे फॅरिस.

मी माझ्या आईवडिलांना तिच्या आगमनाची बातमी सांगायला फोन केला, त्यावेळी हे नावही सांगितलं. त्यावेळी डॅडी म्हणाले, "पुन्हा सांग."

माझ्या उच्चशिक्षित, मधुभाषी डॅडींना बोलायला शब्दच सापडत नव्हते... माझ्या नवमातृत्वाच्या सुरुवातीच्या काळातला हा एक आनंदाचा क्षण होता.

तिला घरी घेऊन जाण्याची वेळ झाली तेव्हा आम्ही तिला डॅडचा नाजूक पोशाख घातला. इवलंसं, देखणं टोपडं बांधलं आणि क्रोशाच्या बूटीज पायात चढवल्या... त्या तिला किती प्रचंड मोठ्या होत होत्या!

मग आमची मित्रमंडळी भेटायला आली, त्यांनी विचारलं, ही कुणासारखी दिसतीय?

"ती आमच्यासारखी दिसतीय!" मी ठणकावून सांगितलं.

तोवर मी या गोष्टीचा विचारच केला नव्हता.

पण त्यानंतर दहा महिन्यांनी, 'ही तुमच्यासारखीच दिसतीय'– असं म्हणणारा एकजण भेटला... आमचं दत्तकविधान मंजूर करणारा न्यायाधीश!

ज्यूडी फॅरिस

मॉम

मी चाकोरीबद्ध मार्गानं आई झाले नाही. मी स्वत:च्या उदरात मूल वाढवू शकले असते, पण आम्ही उभयतांनी तसं न करता मूल दत्तक घेऊन आमची संसारवेल फुलवायचं ठरवलं. आम्ही घराची, कुटुंबाच्या मायेची विशेष गरज असलेल्या मुलांना दत्तक घ्यायचा निर्णय घेतला.

आमच्या या निर्णयामुळं प्रश्नार्थक नजरांना व लागट प्रश्नांना सामोरं जावं लागणार, हे आम्ही जाणून होतो, तरीही आपण निवडलेला हा मार्ग योग्य आहे असं आम्हाला वाटत होतं. कदाचित, कधीतरी मीही मुलाला जन्म देईन. तो अनुभव अतूल्य आणि अत्यंत खास असेल... मी पहिल्यांदा आई झाले त्या रात्रीसारखाच विलक्षण असेल, हेही मी जाणून होते.

आम्ही पाच वर्षीय जेस्सी व चार वर्षीय मारिओ या दोघा भावांना दत्तक घेणार होतो. त्या मुलांचं छायाचित्र पाहताक्षणीच मनात कुठं साशंकतेचं किल्मिष असेल तर तेही निघून गेलं. ही मुलं अतिशय कमी वजनाची व आजारलेली दिसत होती. आम्ही त्यांना प्रत्यक्ष पाहण्याआधीच त्यांना मनापासून स्वीकारलं. पण ही मुलं आम्हाला स्वीकारतील का, ही शंका मन कुरतडत होतीच.

मी माझ्या मुलाला पहिल्यांदाच अंघोळ घालतीये किंवा त्याला भरवतीये असं घडणं अपेक्षित होतं; पण तसं काहीच घडलं नाही. मी कुणा परक्याच्या घरी, माझ्या नव्या मुलांपैकी एकासमवेत, जमिनीवर मांडी घालून, लेगो पाणबुडी बनवण्यासाठी प्लॅस्टिकचे तुकडे जोडण्याचा अयशस्वी प्रयत्न करीत होते.

माझी नजर त्या दोघांच्याही चेहऱ्यांवरून हलत नव्हती. मारिओ स्पीडबोट तयार करीत होता. मधूनमधून माझ्याकडं बघून, मी तिथंच आहे ना याची खात्री करीत होता. तो देखणा होता... लांबसडक पापण्यांचा. त्याचे मोठेमोठे, फिकट तपकिरी रंगाचे डोळे हातातल्या कामावर एकाग्रतेनं खिळले होते. तो चार वर्षांचा आहे हे पटतच नव्हतं. तो इतका खुरटा दिसत होता! अगदी दोन वर्षांच्या मुलाएवढा. मला त्यांची 'आधीची' छायाचित्रं आठवून धस्सच झालं. तो आम्हाला

त्याची खेळणी आणून दाखवत होता. तो अगदी आनंदी, लाघवी प्राणी होता.

जेस्सी मात्र वयाच्या मानानं बराच मोठा दिसत होता. तो काही महिन्यांतच सहा वर्षांचा होणार होता; पण आत्ताच तो आठ-नऊ वर्षांच्या मुलाएवढा दिसत होता. अतिशय गंभीर आणि आपल्या भावाच्या हिताबद्दल, त्याच्या वागण्याबद्दल अत्यंत दक्ष. त्या सायंकाळी त्यानं मारिओच्या अनेकदा चुका दुरुस्त केल्या.

या अनोळखी लोकांनी- म्हणजे नव्या मातापित्यांनी- आपल्या छोट्या भावाला काही इजा करू नये म्हणून तो त्याच्या रक्षणार्थ सतत आजूबाजूला घिरट्या घालत होता. आयुष्याच्या एवढ्याशा काळात तो धाकट्या भावाला वाढवण्यासाठी, जपण्यासाठी झटला होता.

तो आम्हाला मातृपितृपदभार सांभाळू देऊन स्वत: पुन्हा... नव्हे पहिल्यांदाच मूल होईल का? जेस्सीच्या कोवळ्या आयुष्यात मोठ्या माणसाबद्दल विश्वास निर्माण होण्यासाठी अजूनही एखादा छोटा झरोका असेल अशी मला आशा होती. मी माझ्या आवाक्याबाहेरचं काम तर हाती घेतलं नव्हतं ना?

"मॉम, मला ते देतीस?" माझ्या कानावर कोवळ्या आवाजातला एक प्रश्न पडला.

पुन्हा एकदा तोच आवाज आला, या खेपेला थोड्या मोठ्यानं.

"मॉम, प्लीज, मला ते देतीस?"

मी जेस्सीकडं पाहिलं. त्याची सांभाळणारी आई मिनिटभरासाठी बाहेर गेलीय हे त्याला सांगणार इतक्यात मी शब्द गिळले. कारण तो माझ्याकडंच बघून विचारत होता... मॉम?

"जेस्सी, तू मला... मला म्हणतोयस?" मी शांतपणे विचारलं.

त्यानं गंभीरपणे मान डोलावली आणि मला बोट करून दाखवलं,

"मला टेबलावरचं ते हवंय," त्याचे काळेशार डोळे माझ्यावर रोखलेले होते.

मी मागं वळले. कॉफी टेबलावरचा त्याला हवा तो निळा, छोटा तुकडा घेतला आणि त्याच्या हातात दिला.

तो हसला.

"थँक यू," तो तुकडा चित्रात जुळवत तो नम्रपणे म्हणाला.

"अं... मी तुला जवळ घेऊ? तुला चालेल?"

मी त्याला विचारायला घाबरत होते. त्याला हा प्रश्न विचारणं म्हणजे एखाद्या तिशीच्या माणसाला विचारण्यासारखं होतं. पण मला त्यानं पाच वर्षांचंच असायला हवं होतं. ही त्यानं पाच वर्षांचं असण्याचीच वेळ होती.

तो काहीसा घुटमळला... मग त्यानं माझ्याकडं पाहिलं. मला त्याच्या

मनातलं वादळ कळत होतं... हिच्यावर विश्वास ठेवावा का?

मग त्यानं मानेनंच होकार दिला.

"हो," तो हातातली पाणबुडी खाली ठेवत म्हणाला.

तो माझ्याजवळ येऊन माझ्या मांडीवर बसला. मी त्याला कुशीत घेऊन छातीशी घट्ट धरलं... शक्य तितकं जवळ. त्यानंही माझ्या मानेभोवती हात टाकून मला मिठी मारल्याचं मला जाणवत होतं.

त्या क्षणी मनात आलं... तो मला आई असण्याची भेट देतोय आणि कदाचित... कदाचित... मीही त्याला मूलपणाची भेट देऊ शकेन.

बार्बरा एल. वॉर्नर

मला नवं बाळ नकोय

"मला नवं बाळ नकोय."

आम्हाला तिसरं बाळ होणार असल्याचं मी माझ्या थोरल्या मुलाला- ब्रायनला सांगितलं, तेव्हा ही त्याची प्रतिक्रिया होती!

आम्हाला दुसरं बाळ- डॅमियन झाला तेव्हा आम्ही भावंडांतील स्पर्धेच्या दुखण्याच्या पहिल्या फेरीतून कसेबसे तरून गेलो होतो. पण आता या खेपेला मात्र तीन वर्षीय ब्रायनचा नव्या बाळाच्या आगमनाबाबत हा पवित्रा होता आणि त्याला कसंही समजावलं, पटवलं तरी तो काही केल्या बधत नव्हता.

मी तर कोड्यातच पडले होते.

"तुला नवं बाळ का नकोय?" मी त्याला विचारलं.

त्यानं माझ्याकडं रोखून पाहिलं. त्याच्या मोठ्यामोठ्या डोळ्यांत अश्रू तरळले होते.

"कारण, मला डॅमियनला जपायचं आहे."

रोजमेरी लॉरे

आपल्या हाताबाहेरची गोष्ट

त्या दिवशी दुपारी दारावरची बेल वाजली तेव्हा मी शक्तिहीनपणे दार उघडलं. दुरुस्तीला माणूस आला होता... अत्यंत बिकट क्षणी. त्यावेळी मला पाच महिने होत आले होते. मी फोन सुरू होण्यासाठी याआधी इतकी कधी भावनाविवश झाले नसेन. खरं तर आमची 'अलार्म सिस्टिम' सुद्धा आत्ताच अशा सर्वांत वाईट काळात बिघडायची होती! आत्ता आम्ही मानसिक ताणच नव्हे तर दुरुस्तीचं आणखी एक बिलही झेलायच्या स्थितीत नव्हतो.

त्या दरम्यान आमची आर्थिक स्थिती बिकट होती. मला गरोदरपणाच्या सुरुवातीपासूनच 'मॉर्निंग सिकनेस' सुरू झाला होता. त्यामुळं माझी अवस्था इतकी वाईट झाली होती की, मला कामावर जाणं बंद करावं लागलं होतं. अशा प्रकारे मिळकत कमी होईल असं आम्ही आत्तापर्यंत कधी गृहीतच धरलं नव्हतं. मात्र, ही अडचण असली तरी आम्ही अतिशय थराराही अनुभवत होतो. आम्ही बाळ व्हावं म्हणून दीड वर्षं प्रयत्न करीत होतो. आम्ही जननक्षमतेच्या चाचणीचा पहिला टप्पासुद्धा पार केला होता. पण त्यातून काहीच ठोस निष्कर्ष निघाला नव्हता. मात्र त्यानंतर पुढच्याच महिन्यात आम्हाला बाळाची चाहूल लागली... आम्ही जे स्वप्न पाहात होतो ते आता वास्तवात उतरणार होतं... मी आई होणार होते!

त्यानंतर सुरुवातीचे दिवस ठीक गेले. फक्त 'मॉर्निंग सिकनेस'मुळं प्रचंड अशक्तपणा येत होता. हा त्रास काही काळापुरताच होता हे मला माहीत होतं. प्रत्येक वेळी डॉक्टरांकडं गेलं की आम्ही आमच्या बाळाबद्दल अधिकाधिक जाणून घेत होतो. त्यामुळंच डॉक्टरांनी मला गर्भाशी संबंधित इतर चाचण्यांबरोबरच 'स्पायना बिफिडा' साठी रक्ताची चाचणी करून घेणार का विचारताच मी ताबडतोब होकार दिला. ही चाचणी ऐच्छिक होती.

या चाचणीचे रिपोर्ट येताच डॉक्टरांचा तातडीनं फोन आला. त्यांनी व्यावसायिक पण आस्थेवाईक स्वरात सांगितलं की, चाचणीत जवळपास नगण्य म्हणावेत इतक्या कमी प्रमाणात घटक आढळले आहेत.

ब्लड काउंटमध्ये 'स्पायना बिफिडा'ऐवजी 'डाऊन्स सिन्ड्रोम' दिसतोय.

मग डॉक्टरांनी ताबडतोब 'ॲम्निओसेन्टेसिस' ठरवलं. आम्ही उभयता भीतीनं व्याकूळ झालो असलो तरी तो दिवस रोमांचकही ठरला. तंत्रज्ञानं अल्ट्रासाउंड केलं तेव्हा आम्ही आमच्या बाळाचं चलनवलन पहिल्यांदाच पाहिलं! जणू आम्ही त्याला खरोखरच पाहतोय असं वाटत होतं. तो चिमुकला जीव मुलगा होता! त्याच्यावर कसलंही अरिष्ट येणार नाही... नाही ना येणार? आमचा जीव कासावीस झाला होता.

मात्र वास्तव आमच्या समोर होतंच. या चाचणीचा निष्कर्ष कळायला दोन आठवडे लागणार होते. त्यामुळं त्याची वाट पाहण्यात वेळ घालवण्यामध्ये तुम्ही सुरक्षित गर्भपाताची अंतिम कालमर्यादाही उलटून घालवताय असा आम्हाला सल्ला मिळत होता. मात्र, काहीही निदान झालं तरी, हा पर्याय आपल्यासाठी नाही असं आम्हाला वाटत होतं.

आमची प्रतिक्षा सुरूच होती. दोन आठवड्यांचा काळ असा कधीच न संपणारा असतो, हे मी यापूर्वी कधी अनुभवलं नव्हतं. मी माझं मन इतर गोष्टींत रमवण्याचा प्रयत्न केला, पण 'जवळपास नगण्य म्हणावेत इतके कमी' हे शब्द काही माझी पाठ सोडत नव्हते. रॉब अर्थातच दररोज कामावर जात होता आणि घरात मी एकटी होते... असहाय्य, एकाकी भावनेनं घेरलेली.

अखेर तो दिवस उजाडला... आम्हाला रिपोर्ट समजणार होता. त्या दिवशीची सकाळ मी कधीच विसरणार नाही... मी अतिशय बेचैन अवस्थेत फोनची वाट बघत होते. पण तो तर नि:शब्द होता. सकाळ पुढं सरकत होती... मला ही प्रतिक्षा सहन होईना. म्हणून मीच फोन करून पाहिला, पण तिथल्या परिचारिकेनं अजून रिपोर्टस् आले नसल्याचे सांगितलं.

सकाळ टळली, दुपार झाली. अकस्मात दारावरची बेल वाजली तेव्हा मी दचकलेच. दुरुस्तीला माणूस आला होता. त्याला अलार्म सिस्टिम दाखवली. त्यावेळी मनात दोन विचारांचा गुंता सुरू होता... "याचा बराच खर्च येणार!" आणि "काही वाईट तर नसेल ना?"

परमेश्वरच्या 'परफेक्ट टायमिंग'बाबतच्या शिकवणीवर माझा विश्वास होता, पण आता तो डळमळण्याची गंभीर लक्षणं दिसू लागली होती.

त्यानंतर जवळजवळ दोन तासांनी परिचारिकेचा फोन आला. तिचं फोनवरचं बोलणं मला आजही आठवतंय... एखाद्या वाईट विनोदासारखं- चांगलीही बातमी आहे आणि वाईटही!

आमच्या बाळाला 'डाऊन्स सिन्ड्रोम' नव्हता ही चांगली बातमी होती, तर त्याचे दोन क्रोमोसोम्स जुळलेले असणं ही वाईट बातमी होती. माझ्या किंवा

रॉबच्या बाबतीत जर अशीच स्थिती असली, तर बाळ ठीक असेल असंही तिनं सांगितलं... आमच्या बाबतीत असं नसलं तर... म्हणजे याचाच अर्थ आमच्या बाळाच्या जीन्सच्या रचनेमध्ये काहीतरी कमतरता होती.

"काहीतरी कमतरता?" मी आवाजावर ताबा ठेवण्याचा प्रयत्न करीत म्हणाले, "म्हणजे? याचा अर्थ काय?"

"आय ॲम सॉरी, मिसेस हॉर्निंग. ते आम्ही तो जन्माला आल्याशिवाय सांगू शकणार नाही. आत्ता सर्वोत्तम मार्ग म्हणजे तुम्ही दोघांनीही रक्त तपासायला ताबडतोब यावं."

"ताबडतोब? ते आपल्याला आजच्या आज कळू शकेल?"

"आज आपण रक्त घेऊया. त्याचा रिपोर्ट पाच दिवसांत कळेल."

पाच दिवस...???

त्या क्षणी मात्र माझा स्वत:वरचा ताबा सुटला. मी वेडीपिशी झाले. माझ्या चौतीस वर्षांच्या आयुष्यात मला मी असं कधी रडलेलं... किंचाळलेलं आठवत नाही. कुणीतरी माझ्या पोटात जोरात ठोसा लगावला आहे आणि पुढच्या ठोशाआधी मी श्वास भरून घेतीय असं वाटत होतं.

त्याच सैरभैर अवस्थेत रॉबच्या ऑफिसमध्ये फोन केला.

"कोलीन, हनी, हे बघ, ऐक माझं. तू शेजारी जा. तू एकटी राहू नकोस."

पण माझ्या काळजात उठलेला वेदनांचा वणवा त्याच्या शब्दांनी, आर्त विनवण्यांनी शमत नव्हता. मी फोन कसातरी जागेवर ठेवला.

मी दु:खाचे कढ जिरवत फोनपाशी बसलेली असताना एकदम माझ्या लक्षात आलं की, तो दुरुस्तीला आलेला माणूस अजून पुढच्या खोलीत काम करतोय. त्यानं माझं सगळं बोलणं ऐकलं असणार! मनात दु:खाचं काहूर असलं तरी आपण त्याच्यापुढं दिलगिरी व्यक्त करायला हवी असं वाटलं म्हणून मी रडतच तिकडं निघाले.

तर तो वाटेतच उभा होता, जणू माझीच वाट पाहात. मी काही सांगण्याआधीच त्यानं मला खुर्चीजवळ नेलं.

"बसा इथं," त्यानं सांगितलं.

"इथं बसा आधी आणि श्वास घ्या."

त्याच्या विशिष्ट सूचना व मृदू स्वरानं मी सावरले. मी बसले... श्वासोच्छ्वास करू लागले... मला आपलं मन हळूहळू शांत होतंय असं जाणवलं.

मग तो अनोळखी माणूस माझ्या समोर बसला. त्यानं अतिशय शांत स्वरात मला त्याची कहाणी सांगितली... त्यांनी त्यांचं पहिलंवहिलं बाळ गमावलं होतं. त्यांचं बाळ जन्माला आलं तेच मृतावस्थेत. कारण त्याच्या बायकोला

गरोदरपणाच्या काळातच मधुमेह जडल्याचं त्यांना समजलंच नव्हतं.

हे सगळं स्वीकारणं... पचवणं किती कठीण होतं... तो सांगत होता; पण अखेर त्यांनी हे पचवलं आणि ही आपल्या आवाक्याबाहेरची गोष्ट आहे हे स्वतःच्या मनाला समजावलं.

तो माझ्याकडं पाहात म्हणाला, "आत्ता तुमच्या काळजातली जळती वेदना मला समजतीय; पण तुम्ही विश्वास ठेवणं सोडून काहीही करू शकत नाही. तुमच्या बाळाच्या बाबतीत जे काही घडतंय ती तुमच्या हातातली गोष्ट नाही हे समजून घ्या. तुम्ही सगळं सुरळीत व्हावं म्हणून जितका जास्त प्रयत्न कराल, तुमच्या बाळाचं, रिपोर्टस्‌चं सगळं आपल्या हातात असावं म्हणून जितका जास्त प्रयत्न कराल, तितकी तुमची अक्षमता- आपण काहीही बदलू शकत नाही ही जाणीव तुम्हाला त्रास देत राहील."

त्यानं माझा हात हातात घेत सांगितलं की, आम्हाला काही महिन्यांपूर्वी दुसरं बाळ झालंय. या खेपेला मात्र सगळं काही सुरळीत सुखरूप पार पडलं होतं. त्यांना निरोगी, सुदृढ छकुली झाली होती.

त्यानं त्याला अजूनही त्याच्या पहिल्या बाळाची आठवण होत असल्याचं सांगितलं... तो मुलगा होता... पण काही कारणानं ते स्वप्न साकार व्हायचं नव्हतं.

त्यानं मला सांगितलं की, सगळं काही ठीक होईल. तुम्ही फक्त मनाशी तसा विश्वास बाळगा.

त्यानं मला त्याची कहाणी जितक्या शांतपणे सांगितली तितक्याच शांतपणे तो उठला आणि दाराच्या दिशेनं गेला. दाराशी गेल्यावर त्यानं मागं वळून पाहिलं आणि म्हणाला, माझं काम झालंय. अलार्म बसवला आहे.

त्यानं माझ्यासाठी जे केलं होतं ते दुसरं कुणीच करू शकलं नसतं... माझ्या तोंडून फक्त 'थँक यू' एवढंच कसंबसं फुटलं.

मग माझ्या लक्षात आलं की, मी त्याचे पैसे दिलेच नव्हते.

त्यावर तो फक्त हसला आणि म्हणाला, तुम्ही माझं काहीही देणं लागत नाही. तुम्ही फक्त विश्वास ठेवा.

आणि खरंच, टायमिंग अगदी परफेक्ट होतं!

कोलीन डेरिक हॉर्निंग

(यानंतर चार महिन्यांनी कोलीन आणि रॉबचा मुलगा जन्माला आला. त्याचं वजन होतं ९ पौंड २१/२ औंस आणि तो सुदृढतेचं मूर्तिमंत उदाहरण आहे.)

अनमोल खजिना

मी या क्षणाची जवळजवळ पाच वर्षं वाट पाहिली होती. मुलाविना रिकामी कूस... इतर कुणाला हे सुख लाभताना पाहणं आणि मित्रमैत्रिणींचा "काही विशेष आहे की नाही?" हा सद्‌हेतूनं विचारला जाणारा प्रश्न... हे सगळं मी पाच वर्षं झेलत होते.

मला स्वत:चं बाळ असावं अशी तीव्र आस लागली होती. आणि अखेर तो क्षण समीप आला होता. आमचं बाळ आता कुठल्याही क्षणी येणार होतं. मी आणि माझा नवरा श्वास रोखून प्रतिक्षा करीत होतो. आम्ही धडधडत्या काळजानं उत्कंठेनं बाळाची वाट बघत होतो. आता लवकरच, तो आमच्या जवळ असणार होता, लवकरच! तो मुलगा असल्याचंही आम्हाला समजलं होतं. आमचा मुलगा... किती आनंदाची गोष्ट होती!

बऱ्याच वर्षांपूर्वी आपल्याला मूल होण्याची वाट बघत प्रदीर्घ, वेदनादायी टप्पा आपल्यापुढं वाढून ठेवला आहे, हे त्यावेळी माहीतही नव्हतं... मी मुलाचं नाव ठरवून ठेवलं होतं. का कोण जाणे, पण आम्ही मुलीचं नाव कधीही नक्की करू शकलो नव्हतो. मुलाचं नाव मात्र चटकन् सुचलं होतं. जराही अवधी न लागता व त्यामध्ये दुमतही नव्हतं. आम्ही मुलाचं नाव ठरवलं होतं 'नाथन ॲन्ड्र्यू'. हिब्रू भाषेत या शब्दाचा अर्थ आहे 'देवाची देणगी'. आधी मला या नावाचा अर्थ माहीत नव्हता. मला फक्त हे नाव, त्याचा उच्चार आवडला होता... कानाला किती सुंदर वाटत होतं. मी मुलाचं नाव कितीतरी आधीपासूनच ठरवून ठेवलं होतं. त्यावेळी त्याच्या गर्भाचा अंकुर माझ्या उदरात नव्हता, होती ती फक्त त्याच्या आगमनाची उत्कट आस.

मला या नावाचं महत्त्व कळलं तेव्हा माझा आनंद द्विगुणित झाला. देवाच्या मौल्यवान देणगीसाठी हे नाव किती समर्पक आहे!

आम्ही नाथन ॲन्ड्र्यूच्या आगमनाची प्रतिक्षा करीत होतो. आम्ही महिनोन्‌महिने, वर्षानुवर्षं सोसलेल्या वेदना आता लवकरच स्मृतीआड होणार होत्या.

तितक्यात एक गाडी आमच्या घराबाहेर थांबली. आम्ही खिडकीला चिकटून आतुरतेनं पाहू लागलो. गाडीतून एक बाई उतरली. तिच्या सोबत ब्लँकेटमध्ये गुंडाळलेला बेबी-कॅरिअर होता. ती आत येऊ लागली तेव्हा माझा श्वास रोखला होता. तिच्याजवळच्या गुरफटलेल्या मुटकुळ्यावरून नजर हटत नव्हती. आता लवकरच माझं बाळ माझ्या हातात येणार होतं. होय, देवानं आमच्या प्रार्थनेला फळ दिलं होतं... त्यानं आम्हाला मूल दत्तक घेण्याचा मार्ग दाखवला होता.

अचानक माझ्या मनात स्लो-मोशनमध्ये चित्रं सरकू लागली आणि विजेच्या वेगानं प्रश्न उमटू लागले. या बाळाला जन्म देणाऱ्या मुलीचं काय झालं असेल? आणि या बाळाचा पिता असणाऱ्या मुलाचं? आज ते दोघं काय करीत असतील?

या निरागस बाळाला एका भावनोत्कट क्षणाची किंमत चुकवावी लागली होती. त्या क्षणानंतर काही महिन्यांनी त्या किशोरवयीन मुलांच्या घरांमध्ये किती वादळी चर्चा झडल्या असतील!

कदाचित तिला गर्भपात करून घ्यावा लागला असता. सोळा वर्षांची अविवाहित माता बनण्याच्या लाजिरवाण्या जिण्यापेक्षा हा मार्ग निःसंशय सोपा होता. तिच्या पोटावरची ताजी-तरुण त्वचा ताणली जाऊन त्याच्या वळ्या झालेल्या आणि पोटावर कायमच्या खुणा मागं राहिलेल्या पाहण्यापेक्षा हा मार्ग सोपा ठरणार होता. तिचं स्वतःचंच मूलपण आत्ता संपत होतं. अशावेळी तिनं मातृत्वाच्या कळा अनुभवण्यापेक्षा हा मार्ग सोपा ठरणार होता. तिनं आपल्या उदरात नऊ महिने बाळ वाढवायचं, त्याच्या लाथा, त्याच्या काळजाची ठकठक अनुभवायची आणि तेच बाळ जन्माला आल्याबरोबर त्याला निरोपाचा पापा द्यायचा... यापेक्षा हा मार्ग सोपा होता.

माझ्या मनात माझ्यापेक्षा दहा वर्षांनी लहान असणाऱ्या त्या मुलीचा विचार आला. ती याच शहरात कुठंतरी होती... जे बाळ आता तिचं नव्हतंच त्याच्या जन्मानंतर बाळंतपणातून सावरत होती. तिच्या देहात हार्मोन्स उसळत असतील... अश्रू पाठ सोडत नसतील... पण तिची कूस रिकामीच असणार होती.

नऊ महिन्यांच्या प्रतिक्षेनंतर तिनं इवल्या चिमुरड्याला जन्म दिला होता. आणि आम्ही पाच वर्षांच्या प्रतिक्षेनंतर, तेच बाळ घेऊन त्याचं जीवन सावरणार होतो. ती मुलगी त्याला जो शारीरिक, भावनिक व आत्मिक आधार अजून देऊ शकत नव्हती तोच आधार आम्ही दोघं त्या बाळाला देणार होतो.

मी साश्रू नयनांनी त्या अनोळखी मुलीचे आभार मानले. आता तिचं बाळ 'माझं' झालं होतं. तिनं स्वतःचा जीव धोक्यात घालून गर्भ वाढवला होता,

आपल्या देहात त्याचं भरणपोषण केलं होतं. प्रसूतीवेदना सोसल्या होत्या आणि त्याच्या जन्माच्या खुणा आयुष्याच्या अखेरच्या क्षणापर्यंत तिची सोबत करणार होत्या.

आणि इतकं सगळं केल्यानंतर तिनं आपलं बाळ माझ्या हवाली केलं होतं.

आता मी आयुष्यभरासाठी त्याची आई होते. मी बेबी-कॅरिअरवरचं ब्लँकेट बाजूला करून माझ्या मुलाचा चेहरा निरखला. मोठेमोठे करडे डोळे... काळ्याभोर, दाट पापण्या... तोही माझ्याकडंच पाहात होता. मी त्याच्या इवल्याशा, रेखीव बोटांना स्पर्श केला. तो किती देखणा होता!

माझं मन कृतज्ञतेनं भरून आलं होतं... त्याच मनोवस्थेत माझ्या तोंडून अस्फुट शब्द उमटले, "थँक यू!"

आमची प्रार्थना ऐकून आम्हाला मुलगा देणाऱ्या परमेश्वराचेच नव्हे, तर मला कधी भेटणारसुद्धा नसलेल्या त्या मुलीचे मी आभार मानले. आम्हाला अनमोल खजिना भेट देणाऱ्या त्या मुलीचे... थँक यू.

सॅन्ड्रा ज्युलिअन

मला नेहमी ऐकायला आवडणारी एक गोष्ट

माझ्या मांसाचा तुकडा नव्हे
की, माझ्याच हाडाचा अंश नव्हे
पण तरीही आश्चर्यकारकरित्या
तू 'माझा' आहेस.
क्षणभरही कधी विसरू नकोस
की, तू वाढला आहेस ते
माझ्या काळजाच्या छत्राखाली नव्हे
तर माझ्या काळजातच.

अनामिक

आम्ही बरीच वर्षं मुलं सांभाळली, पण काही काळानं ती मुलं आपापल्या आईवडिलांकडं जायची. आता आम्हाला आमचं स्वत:चं मूल हवं होतं, जे कायम आमच्याजवळ राहील असं.

माझी आई ही गोष्ट सांगायची तेव्हा मी नेहमी तिच्या मांडीवर बसलेली असायची, पण जशी मी मोठी झाले तशी तिच्या समोर बसून ऐकू लागले, तिचा चेहरा पाहता यावा म्हणून. मी या इतर मुलांना फोटोंत पाहिलं होतं; काळी, सावळी, गोरी, व्याकूळ दिसणारी, थेट समोर पाहणारी, कुत्र्याच्या अंगावर रेललेली. त्या अल्बममधल्या सर्वांत अलीकडच्या फोटोंत कॅमेऱ्यात पाहून हसणारी एक गोबरी, आनंदी छकुली होती... ती म्हणजेच मी.

आई पुढं सांगायची... "१९४७ सालचा नोव्हेंबर महिना होता. कडाक्याची थंडी होती. गेल्या शंभर वर्षांत इतकी गोठवणारी थंडी कधीच नव्हती. तो सर्वाधिक थंड हिवाळा होता. स्टेशनवर वाफेचे मोठ्या ढगांसारखे उसासे टाकत ट्रेन उभी होती. आम्ही त्यात बसलो. बऱ्याच वर्षांत आम्ही युद्धाच्या सावटामुळे

कुठंच गेलो नव्हतो, त्यामुळं ट्रेनमध्ये प्रवेश करताच मनात थरार उसळला होता. त्यापुढं आम्हाला कडाक्याच्या थंडीचीसुद्धा पर्वा नव्हती. सगळं कसं सुंदर दिसत होतं. जणू अख्खा देशच गोठला होता. सगळीकडं शुभ्रधवल झालं होतं.''

गोष्ट इथवर आली की आई नेहमी इथं थांबायची. तिच्या चेहऱ्यावर स्मित फुलायचं... आणि ते दृश्य माझ्या नजरेसमोर यायचं... बर्फाच्छादित परीराज्य, बर्फानं झाकून गेलेली झाडं, छतावरून ओघळतं बर्फ, ट्रेनच्या खिडकीवर जमलेली बर्फकणांची तारांगणं...

''अखेर आम्ही त्या ठिकाणी पोहोचलो आणि 'बिग हाऊस'कडं जाण्यासाठी बस धरली. तिथली व्यवस्थापिका आमची वाटच बघत होती. तिनं आमची हुडहुडी कमी करण्यासाठी आम्हाला चहा दिला. त्यानंतर ती आम्हाला त्या इमारतीत घेऊन गेली. सगळीकडं मुलंच मुलं होती! खोल्याच्या खोल्या भरून! मुलं-मुली... काहीजण सोनेरी केसांची, कुणी काळ्याभोर केसांची. तिथं निळ्याशार डोळ्यांचीही मुलं होती आणि काही तपकिरी डोळ्यांचीही, तुझ्यासारखी. आम्ही बराच वेळ पाहात होतो... कितीतरी मुलं होती आणि त्यातली बरीच मुलं खूप सुंदरही होती. तुझ्या डॅडींना आणि मला त्यातून निवड कशी करावी तेच कळत नव्हतं.

गोष्ट इथवर यायची, तेव्हा मी जर तिच्या मांडीवर असले तर ती मला कुशीत आवळून धरायची आणि मग खाली वाकून माझ्या मस्तकावर ओठ टेकायची.

मी तिच्या समोर बसून ऐकत असले तर तिचे डोळे स्वप्नाळू झालेले दिसायचे, त्या आठवणीनं उजळलेले असायचे. मी पुढची गोष्ट ऐकायला अगदी अधीर असायची, किड्यासारखी वळवळ करीत असायची.

''अचानक,'' आई पुढं सांगायची, ''आम्ही एका खोलीत आलो, तिथं दुसऱ्या पाळण्यात तू दिसलीस. तू आमच्याकडं बघून मुसमुसत होतीस. जीवनभर आमची वाट बघत असावीस तसं... आणि आम्ही जाणलं की, आपल्याला हवं आहे ते बाळ हेच आहे... आम्हीही तुझी वाट बघत होतो ना! आम्हाला तू त्या 'हाऊस'मधलं सर्वांत देखणं बाळ आहेस असं वाटलं... सुंदर सावळ्या रंगाचं आणि काळ्याभोर दाट केसांचं गोजिरवाणं बाळ! तिथल्या लोकांनी आम्हाला तुझं नाव सुसान असून तू चार महिन्यांची असल्याचं सांगितलं.

''हे बाळ?'' व्यवस्थापिकेनं विचारलं आणि आम्ही म्हणालो,

''होय, नक्कीच. हेच बाळ.''

आम्ही तुला गुरफटून सोबत घेतलं आणि स्टेशनवर परत आलो. वाटेत ट्रेनमध्ये लोक आम्हाला विचारत होते,

"किती छान बाळ आहे! तुमचं आहे?"

त्यावर आम्ही सांगत होतो,

"होय, आम्ही फक्त हे बाळ निवडलंय."

"वेल," लोक म्हणत होते, "तुम्ही सर्वात देखणं बाळ निवडलंय."

आणि आम्ही म्हणत होतो,

"ओह, यस..."

मग मी तिला घट्ट बिलगायचे. मला फार खास वाटायचं. कधीकधी तर मला चक्क 'सामान्य' मुलांबद्दल वाईट वाटायचं!

आम्ही जेव्हा जेव्हा ट्रेननं प्रवास करायचो तेव्हा ट्रेनमध्ये कुणी जोडपी दिसली की, ते स्वत:चं मूल आणायलाच कुठंतरी निघालेत असं मला वाटायचं.

"आम्ही तुझी निवड केली" हे कुठल्याही भाषेतले सर्वात मधुर शब्द असतील!

स्यू वेस्ट

६

विशेष क्षणरंग
तुमच्या मुलांसोबत

तुमच्या मुलांसमवेत
आठवणींचे गोफ विणा,
तुमची आस्था दाखवण्यासाठी
त्यांच्यासोबत काही वेळ व्यतीत करा,
तुम्ही त्यांच्यासमवेत घालवलेल्या
मौल्यवान क्षणांची जागा
खेळणी आणि सटरफटर गोष्टी
नाही घेऊ शकत.

एलाईन हार्ड्ट

'डान्स विथ मी'

आपण तरुण असतो आणि आपल्या मनात प्रेमाचं, साफल्याचं स्वप्न असतं तेव्हा आपल्या मनात येते ती पॅरिसमधली चांदणी रात्र किंवा मावळतीच्या सूर्याच्या साक्षीनं सागरतीरावर भटकंती.

आयुष्यातले सर्वोत्तम क्षण अतिशय चपळाईनं, न ठरवता येत असतात आणि आपल्याला बेसावध असताना सुखद धक्के देत असतात!

गोष्ट तशी अलीकडचीच. मी माझ्या सात वर्षांच्या मुलीला- ॲनीला रात्री झोपण्याआधी गोष्ट वाचून दाखवत होते. तिची नजर माझ्या चेहऱ्यावर खिळल्याचं माझ्या लक्षात आलं. तिच्या चेहऱ्यावर स्वप्नात हरवल्यासारखे भाव होते, जणू तिची तंद्री लागली होती. 'द टेल ऑफ सॅम्युएल व्हिस्कर्स' वाचून झाली.

मी तिला विचारलं, "कसला विचार करतीयस?"

"मॉमी," ती हळुवारपणे म्हणाली, "तुझ्या देखण्या चेहऱ्यावरून नजर काढावीशीच वाटत नाहीये."

मी अक्षरश: जागीच विरघळले.

त्यानंतरच्या आयुष्यात कित्येक कसोटीच्या क्षणांतून पार पडताना तिचे हेच खरेखुरे प्रेमळ शब्द मला तारून नेणार आहेत हे तिला ठाऊकही नव्हतं.

त्यानंतर काही काळानंतरचा एक प्रसंग आहे. मी माझ्या चार वर्षांच्या मुलाला एका भव्य डिपार्टमेंट स्टोअरमध्ये घेऊन गेले होते. तिथं एका 'क्लासिक' प्रेमगीताचे स्वर कानी पडले आणि आम्ही त्या आवाजाच्या दिशेनं निघालो. टक्सेडो परिधान केलेला वादक भव्य पियानोवर ते सूर छेडत होता. सॅम आणि मी तिथल्या संगमरवरी बाकावर बसून ऐकू लागलो. सॅमही माझ्यासारखाच त्या मधुर स्वरांत हरवून गेला होता.

सॅम माझ्या समोर उभा आहे हेसुद्धा मला त्यानं माझा चेहरा त्याच्या इवल्या इवल्या हातांनी वळवला तेव्हाच कळलं.

"डान्स विथ मी." तो म्हणाला.

अजून दुधाचे दात न पडलेल्या, गोबऱ्या गालांच्या मुलाचं नृत्याचं आमंत्रण देण्यातला आनंद इतरांना काय कळणार? तिथले ग्राहक आम्हाला पदन्यास करताना पाहून गालातल्या गालात हसत होते, कुणी खिदळत होते, आमच्याकडं निर्देश करीत होते, पण मला कुणी विश्व देऊ केलं असतं तरी मी त्या बदल्यात अशा मोहक, तरुण सद्‌गृहस्थासोबतच्या नृत्याचा सौदा केला नसता.

जीन हार्पर

आजारपण

एका तरुण मातेला कर्करोगाचं निदान झालं होतं. मात्र हा कर्करोग उपचारांनी बरा होण्यातला होता. रुग्णालयातून घरी आल्यावर ती आपल्या दिसण्याबाबत, रेडिएशननंतर गळून गेलेल्या केसांबाबत अस्वस्थ झाली होती. ती स्वयंपाकघरात खुर्चीवर बसली होती. तिचा मुलगा तिच्याकडं औत्स्युक्यानं बघत दारात उभा होता.

तिनं त्याला सांगण्यासाठी शब्द जुळवून ठेवले होते. तिला त्या अवस्थेत पाहणं त्याच्या पचनी पडण्यासाठी ती त्याला समजावू लागली, पण तो पुढं येऊन तिच्या मांडीवर बसून तिला घट्ट बिलगला. तिच्या छातीवर डोकं ठेवून तिला चिकटून बसला.

ती त्याला सांगत होती, ''आणि असंच कधीतरी, बहुतेक लवकरच... मी पूर्वी दिसायचे तशीच दिसायला लागेन आणि मग मी छान होईन.''

तो विचारमग्नपणे बाजूला झाला आणि सहा वर्षं वयाच्या मोकळेपणानं, सहजतेनं म्हणाला,

''केस वेगळे, पण हृदय पूर्वीचंच.''

त्याच्या आईला 'असंच कधीतरी, बहुतेक लवकरच'' बरं होण्याची फारशी वाट पाहावी लागली नाही. ती बरी झालीच होती.

रॉशेल एम पेनिंग्टन

फॅमिली डिनर

माझ्या जुळ्या किशोरवयीन मुलांकडं पाहिलं आणि मला चक्क रडावंसं वाटलं. चिरंजीवांनी बॅगी पँटस्, भगवे केस, कानात डूल असा अवतार केला होता, तर सुकन्या नाकात नथनी, खोटा टॅटू आणि तीन इंच लांब वाढवलेली नखं अशा रूपात होत्या. आम्ही 'पासओव्हर'साठी नातेवाईकांकडं निघालो होतो... डिनरला... आनंदोत्सवासाठी.

घरचे लोक काय म्हणतील? त्यांच्या मामा-मावश्या, काका-आत्या कुजबुजतील. त्यांच्या नजरा, त्यांचं 'च्यॅक' करणं, मान झटकणं... मी कल्पनेतसुद्धा पाहू शकत होते.

मी मुलांशी तिथल्या तिथं वाद सुरू करू शकले असते, घरातून निघण्याआधीच. मी त्यांना धमकी देऊ शकले असते, त्यांना उपहासानं बोलू शकले असते, शहाणपणाचे चार बोल सुनावू शकले असते... पण त्यानं काय होणार होतं? त्या दिवशी तरी मला भांडण-वादावादी, कठोर शब्दांचे बाण नको होते.

मुलं नऊ वर्षांची असती तर सोपं होतं.

"पटकन् आपापल्या खोल्यांत जा आणि काहीतरी सभ्य दिसेल असं घालून या!" असं मी त्यांना फर्मावलं असतं. पण आता ती सोळा वर्षांची झाली होती, त्यामुळं ते ज्या काही अवतारात असतील ते त्यांच्या लेखी सभ्यच होतं.

अशा प्रकारे आम्ही एकदाचे निघालो. मी त्या नजरांना तोंड द्यायची मनाची तयारी केली होती. तिथं जी कुजबूज झाली असती त्यासाठीही मी सज्ज होते. पण तसं काहीच घडलं नाही. माझी मुलं वीस माणसांच्या टेबलाशी (जराशी संकोचल्यासारखी होऊन) बसली होती. त्यांची मावस-मामे भावंडंही तिथं होती. माझ्या मुलांनी प्रार्थना म्हटली. सुट्टीची गाणी म्हटली. माझ्या मुलानं छोट्यांना वाचून दाखवलं. मुलीनं जेवताना बशा उचलल्या. दोघांनीही मोठ्यांना कॉफी करून दिली, हास्यविनोद केले.

त्यांचे सुंदर चेहरे पाहताना माझ्या मनात आलं, इतर कुणीही काहीही म्हटलं तरी पर्वा नाही! कारण माझी मुलं जबरदस्त होती. माझी दोन्हीही मुलं अतिशय उत्साहानं व प्रेमानं परंपरा चालवत होती आणि हे सगळं अगदी सहज-स्वाभाविकपणे... अगदी मनापासून चाललं होतं.

मी टेबलाशी बसून त्यांना निरखत होते. त्यांचे केस, बॅगी कपडे, खोटे टॅटू हे सगळं ते ज्या क्षणात होते त्याचा केवळ उद्‌गार होता. काळासोबत हेही बदलेल, पण सुट्टीच्या दिवसांतल्या त्या गीतांमधला, समारंभांमधला त्यांचा सहभाग, आमचा कौटुंबिक जिव्हाळा व आपुलकी या गोष्टी सदैव त्यांच्यासोबत राहतील; मुलं मोठी झाली तरी हे कधीही बदलणार नाही, हे मी जाणलं होतं.

'पासओव्हर'च्या निमित्तानं सुरू असणारा हा उत्सव संपेल.

कर्कश संगीत, मित्रमैत्रिणी, गडबड-गोंधळ पुन्हा आमच्या आयुष्याचा हिस्सा बनेल. ही मंतरलेली रात्र कधी संपूच नये असं वाटत होतं. आई म्हणून आपल्या आयुष्यात असे क्षण चोरपावलांनी येत असतात. आपली मुलं केवढी आहेत... लहान की मोठी, याचा त्याच्याशी काहीही संबंध नसतो. कधीकधी अकस्मात चमकणारं मजेशीर स्मित किंवा एखादी भावमुद्रा आपल्याला त्यांच्या संपूर्ण प्रेमाची झलक दाखवून जाते.

मी माझ्या मुलांकडं बघत होते... किती शांत आणि आनंदी दिसत होती! त्या क्षणी मला पटकन् उठावं आणि त्यांना कुशीत घ्यावं असं वाटत होतं. पण मी तसं केलं नाही. त्या क्षणी मला वाटत होतं, त्यांच्याजवळ जावं आणि त्यांचा गालगुच्चा घ्यावा... ती नऊ वर्षांची होती तेव्हा मी जसं करायचे तसं... आणि त्यांना म्हणावं, तुम्ही किती गोड आहात! पण मी तसं केलं नाही. उलट, मी माझ्या जागीच बसून राहिले, गायले, खाद्यपदार्थांचा आस्वाद घेतला, इतरांशी गप्पा मारल्या.

नंतर, घरी जाताना मी त्यांना हे सांगायचं ठरवलं. त्यांचं तिथलं वागणं मला किती भावलं ते मी त्यांना खाजगीत सांगणार होते. तुम्ही किती चांगली आहात आणि मला तुमची आई असण्याचा किती अभिमान आहे तेही मी त्यांना सांगणार होते. आणि नंतर, आम्ही एकटे असू तेव्हा... माझं त्यांच्यावर किती प्रेम आहे, तेही मी त्यांना सांगणार होते.

आणि मी ते सांगितलंही.

शॅरी कोहेन

माझी मुलगी, माझी गुरू

मुलं तुम्हाला तुमचंच जग नव्यानं दाखवून देतात

सुसान सॅरन्डन

मुलं आपल्याला दररोज काही ना काही शिकवत असतात. मी पालक या नात्यानं याची अपेक्षाही करायला शिकलीय. तरीही कधीकधी माझ्या मुलीकडून जे शिकायला मिळतं त्यामुळं आश्चर्य वाटतं!

मॅरिसा फक्त सहा महिन्यांची होती. त्यावेळी ती नेहमी वर बघत असायची. मग मीही तिच्यासोबत वर पाहिलं तर झाडांवर पानांचं जादुई नृत्य सुरू होतं आणि आभाळात जेट विमानाची भलीमोठी शेपूट!

ती आठ महिन्यांची झाली त्यावेळी ती सतत खाली बघत असायची. त्यावेळी माझ्या लक्षात आलं की, प्रत्येक दगडधोंड्याचा आकार निराळा असतो. भिंतीवरच्या भेगा-फटींतून किती गुंतागुंतीची नक्षी तयार होत असते आणि गवताची पाती केवढ्या वैविध्यपूर्ण हिरव्या छटांत तरारलेली असतात.

मग ती अकरा महिन्यांची झाली, तेव्हा ती 'वॉव!' म्हणू लागली. तिच्या दृष्टीनं काही नवी किंवा आश्चर्यकारक गोष्ट दिसली की ती हा आश्चर्यकारक शब्द वापरायची... म्हणजे बालरोगतज्ज्ञांच्या दवाखान्यात कुठली खेळणी पाहिली किंवा वादळाआधी ढग गोळा होताना पाहिले की तिची ही हमखास प्रतिक्रिया असायची. चेहऱ्याला स्पर्शून जाणारी वाऱ्याची झुळूक किंवा माथ्यावर कलकलाट करणाऱ्या पक्ष्यांचा थवा... अशा तिला आवडलेल्या गोष्टींबद्दल तिची 'ओह, वॉव!' ही प्रतिक्रिया असायची. खऱ्याखुऱ्या आश्चर्यकारक घटनांसाठी हे 'वॉव' राखीव असायचं. तेसुद्धा आवाज न काढता नुसती ओठांची तशी हालचाल असायची. मिनिसोटामधल्या एखाद्या सुंदर दिवशी सरोवराकाठी मावळतीचे

सूर्यकिरण किंवा आभाळातली फटाक्यांची आतषबाजी पाहतानाही तिची हीच प्रतिक्रिया असायची.

तिनं मला 'आय लव्ह यू' म्हणण्याचे अनेक मार्ग शिकवले आहेत. ती चौदा महिन्यांची झाल्यावर एके दिवशी सकाळी तिनं हे शब्द छान उच्चारले. आम्ही दोघी एकमेकींना बिलगलो होतो. तिनं माझ्या खांद्याशी मान खुपसली होती. ती अतिशय संतुष्टीनं उद्गारली, "हॅपी."

एके दिवशी तिनं एका मासिकाच्या मुखपृष्ठावरची एक सुंदर मॉडेल पाहिली.

"मॉम, ही तू आहेस?" तिनं प्रश्न केला.

नुकतीच ती तीन वर्षांची झालीय. परवा मी रात्री जेवणानंतर झाकपाक

करीत असताना ती स्वयंपाकघरात येत म्हणाली,

"मी मदत करू का?"

त्यानंतर काही दिवसांतलीच गोष्ट आहे. ती माझ्या हातावर हात ठेवत म्हणाली, "मॉम, तू लहान असतीस ना, तर आपण मैत्रिणी झालो असतो.

अशा क्षणी मी फक्त इतकंच म्हणू शकते,

"ओह, वॉव!"

जॅनेट एस. मेयेर

मुलीची दृष्टी

माझ्या चिमुरडीनं
इवल्याशा हातात खडू धरला
आणि ती चित्र रेखू लागली
कलेवर प्रभुत्व असल्यासारखी.
मी ते आनंदानं पाहिलं
पण त्या साध्या रेषांतून
काय साकारणार आहे
त्याचा मला अंदाजच येईना.
"तू काय काढतीयस?"
मी काही वेळानं विचारलं.
"मी काढतीय चित्र
आभाळातल्या बाप्पाचं."
"पण बाप्पा कसा दिसतो
ते तर कुणालाच नाही ठाऊक."
मी उसासत म्हणाले.
"माझं चित्र पूर्ण झालं की,
ते सगळ्यांना कळेलच,"
ती शांतपणे उद्गारली.

शेर्विन कॉफमन

मे डे

श्री. कॉबनी अर्धा डझन कार्नेशन्स प्लॅस्टिकच्या आवरणात बांधली, त्यासोबत हिरवी पानं आणि इवली इवली शुभ्र फुलंही. मी मे डे साठी आईला हा गुच्छ देणार होते. त्यांनी त्या गुच्छाला बो सुद्धा लावून दिला.

"एर्नी, तू हे घरी कसं नेणार आहेस?" त्यांनी विचारलं.

"मी बरोबर नेते ना!"

"पण तू हे बाइकवरून घेऊन जाणार आहेस?"

आम्ही दोघांनीही दुकानाबाहेर नजर टाकली. झाडं रस्त्याच्या बाजूला झुकली होती. सोसाट्याच्या वाऱ्याचा तो प्रताप होता. मी मानेनंच होकार दिला.

"मग मी हा पुष्पगुच्छ आणखी जरा मजबूत पिशवीत घालतो." असं म्हणून त्यांनी त्या गुच्छाभोवती जाड तपकिरी कागदाचे बरेच वेढे लपेटले. मग ते पुडकं माझ्या हातात देत ते म्हणाले,

"गुड लक, किड."

"थँक्स," मी म्हणाले आणि तो पुष्पगुच्छ कोटाच्या आत घालून चेन लावून घेतली. फुलांच्या पाकळ्या माझ्या गळ्याजवळ, हनुवटीला गुदगुल्या करीत होत्या, पण मी गुच्छ हातात धरला असता तर तो काही वाचला असता असं वाटत नाही. मला फुलांतलं फारसं कळत नसलं तरी आईसाठी नुसत्या देठांचा गुच्छ न्यायचा नाही हे मला कळत होतं.

मी बाहेर पडले तेव्हा प्रचंड सोसाट्याचं वारं सुटलं होतं. अगदी आपल्याला सोबत भिरभिरत नेऊन आपटून टाकेल इतकं खवळलेलं. अशा वाऱ्यात गाडीवरून जाणं सोपं नव्हतं. माझे पाय लटपटत होते, मुठी आवळल्या होत्या, धाप लागली होती... वारं चेहऱ्यावर बडवत होतं आणि दर खेपेला वर पाहिलं की मी अजून त्याच ब्लॉकमधल्या त्याच दुकानासमोर असल्याचं लक्षात येत होतं, निदान मला तसं वाटत होतं.

माझं नाक वाहू लागलं होतं, पण माझ्यापाशी नाक पुसायला टिश्यूज

नव्हते. लवकरच माझे ओठही शुष्क झाले. कानांत आतमध्ये काहीतरी होऊ लागलं. कुणीतरी कानाच्या पडद्यावर दात कोरायच्या काड्यांनी टोचत असावं तसं वाटू लागलं. डोळे तर इतके कोरडे झाले की, मला पापण्या मिटताही येईनात. माझ्या देहातला प्रत्येक अणूरेणू दुखावला होता.

आभाळात सूर्य स्थिरावू लागला तशी हायवेवर कार्सची गर्दी जास्तच वाढू लागली. मी वाऱ्याच्या तडाख्यामुळं बाइक लेनमधून चक्क मुख्य रस्त्यावर आले. आता कुठल्यातरी गाडीची ठोकर बसण्याची भीती होती. एका ट्रकचालकानं मला चुकवण्यासाठी ट्रक वळवून जोरानं हॉर्न वाजवला तर कॅडिलॅकमधला एकजण खिडकीतून डोकं काढून माझ्यावर खेकसला.

अखेर मी आमच्या घराशी पोहोचले तेव्हा अंधार पडला होता. मनात आलं, आता ममी-डॅडी काळजी करीत असतील. मी डॅडची मिनी-व्हॅन किंवा मॉमची स्टेशन वॅगन दिसतेय का बघत होते. ते मलाच शोधत असणार. मला वाटत होतं... आता कुठल्याही क्षणी ते मागून येतील, गाडी थांबवतील. मग मी, माझी बाइक व फुलंही ऊबदार गाडीतून आरामात घरी जाऊ. पण बराच वेळ झाला तरी मला त्यांच्या गाड्यांचे परिचित दिवे दिसेनात तसा माझ्या रागाचा पारा चढू लागला.

मी बाइकवरून जाण्याचा हा घाट फक्त माझ्या ममासाठी घातला होता. तिनं निदान माझा जीव वाचवायला तरी यायचं!

आमचं घर जवळ आलं, तसं मी वैतागून थांबले आणि जाकिटातली फुलं बाहेर काढली. मी ही फुलं फेकून देणार होते. मॉमची ही फुलं देण्याची लायकीच नव्हती.

पण त्या गुच्छाकडं पाहताच मी थबकले. पांढरी कार्नेशन्स अगदी आधीच्याच तोऱ्यात नव्हती आणि पांढरी फुलंही मलूल झाली होती, पण अजूनही तो गुच्छ छानच दिसत होता. तो इथवर आणण्यासाठी इतके प्रयास पडले होते. आणि आता तो फेकून देणं म्हणजे मूर्खपणाच ठरणार होता.

मग मी त्या पुडक्याचा देठांकडचा भाग तोंडात धरला आणि अतिशय संथ गतीनं बाइक घेऊन घराच्या दिशेनं निघाले, ते आमच्या घराकडं उतरणाऱ्या टेकडीजवळ आले. माझे पाय अजूनही पॅडलवर होते आणि हॅन्डलबारवरचे ब्रेक्स हातात होते. मात्र वारं मागच्या बाजूनं तडाखे देतच होतं. आमच्या शेजाऱ्यांची घरंसुद्धा धूसर दिसत होती. मी घराशी आल्यावर ड्राईव्ह वे मध्ये वळायचा प्रयत्न केला. इतक्यात माझी बाइक घसरली आणि तशीच घसरत गेली. मी तीन फूट फरपटत गेले... आणि अखेर माझं हिरवळीवर डोकं आपटलं. गुच्छातली सगळी फुलं आमच्या अंगणात विखरून पडली, पाकळ्या

गळून सर्वत्र उडू लागल्या.

मी खरचटलेल्याकडं दुर्लक्ष करून तो गुच्छ पुन्हा गोळा करण्यासाठी धावाधाव करू लागले. मी ती सहाही फुलं पुन्हा जमवली, पण त्या सहा देठांवरचा देखणा भाग उडून गेला होता. मी बावळटासारखा त्या गुच्छावर पुन्हा बो बांधला.

तितक्यात हा आवाज ऐकून मॉम धावत बाहेर आली. मी ती फुलं मागं लपवली.

"तू ठीक आहेस ना?" मॉमनं मला कुठं लागलं नाही ना ते बघत विचारलं.

"मी ठीक आहे," माझ्या घशात दाटून आलं होतं तरी मी म्हणाले.

"नक्की?" तिनं पुन्हा खात्री करून घेतली, "आणि हात का लपवतीयस?"

"माझे हातही ठीक आहेत, बघ!" असं म्हणून मी कधीतरी पुष्पगुच्छ असणारी ती डेखंसदृश वस्तू तिला दाखवली.

"मी तुझ्यासाठी दुसरं काहीतरी आणीन." माझ्या तोंडून एवढंच कसंबसं फुटलं आणि मला रडू कोसळलं.

मॉमनं ती फुलं हातात धरली, अजूनही ती माझ्याच हातात होती... आणि त्या फुलांचा खोलवर गंध भरून घेतला... इतका वेळ, की मला वाटलं आता फुलं तिच्या नाकातच जाणार! अखेर तिनं मान वर केली तेव्हा मी पाहिलं, तीसुद्धा रडत होती.

"आय लव्ह देम. थँक यू."

मी तिच्यासाठी फुलं का आणली होती ते मला त्या क्षणी आठवलं. ते केवळ दिनदर्शिकेमधील एका दिवसासाठी नव्हतं. तर त्याहूनही बरंच काही होतं; कोणत्याही परिस्थितीत, काहीही असलं तरी तिचं माझ्यावर किती प्रेम आहे हे तिनं मला नेहमीच दाखवून दिलं होतं... त्यासाठी ही फुलं होती. ती फुलं कोमेजली होती. पण माझ्या मॉमच्या हातात ती रसरशीत जिवंत आणि सुंदर दिसत होती.

एर्नी गिलबर्ट

शब्दांकन– डोन्ना गेट्झिंगर

मी कामात प्रचंड बुडाले होते तो दिवस...

"मॉमी, ते बघ!" माझी मुलगी डार्ला हवेत भराऱ्या घेणाऱ्या बहिरी ससाण्याकडं बोट करीत चित्कारली.

"अं...हं..." मी दिवसभराच्या भरगच्च वेळापत्रकाबद्दलच्या विचारात गढलेली असतानाच गाडी चालवत होते.

डार्ला निराश झाली.

"काय झालं बाळा?" मी बधीरपणे विचारलं.

"काही नाही," सात वर्षांची डार्ला उत्तरली. तो क्षण निघून गेला होता. घराजवळ आल्यानंतर आम्ही अल्बिनो हरणी दिसतीय का पाहण्यासाठी गाडीचा वेग कमी केला. मावळतीच्या दरम्यान, झाडांच्या घनदाट गर्दीतून तिचं दर्शन व्हायचं. पण आज तीही कुठं दिसेना.

"आज रात्री तिलाही बरीच कामं असतील," मी म्हणाले.

डिनर, अंघोळी, फोन... झोपायची वेळ होईपर्यंतचा वेळ कुठल्याकुठं संपला.

"चल, डार्ला, झोपायची वेळ झाली!"

ती माझ्यामागोमाग जिना चढून पळत आली. मी अतिशय कंटाळलेल्या स्थितीतच तिच्या गालावर ओठ टेकले, प्रार्थना म्हटली आणि तिला गुरफटून झोपवलं.

"मॉम, एक गोष्ट तुला द्यायला विसरले!" ती म्हणाली.

एव्हाना माझं अवसान पूर्ण संपलं होतं.

"उद्या सकाळी दे." मी म्हणाले, पण तिनं नकारार्थी मान हलवली.

"सकाळी तुला वेळ नसतो!" ती म्हणाली.

"मी वेळ काढीन," मी बचावात्मकपणे उत्तरले. कधीकधी, मी कितीही आटापिटा केला तरी, मुठीतून वाळू सटकावी तसा वेळ कुठल्याकुठं निघून जायचा, कधीच पुरायचा नाही. ना तिच्यासाठी, ना माझ्या नवऱ्यासाठी ना

स्वत:साठी.

पण डार्ला ऐकायला तयार नव्हती. तिनं रागानं तिचं इवलंसं नाक उडवलं आणि तपकिरी केसांना झटका दिला.

"नाही, तू नाहीस वेळ काढणार! आजच्यासारखंच करशील... आज मी तुला बहिरी ससाणा बघ म्हणाले, तेव्हा केलंस तसं. तू मी काय सांगत होते ते ऐकलंसुद्धा नाहीस."

माझ्यात तिच्याशी वाद घालायचं त्राणच नव्हतं. आणि तिनं तर वास्तवावरच बोट ठेवलं होतं.

"गुड नाईट!" मी तिच्या खोलीचा दरवाजा धाडकन् बंद केला.

पण बाहेर आल्यावर तिचे निळे-करडे डोळे डोळ्यांसमोर येऊ लागले आणि मनात आलं, ती मोठी होऊन भुर्रकन् उडून जायला किती कमी काळ उरलाय...

माझ्या नवऱ्यानं विचारलं, "तुझा चेहरा असा पडलाय का?"

मी त्याला सगळा प्रकार सांगितला.

"कदाचित ती अजून जागी असेल. जाऊन बघ," तो म्हणाला. मी त्याचा सल्ला मानला. हे मलाच सुचायला हवं होतं.

मी तिच्या खोलीचा दरवाजा उघडून आत गेले. खिडकीतून येणाऱ्या उजेडात तिची निद्रिस्त आकृती दिसत होती. तिच्या हातात कागदाचे कपटे होते. मी हळुवारपणे तिची मूठ उघडून ते कागदाचे कपटे काढून घेतले.

माझ्या डोळ्यांत अश्रू दाटले. तिनं एका कागदावर मोठा लाल रंगाचा बदाम काढून त्यावर स्वरचित कविता लिहिली होती. कवितेचं शीर्षक होतं, 'माझं माझ्या आईवर प्रेम आहे कारण...' आणि तो कागद तिनं फाडून टाकला होता.

मी ते सगळे कपटे जुळवून तिची कविता वाचली...

'माझं माझ्या आईवर प्रेम आहे कारण...'

तू कामात गढलेली असतेस आणि खूप खूप काम करतेस
तरीसुद्धा तू माझ्याशी खेळायला वेळ काढतेस
मॉमी, माझं तुझ्यावर प्रेम आहे कारण
मी तुझ्या अतिव्यग्र दिवसाचा सर्वांत मोठा हिस्सा आहे!

तिचे शब्द तीरासारखे माझ्या थेट काळजात घुसले. वयाच्या सातव्या वर्षी

तिला केवढं शहाणपण आलं होतं... विज्डम ऑफ सॉलोमन!

त्यानंतर दहा मिनिटांनी मी तिच्या खोलीत ट्रे घेऊन गेले... दोन हॉट चॉकलेट विथ मार्शमेलोज, दोन पीनट बटर व जेली सँडविचेस घेऊन. मी तिच्या मऊसूत गालाला हळुवार स्पर्श करून तिला उठवलं तेव्हा माझ्या काळजात वात्सल्याचा पूर वाहात होता.

तिच्या दाट, काळ्याभोर, पंखासारख्या आकाराच्या पापण्या फडफडल्या, ती शांत झोपेतून जागी झाली आणि ट्रे कडं पाहून म्हणाली, "हे कशासाठी?"

रात्री उशिराच्या वेळेला हा काय प्रकार आहे ते लक्षात न आल्यामुळं तिनं प्रश्न केला.

"हे तुझ्यासाठी... तू माझ्या अतिव्यग्र जीवनाचा सगळ्यांत महत्त्वाचा हिस्सा आहेस, म्हणून!"

त्यावर तिनं हसून कप तोंडाला लावला. झोपेतच तिनं अर्धा कप चॉकलेट संपवलं आणि ती पुन्हा झोपी गेली... माझे शब्द खरोखरच किती मनापासून व सच्चे होते ते न कळून घेताच.

सिन्डी लॅडेज

एका निसटत्या वेगवान क्षणात

विलच्या लेखी रेग्युलर लेवीज ५०१ जीन्स शाळेला घालून जाण्याच्या दृष्टीनं 'कूल' सदरात मोडणारी नव्हती. त्याला धुण्याच्या गठ्ठ्यातली गलिच्छ स्टोनवॉश्ड जीन्स घालायची होती. मी त्याला स्वच्छ ५०१ जीन्स घालण्याचा आग्रह केला तेव्हा त्यानं माझ्याशी वाद घातला आणि त्या संतापाच्या भरातच तो स्कूलबस पकडायला धावतच घराबाहेर पडला. त्यामुळं आम्ही नेहमीसारखं निरोपाचं आलिंगनही दिलं नाही. आम्ही रागाच्या भरात असं दुरावल्यामुळं मी जराशी अस्वस्थ झाले होते, पण माझ्या दहा वर्षांच्या मुलाला असं ठामपणे वागताना पाहून मला त्याचा अभिमानही वाटला.

मलाही उशीर होत होता. सकाळचे ७.२० झाले होते. मला एका मीटिंगसाठी ऑफिसमध्ये लवकर हजर राहणं आवश्यक होतं. मी अंघोळ करून अंग पुसत होते तितक्यात दारावरची बेल वाजली. मी पटकन् तेच पारोसे कपडे चढवून, निथळत्या केसांनी बाहेर आले आणि नाराजीनंच दार उघडलं... आणि काहीतरी अघटित घडलंय एवढं मला जाणवलं.

दाराबाहेर एक छोटी मुलगी उभी होती. अतिशय घाबरलेली. तिनं विस्फारल्या डोळ्यांनी धापा टाकतच मला बातमी दिली की, विलला आत्ताच ट्रकनं ठोकरलंय. माझ्या पोटात भलामोठा गोळा आला. मी जागीच थिजले... पण आतमधून काहीतरी मला ढकलत होतं, त्यामुळंच मी बसस्टॉपकडं धावत सुटले. मी निम्म्या वाटेत पोहोचले तोच मला विली दिसला... रस्त्यावर निश्चेष्ट होऊन पडलेल्या अवस्थेत. आता समोर काय वाढून ठेवलंय या भयानं माझ्या हातापायातलं बळ सरलं. पण तितक्यात मी त्याच्या हाका ऐकल्या, तो मलाच हाका मारीत होता. त्याचा आवाज ऐकून मी जलदगतीनं पळत सुटले... मी आयुष्यात कधीही इतक्या वेगानं पळाले नसेन. विल पालथा पडला होता. जवळच त्याची ट्रम्पेट-केस पडली होती. त्याच्या अंगावर ब्लँकेट टाकलेलं दिसत होतं... कुणा विचारी शेजाऱ्याचा मदतीचा हात होता तो!

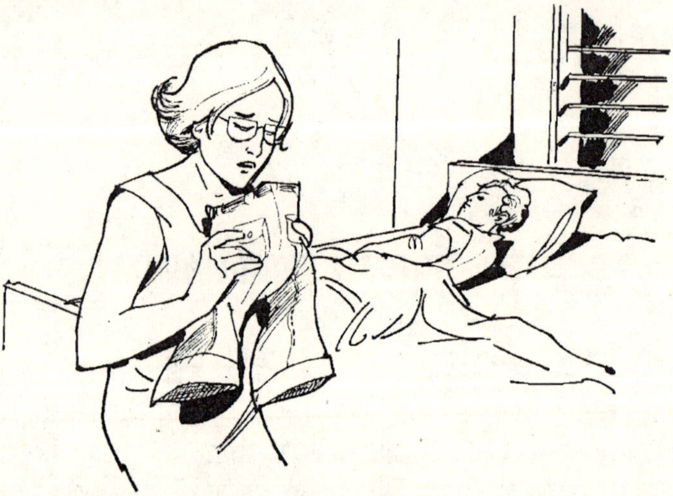

तो सप्टेंबर महिना होता. हवेत गारठा होता. सूर्य आभाळातून हा प्रसंग बघत होता. उन्हाच्या प्रखर तिरिपीमुळं हा अपघात घडला होता आणि एक सोळा वर्षांचा मुलगा तो छोटा ट्रक चालवत होता. ताशी सुमारे वीस मैल वेगानं निघालेल्या त्या ट्रकनं विलला ठोकर दिली होती. त्यामुळं तो हवेत दहा फूट उंच उडाला आणि काही अंतरावर जाऊन पडला होता. तो पडताना गुडघ्यांवर पडला. सोबत त्याची ट्रम्पेट-केसही उडून पडली होती. त्याच्या शनिवारी दुपारी असणाऱ्या सॉकरला धन्यवाद द्यायला हवेत. कमीतकमी इजा होण्याच्या दृष्टीनं कसं पडायचं हे तो तिथंच शिकला होता. त्याचबरोबर त्या ट्रम्पेट-केसलाही. त्यामुळं त्याच्या डोक्याला मार बसला नव्हता.

विल पूर्ण भानावर होता. माझ्याशी बोलत होता, हलकेफुलके विनोद करीत होता... तो त्याचा मला धीर देण्याचा प्रयत्न होता. मी आतून चांगलीच हादरले होते, पण आपण सकारात्मक आणि खंबीर राहणं गरजेचं आहे हे मला माहीत होतं. आत्ता निमिषार्धात मी कदाचित त्याला कायमचं गमावलं असतं; पण कसं कोण जाणे, तो इथं पडून माझ्याशी गोड बडबड करीत होता.

मी भोंग्यांचा आवाज ऐकला. सगळ्यात आधी अग्निशमन विभागाचं अतिदक्षता दल आलं, त्यांच्या पाठोपाठ रुग्णवाहिका आली. त्यांना प्राथमिक तपासणीत विलच्या डोक्याला, पाठीला किंवा हातांना इजा आढळली नाही. अग्निशमन कर्मचारी विलच्या ५०१ जीन्सचे पाय हळुवारपणे कापून काढीत असताना विल विनोदानं म्हणाला,

''मॉमी, आता मला ही पुन्हा कधी घालावी लागणार नाही असं दिसतंय.''

मी हसले.

आम्हाला रुग्णवाहिकेत बसवतायत म्हणजे आता विल नक्कीच ठीक होणार... मी स्वत:ला समजावत होते.

विल फार सुदैवी होता... मी खूप भाग्यवान होते. पोलीस अधिकारी म्हणाला की, विलला गंभीर इजा न होणं किंवा त्याचे प्राण न जाणं हा चमत्कारच आहे!

त्या दिवशी आम्ही घरीच थांबलो... बऱ्याच गोष्टींबद्दल बोललो, अश्रूंना वाट करून दिली. अधिक काळजीपूर्वक वागायचं ठरवलं. डोकं फिरलं तरी आपल्या प्रिय व्यक्तीला कधीही सोडून जायचं नाही असा निश्चय केला आणि आत्ता या क्षणात जगणं, जीवनाची किंमत जाणणं किती महत्त्वाचं आहे तेही समजून घेतलं.

विल आराम करीत होता त्यावेळी मी त्याची स्टोनवॉश्ड जीन्स धुतली आणि ५०१ जीन्स छातीशी धरून खूप रडले. एका निसटत्या, वेगवान क्षणात तुमचं जीवन अनपेक्षितपणे कसं बदलू शकतं त्याची मला जाणीव झाली. हा प्रसंग सात वर्षांपूर्वीचा आहे, पण मला जेव्हाजेव्हा वास्तवाच्या जाणीवेची किंवा आमचा एकत्र सहवास ही मौल्यवान देणगी आहे या गोष्टीचं हळुवार स्मरण घडण्याची गरज वाटते त्यावेळी मी ती फाटकी ५०१ जीन्स बाहेर काढते.

डॅरील ऑट्ट अन्डरहिल

आई चहापानाला येते तेव्हा

ती येणार असल्याची मला अजिबात कल्पना नव्हती. मी तिच्या अनुपस्थितीबद्दल व्यक्त करण्याच्या दिलगिरीची उत्तम रंगीत तालीम करून ठेवली होती.

मी हायस्कूलमध्ये असताना माझ्या गृहअर्थशास्त्राच्या बाईंनी आई-मुलगी अनौपचारिक चहापान समारंभ आयोजित केल्याचं सांगितलं तेव्हा आपण या विशेष समारंभात आईला चहा देऊ शकणार नाही असं मला खात्रीनं वाटत होतं.

त्यामुळंच मी रंगीबेरंगी सजावटीनं सजलेल्या जिममध्ये गेले आणि आईला तिथं हजर पाहिलं... मी तो क्षण कधीही विसरणार नाही. मी तिच्याकडं पाहिलं. ती शांत, सस्मित चेहऱ्यानं बसली होती. माझ्यासाठी एक तास वेळ काढायचा म्हटल्यावर या असामान्य स्त्रीला काय काय व्यवस्था करावी लागली असेल ते मला समजत होतं.

आजीला कुणाच्या भरवशावर ठेवलं होतं कोण जाणे! तिला अर्धांगवायू झाल्यापासून ती अंथरूणाला खिळली होती आणि मॉमलाच तिचं सगळं करावं लागत होतं.

मॉम घरी पोहोचण्याआधीच माझ्या तिन्ही धाकट्या बहिणी शाळेतून घरी येणार; घरी त्यांच्या स्वागताला कोण असेल? त्यांचे पेपर्स कोण बघेल?

ती इथवर आली कशी? आमच्याकडं तर स्वत:ची गाडी नव्हती आणि टॅक्सी करून येणं तिला परवडण्याजोगं नव्हतं. बसनं यायचं म्हटलं तरी बस धरायलाच बरंच अंतर चालत जावं लागायचं आणि स्टॉपवर उतरून शाळेपर्यंत पुन्हा चालत यावं लागायचं.

तिनं छान पोशाख घातला होता... लालचुटूक रंगाचा. त्यावर इवली इवली पांढरी फुलं होती. चहापान समारंभासाठी अगदी सुयोग्य पोशाख होता तो! तिच्या काळ्याभोर केसांत रुपेरी तारा चमकायला सुरुवात झाली होती. आणखी कपडे घ्यायचे म्हटलं तर पैसे नव्हते. त्यामुळं तिनं आमच्या कोल कंपनीच्या दुकानातून त्या पोशाखासाठी पुन्हा कर्ज काढलं असणार हे मी ओळखलं होतं.

मला किती अभिमान वाटत होता! मी समाधानी, कृतज्ञ मनानं तिला चहा दिला आणि तिची सगळ्यांना धीटपणे ओळख करून दिली. बाकी सगळ्या सहाध्यायींप्रमाणेच मीसुद्धा त्या दिवशी माझ्या आईसोबत बसले होते, ही गोष्ट माझ्या दृष्टीनं फार महत्त्वाची होती. तिच्या डोळ्यांतले प्रेमळ भाव तिला हे समजल्याचं सांगत होते.

हा प्रसंग मी कधीही विसरले नाही. मी स्वत:ला व माझ्या मुलांना दिलेलं एक वचन म्हणजे मी सदैव मुलांसाठी हजर असेन. आजच्या व्यग्र जगतात हे वचन पाळणं कठीण आहे, पण माझ्यासमोर असं उदाहरण आहे की त्यापुढं कुठलीही लंगडी सबब टिकू शकणार नाही. अशावेळी मी फक्त हा प्रसंग पुन्हा मन:चक्षूंसमोर आणते.

मार्गी एम. कॉबर्न

तिला शोधताना...

माझ्या प्रत्येक वाढदिवशी एक ठराविक सोहळा असायचा. तेव्हा पानगळीचे दिवस असत... त्या दिवशी माझी आई मला भेटायला यायची... मी दरवाजा उघडायचे. ती पायरीवर उभी असायची आणि पालापाचोळा सोबत घेऊन वावटळ तिच्या पायांच्या आजूबाजूला भिरभिरत असायची.

हवेत गारठा असायचा आणि तिच्या हातात माझ्यासाठी वाढदिवसाची भेट असायची. काहीतरी छोटीशी मौल्यवान वस्तू... मला बऱ्याच काळापासून हवी असणारी एखादी वस्तू... पण मला ती कधीही आधी माहीत नसायची.

मी आईनं दिलेली ती भेटवस्तू अगदी काळजीपूर्वक उघडायचे आणि मग माझ्या सगळ्या प्रिय चीजवस्तूंसोबत ती वस्तूही सांभाळून ठेवायचे. आईकडून मिळालेल्या या सगळ्या भेटी किती नाजूक होत्या!

आज माझ्या वाढदिवशी माझी आई माझ्याकडं येऊ शकली तर मी तिला माझ्या स्वयंपाकघरातल्या ऊबदार वातावरणात घेऊन जाईन... मग आम्ही दोघी चहा पीत पीत, खिडकीशी डोकावणाऱ्या पानांचे बदलते रंग निरखत राहू.

आज भेटवस्तू उघडून पाहण्याची काही गडबड नाही. कारण आज मी ती आधीच उघडून पाहिलीय, जेव्हा मी दरवाजा उघडून ती आलीय का ते पाहिलं तेव्हा... पालापाचोळ्या सोबत वावटळ तिच्या पायांच्या आजूबाजूला भिरभिरतीय का हे पाहिलं तेव्हा...

क्रिस्टीना कीनॅन

७

चमत्कार

चमत्कार उत्स्फूर्त असतात,
ते हुकूम देऊन घडवता येत नाहीत,
तर ते आपणहून घडतात,
तेसुद्धा नेहमी, अशक्य वाटणाऱ्या क्षणी
आणि जे त्यांच्या घडण्याची सर्वात कमी
अपेक्षा बाळगून असतात त्यांच्याबाबतीत...

कॅथेरिन ए. पोर्टर

गणवेशातील देवदूत

जिथं भरभरून प्रेम असतं तिथं नेहमीच चमत्कार घडतात.

विला कॅथर

ही गोष्ट माझ्या वडिलांनी सांगितली आहे. ही गोष्ट आहे त्यांच्या आईची, म्हणजेच माझ्या आजीची.

१९४९ साली माझे वडील नुकतेच युद्धावरून परत आले होते. त्या दरम्यान प्रत्येक अमेरिकी महामार्गावर गणवेशातले सैनिक वाटेत चालकांना विनंती करून त्यांच्या गाडीतून स्वतःच्या घरी कुटुंबाकडं परत निघालेले दिसत. त्या काळी अमेरिकेत तशी पद्धतच होती.

मात्र डॅडी घरी परत आल्याचा थरार काही काळातच झाकोळला. माझी आजी फार आजारी पडली, तिला रुग्णालयात हलवावं लागलं. तिला मूत्रपिंडांचा आजार झाला होता. डॉक्टरांनी माझ्या वडिलांना सांगितलं की तिला ताबडतोब 'ब्लड ट्रान्स्फ्यूजन'ची गरज आहे नाहीतर ती आजची रात्रसुद्धा काढणार नाही. यात समस्या अशी होती की, आजीचा रक्तगट होता AB- अगदी आजही दुर्मिळ प्रकारचा मानला जाणारा. त्या काळी तर या गटाचं रक्त मिळणं आणखी कठीण होतं. कारण त्यावेळी रक्तपेढ्या किंवा रक्त आणणारी विमानसेवा नव्हती. घरच्या सगळ्या लोकांचे रक्तगट पाहिले, पण कुणाचाच रक्तगट तिच्याशी मिळता नव्हता, त्यामुळं डॉक्टरांनी आशेचा कुठलाच किरण नसल्याचं सांगितलं... माझी आजी मृत्युशय्येवर होती.

माझे वडील साश्रू नयनांनी रुग्णालयाबाहेर पडले, सगळ्या निकटवर्तीयांना गोळा करण्यासाठी... प्रत्येकाला आजीचा अखेरचा निरोप घेता यावा यासाठी. माझे वडील महामार्गावरून निघाले असताना त्यांना वाटेत एक गणवेशधारी सैनिक दिसला. तो घरी निघाला होता. त्यानं माझ्या वडिलांना हात करून गाडी

थांबवण्याची विनंती केली. त्या क्षणी दु:खात चूर असलेले डॅडी कुठलंही सत्कृत्य करण्याच्या मन:स्थितीत नव्हते, पण त्यांच्या अंत:प्रेरणेनं त्यांना थांबवलं आणि तो अनोळखी सैनिक गाडीत बसला.

डॅडींचं मन इतकं सैरभैर झालं होतं की त्यांनी या सैनिकाला त्याचं नाव-गावसुद्धा विचारलं नाही, पण डॅडींच्या डोळ्यांतले अश्रू त्या सैनिकाच्या नजरेनं टिपले. त्यानं डॅडींना काय झालं म्हणून विचारलं.

मग डॅडींनी त्या सर्वस्वी अपरिचित माणसाला सांगितलं की, माझी आई रुग्णालयात अंतिम घटका मोजतीय. कारण डॉक्टरांना AB- रक्तगटाचं रक्त मिळत नाहीये... आणि आज जर तिला रक्त मिळालं नाही तर ती वाचणार नाही.

कारमध्ये नीरव शांतता पसरली. मग त्या अनोळखी सैनिकानं हात पुढं केला. त्याच्या गळ्याभोवती असलेल्या टॅगवर त्याचा रक्तगट AB- असल्याची नोंद होती. त्या सैनिकानं डॅडींना कार दवाखान्याकडं घ्यायला सांगितलं.

माझी आजी १९९६ सालापर्यंत जगली... या घटनेनंतर ४७ वर्षं! आणि आजअखेर आमच्या घरातल्या कुणालाही त्या सैनिकाचं नावसुद्धा ठाऊक नाहीये.

माझ्या डॅडींना मात्र नेहमी वाटतं की, तो सैनिक होता की गणवेशातील देवदूत?

जेनी एकी सॉवेल

जखम आणि खपली

गेल्या तीस तासांतल्या घटनांचा धक्का जिमला एकदम घेरून आला. त्याचं शरीर जडशीळ झालं होतं. त्याच्या भोवतीचं जग आपल्या गतीनं पुढं चाललं होतं. पण तो जणू या जगात नव्हताच.

जिम व कॉनीचं चार महिन्यांचं गोजिरवाणं बाळ नुकतंच हे जग सोडून गेलं होतं. प्राथमिक निदानानुसार : SIDS नं, म्हणजेच 'सडन इन्फन्ट डेथ सिन्ड्रोम'नं.

तीस तासांपूर्वी जिम त्याच्या बाळाला जोशुआला आणायला बेबी-सीटरच्या घरी गेला होता. नेहमीसारखंच... तो दर आठवड्यात पाच दिवस जायचा तसंच... त्या दिवशी मात्र जोशुआ दुपारच्या झोपेतून उठलाच नाही. त्यानंतरचे काही तास त्याच्या नजरेसमोर धूसर झाले होते... रुग्णवाहिकेच्या भोंग्यांचा आवाज, पॅरामेडिक्सची चपळ लगबग, अतिदक्षता विभागातले डॉक्टर्स, धीर देणाऱ्या परिचारिका, आधाराचे स्पर्श आणि प्रार्थना. त्यानंतर जोशुआला ६० मैलांवर 'चिल्ड्रन हॉस्पिटल'मध्ये तातडीनं नेण्याचा निर्णय झाला... पण सगळे प्रयत्न व्यर्थ गेले. बारा तास उलटले. आता डॉक्टरही सगळे प्रयत्न करून थकले होते. जोशुआचा मेंदू काम करीत नव्हता. अखेर त्याचा 'लाइफ सपोर्ट्ज काढून घ्यायचा निर्णय झाला आणि इवलासा जोशुआ गेला. त्यांना जोशुआचे वापरता येण्याजोगे सगळे अवयव दान करण्यासाठी हवे होते. जिम आणि कॉनी या प्रेमळ, उदार जोडप्याच्या दृष्टीनं हा निर्णय घेणं कठीण नव्हतं.

दुसरा दिवस उजाडला... आणखी काही निर्णय आणि व्यवस्था कराव्या लागल्या. फोन... अंत्यविधीची तयारी. अचानक जिमच्या लक्षात आलं, की त्याचे केस कापायला झालेत, पण ते इथं नव्यानंच आले असल्यामुळं अजून त्याचा केशकर्तनकार ठरला नव्हता. जिमच्या भावानं त्याच्या केशकर्तनकार महिलेला फोन करून जिमसाठी अपॉइंटमेंट घेतली. तिला तिथल्या भरगच्च वेळापत्रकात कुठं जागाच शिल्लक नव्हती, पण परिस्थिती समजावून सांगताच

सलूनचा मालक म्हणाला,

"त्यांना आत्ताच्या आत्ता इकडं पाठवून द्या, मी काय ते बघतो."

जिम सलूनमधल्या खुर्चीत बसला तेव्हा त्याला प्रचंड शीण आला होता. त्याला झोपही नीट मिळाली नव्हती. त्यानं मागचे काही तास आठवून मनात संगती लावायचा प्रयत्न केला. ज्या बाळासाठी त्यांनी खूप प्रतिक्षा केली होती, ते त्यांचं पहिलंवहिलं अपत्य... जोशुआ... त्याला या जगातून इतक्या लवकर का नेलं असेल?... आत्ता कुठं त्यानं जीवनाला आरंभ केला होता... जिमच्या मनात प्रश्नांचं तांडव सुरू होतं. त्याचं मन वेदनांनी झाकोळलं होतं.

त्याला हॉस्पिटल चॅप्लिनचे शब्द आठवले...

"परमेश्वराच्या योजनेमध्ये आपल्या वाट्याला कोणता भाग आहे ते आपल्याला पूर्णपणे समजत नसतं. कदाचित जोशुआचं पृथ्वीतलावरचं काम पूर्ण झालं असेल."

पण या शब्दांनी मनात दाटलेला कडवटपणा कमी झाला नव्हता.

केशकर्तनकार महिलेनं त्याचं सांत्वन केलं... आणि तो तिला गेल्या तीस तासांतल्या घटना सांगू लागला... तिच्याकडे मन मोकळं करण्याचा फायदाच झाला. कदाचित असं बोलून बोलूनच त्याची थोडी समजूत पटली असती.

जिमनं अवयवदानाचा उल्लेख केला... आणि मनगटावरच्या घड्याळाकडं पाहिलं. त्याला ६० मैलांवरच्या दवाखान्यात काय घडत असेल ते आठवलं...

अवघ्या काही तासांपूर्वीच त्यानं त्याच्या लाडक्या जोशुआचा निरोप घेतला होता.

"ते आत्ता लगेच, त्याच्या हृदयाचा एक व्हॉल्व दुसऱ्या रुग्णाला बसवणार आहेत."

हे ऐकताच ती महिला केस कापता कापता थबकली... नि:शब्द उभी राहिली. काही वेळानं ती बोलू लागली, पण तिच्या तोंडून शब्द फुटत नव्हते, तिचा आवाज कापत होता...

"तुमचा विश्वास बसणार नाही... पण आत्ता तासाभरापूर्वी याच खुर्चीत बसलेली ग्राहक मला घाई करीत होती. कारण तिला 'चिल्ड्रन्स हॉस्पिटल'मध्ये जायचं होतं. ती इथून किती आनंदानं उसळत बाहेर पडली... देवानं तिची प्रार्थना ऐकली होती. आज तिच्या चिमुकल्या नातीला ज्याची आत्यंतिक गरज होती ती रोपणशस्त्रक्रिया होणार आहे... तिला हृदयाचा व्हॉल्व बसवणार आहेत."

...आणि जिमच्या काळजातील जखमेवर खपली धरू लागली.

सॅन्डी जोन्स

मायकेल किंवा मिशेल

रिचर्डनं व मी लग्नाआधीपासूनच आमच्या पहिल्यावहिल्या बाळाचं नाव ठरवून ठेवलं होतं. आम्ही सगळे बेत योजून ठेवले होते.

त्यानंतर दोन वर्षांनी रिचर्डनं कॉलेज डिप्लोमा पूर्ण केला. आता आमचं कुटुंबाचं स्वप्न साकार करण्याची वेळ येऊन ठेपली होती.

त्यानंतरची दोन वर्षं आम्ही गोड चाहूल लागण्यासाठी प्रार्थना करीत होतो, पण महिन्यामागून महिने उलटले तरी पदरी फक्त निराशाच येत होती. अखेर १९८५ साली वसंतातल्या एके दिवशी, मला आपल्याला दिवस गेलेत असं अगदी खात्रीनं वाटलं म्हणून मी डॉक्टरांची अपॉईंटमेंटसुद्धा घेतली.

त्यांनी सुहास्य वदनानं सांगितलं, ''तुम्ही गरोदर आहात.''

मला तर तिथंच उठून नाचावंसं वाटत होतं.

नोव्हेंबरच्या पहिल्या आठवड्यात 'ड्यू डेट' येत होती.

''तीन तारखेच्या दरम्यान,'' डॉक्टर म्हणाले.

त्यानंतर सहा आठवडे आम्ही नुसती तयारी करीत होतो! रिचर्डनं तर बाळाची खोली सज्ज करायलासुद्धा सुरुवात केली.

आमचं बाळ कसं असेल?... आम्ही कल्पना करीत होतो. माझ्या मनात तर माझ्या उदरात वाढणाऱ्या बाळाखेरीज काहीही नव्हतं.

''आपण अजून बाळाच्या छातीचे ठोके ऐकले नाहीत... मला या गोष्टीची काळजी वाटतीय,'' मी डॉक्टरांना तिसऱ्यांदा दाखवायला गेले तेव्हा ते म्हणाले.

त्यानंतर अर्ध्या तासानं, त्यांनी मला सांगितलं की, तुमच्या रक्ततपासणीत तुम्ही कधीही गरोदर असल्याचं आढळलेलं नाही.

मला रडू कोसळलं.

''अ फॉल्स प्रेग्नन्सी,'' ते म्हणाले.

''तुम्हाला मनातून हे इतकं आत्यंतिकतेनं हवं होतं की, तुमच्या शरीरानं ते तसंच मानलं.''

छोटुकला मायकेल किंवा मिशेल अस्तित्वातच नव्हते. शोक करायचा म्हटलं तर बाळ नव्हतंच मुळी... तरीही आम्हाला दुःख झालंच.

त्यानंतर सुमारे दशकभर आम्ही वंध्यत्व तपासण्या करून घेत होतो. आमच्या मित्रपरिवाराला, भावंडांना मुलं होताना हेव्यानं पाहात होतो. हे सगळेजण आपापल्या मुलांबद्दल बोलायचे तेव्हा मी उरात वेदना दाबून ठेवून, चेहऱ्यावर उसनं हसू आणायचे.

गरोदरपणाच्या पुन:पुन्हा चाचण्या... पुन:पुन्हा तीच प्रतिक्षा, तीच आळवणी... रिपोर्ट निगेटिव्ह... कायम तोच रिपोर्ट... आमचं स्वप्न पुनः पुन्हा चूर चूर होत राहिलं.

आम्ही स्वत:ला कामात बुडवून घेतलं होतं... रिचर्डनं अध्यापनामध्ये व मी लेखनात. पण मनात मुलाची आस प्रबळ होती त्यामुळं १९९२ साली आम्ही 'ॲडॉप्शन ओरिएन्टेशन क्लास'ला गेलो.

तिथं उदास जोडप्यांची गर्दी होती.

आमचं स्वप्न खरंच वास्तवात उतरेल?

मला तर आशा बाळगण्याची सुद्धा भीती वाटत होती.

"बघूया काय होतं ते," रिचर्ड हलक्या आवाजात म्हणाला.

मग आम्ही 'पेरेन्टिंग क्लासेस'ना जाऊ लागलो. दर सोमवारी सायंकाळी आम्ही नव्या घरांची गरज असलेल्या मुलांबद्दल ऐकत होतो, भूमिका वठवत होतो, अशा मुलांचं पालकत्व स्वीकारण्यातला आनंद व अनुभव यांबद्दल चर्चा करीत होतो. हे वर्ग दहा आठवडे चालले.

सगळ्या कामासोबत तयारीचा आनंदही होताच. आमचं मूल येण्याआधी किती काळ तयारीला लागायचं? तो किंवा ती जो कुणी येईल तो चैतन्यहीन व दुःखी अंत:करणानं तर येणार नाही? आमचे परस्परांशी भावबंध निर्माण व्हायला किती वेळ लागेल? मी बऱ्याच काळापूर्वी कल्पनेत माझ्या मुलाचं जे चित्र पाहिलं होतं, तसंच हे मूल असेल का?... मनात असंख्य प्रश्न होते.

आम्ही दोघांनी मिळून घरातली जादा खोली आमच्या मुलासाठी तयार केली. इथं बाळ येईल की मोठं मूल? मनात बरेच बेत होते; पण आम्हाला फारशी माहिती नव्हती. मग मी लोशन्स व पावडरींबरोबरच लाळेरी आणि पुस्तकं मोठ्या प्रेमानं ड्रॉवर्समध्ये आणून ठेवली.

मी त्या पिवळ्या-सफेद रंगसंगतीनं सजलेल्या खोलीत जमिनीवर बसून अनेकदा कल्पनेत आमचं मूल पाहायची... ते इथं झोपेल, इथं खेळेल... मी खेळणी आणि कापूस भरलेले प्राणीसुद्धा आणून ठेवले होते. तेसुद्धा त्यांना घेणाऱ्या इवल्या इवल्या हातांची प्रतिक्षा करीत होते.

त्यानंतर, ३ नोव्हेंबर १९९३ रोजी फोनची रिंग वाजली... आणि आमचं

आयुष्यच बदललं.

"कॅथी, तुला ख्रिसमससाठी हवी असणारी कुठली गोष्ट आहे का?" आमच्या केसवर्करनं विचारलं.

मला तिचं हास्य फोनवरही जाणवत होतं. मी फोन घट्ट पकडत म्हणाले, "हो."

"वेल, एक चांगली बातमी आहे."

मग तिनं मला एका आठ महिन्यांच्या बाळाबद्दल सांगितलं. मी स्वप्नात तर नव्हते ना? जाग यायची आणि हे आणखी एक स्वप्नच होतं असं घडायचं नाही ना?

"तिचं नाव आहे थेरेसा मिशेल. पण तिला सांभाळणारे तिला मिशेल म्हणतात," माझ्या कानावर शब्द पडत होते.

मी स्तब्धच झाले. मिशेल! आठ वर्षांपूर्वी आम्ही आमच्या मिशेलचं स्वप्न पाहिलं होतं. नंतर त्याच स्वप्नानं मला तडाखा दिला होता. तो दिवस होता ३ नोव्हेंबर. १९८५ च्या नोव्हेंबरमध्ये आम्हाला 'ते' मूल झालं असतं... डॉक्टर म्हणाले होते त्याप्रमाणे 'तीन तारखेच्या दरम्यान' तर तो किंवा ती आत्ता आठ वर्षांचे असते.

परमेश्वरानं आमच्याबाबतीत केवढं विलक्षण आश्चर्य घडवलं होतं!... आमच्या प्रार्थनेला फळ दिलं होतं.

या बाळाला काळजाशी धरल्यावर कसं वाटेल... मी कल्पनेत विहरत होते.

त्यानंतर दोन आठवडे आम्ही तीन तीन दिवस तिला भेटायला जात होतो. मी माझ्या मुलीकडं पाहिलं... ती हसतच हात काढून माझ्याकडं आली. मी तिला कडेवर घेऊन तिच्या बेबी पावडर व दुधाचा गंध उरात भरून घेतला... गुलाबांच्या बागेतल्यासारखा गोड गंध!

आमची मिशेल आमच्या घरी आली.

२३ नोव्हेंबरला ती आमच्या घरात व हृदयात रहायला आली. दर दिवसागणिक आमचं तिच्यावरचं प्रेम वाढतच चाललंय. ती आता चार वर्षांची होत आलीये. तिला तिची दत्तक-कथा ऐकायला, आम्ही तिच्यासाठी किती काळ व कशी आतुर प्रतिक्षा केली आहे हे ऐकायला फार आवडतं.

आशेचा अंकुर व स्वप्नांचा बहर कोमेजू देता कामा नये. आम्ही स्वत:लाच पुन्हा नव्यानं जगताना पाहिलंय... आम्हाला ममा आणि डॅडी असं म्हणताना ऐकलंय.

कॅथरीन ले

“हनी, तू याचं उत्तर बसून ऐकावंस हे बरं.”

मला विचाराल तर आयुष्य अतिशय अनपेक्षित असतं असं मी तुम्हाला सांगेन. उदाहरणादाखल सांगायचं तर एखादा सामान्य दिवस, एखादा फोन... या गोष्टीसुद्धा सगळं बदलू शकतात.

माझा नवरा गॅरी आयुष्याकडं माझ्यापेक्षा थोड्या वेगळ्या नजरेनं पाहतो. गॅरी भारदस्त, प्रेमळ व शांत माणूस आहे. त्यानं मला लग्नाची मागणी घातली त्यावेळी त्याला आपण काय ओढवून घेतोय याची कल्पना नसणार याची मला खात्री आहे. त्याचं एक कारण असं की, मी चार मुलांची आई होते, तेसुद्धा मोठ्या मुलांची. आणि गॅरीनं अजून कधी संसार मांडलाच नव्हता. मी बडबडी, तर त्याला मनातल्या भावना कागदावर उतरवणं नेहमी जास्त सोपं वाटतं. (उदाहरणादाखल एक प्रसंग सांगते, त्यानं मला लग्नाची मागणी घातली तीसुद्धा लिखित स्वरूपात. त्यानं एका कागदावर बहुपर्यायी प्रश्नावली लिहून त्यासोबत अंगठी जोडली होती.) मला 'प्रवाहासोबत वाहायला' आवडतं. त्याला नित्य दिनक्रम अधिक आवडतो.

पण आमच्यामधल्या या फरकाचं परस्परांना कौतुक वाटलं आणि आम्ही सुखानं संसार करू लागलो. तो माझ्या मोठ्या झालेल्या मुलांशी इतकं छान वागायचा, ते पाहून कधीकधी माझ्या मनात यायचं की, याला आपलं मूल असावं असं वाटत नसेल का? पण, त्यानं मला लग्नाचं विचारलं तेव्हा माझं त्यादृष्टीनं वय उलटून गेलंय हे त्याला माहीत होतं, तरीही त्यानं माझ्यापुढं लग्नाचा प्रस्ताव ठेवला होता.

आमचं लग्न झाल्यापासून दररोज सायंकाळी कामावरून घरी आल्यावर गॅरी मला विचारायचा, “तुझा दिवस कसा गेला, डिअर?”

त्याच्या या प्रश्नाला मी कधीकधी अनपेक्षित उत्तर द्यायचे त्याची त्याला गंमत वाटायची.

आमच्या लग्नाला दोन वर्षं उलटल्यानंतर एके दिवशी त्यानं हा प्रश्न

करताच मी उत्तरले.

"हनी, तू याचं उत्तर बसून ऐकावंस हे बरं."

माझ्या थोरल्या मुलीची- मियाची तिच्या कंपनीनं नुकतीच फ्लोरिडाहून टेक्सासला बदली केली होती. फ्लोरिडात तिचं ऑफिस आमच्या घराजवळ होतं. टेक्सासला गेल्यावर तिनं चार नवे उमेदवार नेमले होते आणि त्यांच्यासोबत कंपनीच्या टॅम्पामधील मुख्यालयात दहा दिवसांच्या प्रशिक्षणासाठी तीही आली होती. ते सगळे एका मॉटेलमध्ये रहात होते, ते आमच्या घरापासून चाळीस मिनिटांच्या अंतरावर होतं. तिथून तिचा मला फोन आला... तिच्या आवाजात व्यवस्थापकपदावरच्या व्यक्तीच्या शांतपणाचा लवलेशही नव्हता.

"मॉम, आत्ता जे काही घडलं त्यावर तुझा विश्वासच बसणार नाही! एखाद्या 'ऑपरा'त असावं तसं घडलंय!"

"काय झालं मिया?"

"मी कामावर नेमलेल्यात एक तरुणी आहे. ती काल रात्रभर भयंकर पोटदुखीनं हैराण झाली होती. अखेर आम्ही रुग्णवाहिका बोलावली. वेल, रुग्णालयातून फोन आला... आणि अगं, तिला बाळ झालं! ती गरोदर असल्याचं कुणालाच माहीत नव्हतं, तिलासुद्धा माहीत नव्हतं!"

"बरं, मग?" मी विचारलं. मला हे ऐकून गंमत वाटली. पण मनात शंका होतीच.

"तुला सांगते, मी स्वत: तिची मुलाखत घेतली होती, त्यावेळी ती गरोदर आहे असं जरासुद्धा वाटलं नव्हतं. आणि मला खात्री आहे की, तिला जर हे माहीत असतं तर अशा दिवस भरलेल्या अवस्थेत ती नोकऱ्या शोधत राहिली नसती किंवा दहा दिवसांच्या प्रशिक्षण कार्यशाळेला इतक्या दूरवर आली नसती. हे आश्चर्यकारक आहे ना? मी दवाखान्यात निघालीय."

चार लक्षणीय गरोदरपणांचा अनुभव असलेली मी जाणती बाई मान हलवून हसले आणि माझ्या कामाला लागले.

दुपारी चारच्या दरम्यान पुन्हा मियाचा फोन आला.

"मॉम, तुझा विश्वास बसणार नाही. ज्यूडी गरोदर असल्याचं टेक्सासमध्ये कुणालाही माहीत नसल्यामुळं उद्या ती काही घडलंच नसल्याच्या थाटात घरी परत जाणार आहे!"

"काही घडलंच नसल्यासारखं?" मी गोंधळून विचारलं.

"पण त्या बाळाचं काय मग?"

"ती त्याला इथंच सोडून जाणार आहे. सामाजिक सेवाभावी संस्था त्याच्यासाठी आई-बाप शोधतील याची तिला खात्री आहे."

मी सुन्नच झाले.

"पण... काहीही सूचना न देता बाळाला असं सोडून जाता येत नाही. ते कदाचित वर्षानुवर्षं या अनाथाश्रमातून त्या अनाथाश्रमात टक्केटोणपे खात फिरेल! असं घडण्याआधी मीच त्या बाळाला घेते!"

"मॉम!" मिया म्हणाली, "तू काय करणार म्हणालीस?"

"मी... अं... वेल... वेल... तू तिच्याशी बोल."

मी असं म्हटलं असलं तरी हा भावनावेग क्षणिक आहे हे मला समजत होतं.

"गॅरी घरी आल्यावर त्याच्याशी बोलते मी," असं म्हणून मी फोन ठेवला.

त्या दिवशी नेहमीच्या वेळेला गॅरी घरी आला. त्यानं नेहमीचाच प्रश्न केला. त्यावर मी उत्तरले,

"हनी, तू याचं उत्तर बसून ऐकावंस हे बरं."

मग मी त्याला सगळा प्रकार सांगितला. त्यावर गॅरीचा विश्वास बसणं कठीण झालं होतं.

"बरं, म्हणजे ती ते मूल इथंच सोडून देणार तर! हं... हं... ठीक आहे... आपण ते बाळ दत्तक घेतोय."

हे जरी मूर्खपणाचं वाटत असलं तरी ते बरोबर आहे याची मला मनोमन खात्री वाटत होती.

"हनी," मी म्हणाले, "आयुष्यात अशी संधी एकदाच आहे. समजा, मियाची इथून बदली झाली नसती, तिनं त्याच बाईला कामावर नेमलं नसतं किंवा तिनं त्या बाईला दहा दिवसांसाठी इथं आणलं नसतं तर... आपल्यासमोर हे बाळ आयतं चालून आलंय. तुला जर कधी स्वत:चं मूल असावं असं वाटत असेल तर ते स्वप्न पूर्ण होण्याचा हा एकमात्र मार्ग आहे!"

तो विचारमग्न होत म्हणाला, "वेल, आयुष्य बदलवून टाकणारे निर्णय असे एका मिनिटात घ्यायचे नसतात!"

तो सकाळी माझ्याआधी बराच वेळ उठतो आणि महत्त्वाच्या निर्णयांच्या बाबतीत तो नेहमी ते कागदावर लिहून काढतो हे मला माहीत असल्यामुळं मी म्हणाले,

"काय ते ठरव आणि मला सकाळी चिठ्ठी ठेवून जा."

दुसऱ्या दिवशी सकाळी गॅरी लवकर घराबाहेर पडला, नेहमीसारखंच. पण त्यानं चिठ्ठी मात्र ठेवली नव्हती. मी निराश झाले, कारण मला हा निर्णय योग्यच असल्याची आणि हे घडणार असल्याची पक्की खात्री होती.

सकाळी नऊच्या ठोक्याला फोन वाजला.

"हाय, शेरी! मी स्यू बोलतेय. मी दवाखान्यात सामाजिक कार्यकर्ती आहे. मी आत्ताच त्या आईशी बोललेय. तिची तुम्हाला मूल द्यायला हरकत नाहीये. तुम्ही बाळाला न्यायला येणार का?"

आता काय करावं? मी तर आमचं जग ढवळून काढायला सज्ज होते; पण गॅरी मात्र परीटघडीच्या शांत आयुष्यालाच प्राधान्य देतोय असं दिसत होतं.

मी तिच्याशी बोलण्यासाठी शब्द जुळवत असतानाच जिन्यात पावलं ऐकू आली. गॅरी आला होता. मला आश्चर्याचा धक्काच बसला. तो कामावर गेलाच नव्हता.

त्यानं बिछान्यावर बसत हलक्या आवाजात प्रश्न केला,

"कुणाशी बोलतीयस?"

मी कागदाच्या एका तुकड्यावर लिहिलं, "तुला तुझ्या छकुलीला आणायला आवडेल का?"

त्यानं पेन घेतलं आणि त्या कागदावर लिहिलं,

"ती आजारी पडली तर? आपल्याला ॲटर्नीची गरज लागेल का? त्याचा खर्च किती येईल? आणि ऐनवेळी त्या बाळाच्या आईचा विचार बदलला तर?"

मी ते वाचलं, त्यातला अर्धा भाग फाडून घेतला आणि अर्धा भाग त्याला परत केला. त्यावर माझा पहिला प्रश्न होता, "तुला तुझ्या छकुलीला आणायला आवडेल का?"

"तुमचा कुणी ॲटर्नी आहे?" स्यू विचारत होती.

"नाही," मी म्हणाले. "या सगळ्याला साधारण किती खर्च येईल?"

"मी तुमच्यासाठी ॲटर्नी बघते आणि मग सांगते," असं म्हणून तिनं फोन ठेवला.

पाच मिनिटांनी तिचा पुन्हा फोन आला.

"मी ॲटर्नी बघितलाय, तो म्हणाला की, अजूनपर्यंत यात इतर कुणाचाही संबंध आलेला नाहीये, त्यामुळं साधारण २००० डॉलर्सपर्यंत खर्च येईल. तेवढे पैसे आत्ता तुमच्या हातात आहेत का?"

दोन हजार डॉलर्स... मी विचारात पडले... आत्ताच मी क्रेडिट कार्डांचे पैसे भरले होते...

पण मी म्हणाले, "होय, आम्ही रोख पैसे देऊन तिला दत्तक घेऊ शकतो."

गॅरी सुन्न दिसत होता. त्यानंतर तो कामावर गेला. मी वाल-मार्टमध्ये जाऊन डायपर्स वगैरे खरेदी केली आणि शक्य तितक्या शांतपणे दिवस सुरू करण्याचा प्रयत्न करू लागले. वकील व सेवाभावी संस्थांनी कायदेविषयक प्रक्रियांना सुरुवात केली होती, पण अजूनही सगळा आभासच वाटत होता

आणि गॅरीला हे सगळं पटणार, पचणार आहे का याबद्दलही मी साशंकच होते.

त्या दिवशी रात्री गॅरी माझ्यासोबत एका 'बुक सायनिंग' समारंभाला आला होता. त्या समारंभानंतर मी ठरवलं की, काय ते आत्ता नाहीतर कधीच नाही!

"हनी," मी समारंभ संपल्यानंतर त्याला म्हणाले, "आपण त्या बाळाला पाहायला जाऊया."

"आपल्याला जाता येणार नाही," तो कोरडेपणे म्हणाला, "भेटीची वेळ दहा मिनिटांत संपेल आणि तिथपर्यंत जायलाच वीस मिनिटं लागतील."

"ओह, कम ऑन," मी त्याला तिथून ओढतच बाहेर आणून गाडीत ढकललं.

आम्ही दवाखान्यात पोहोचलो. तिथं कॉरिडॉर्समधून कुजबूज कानावर पडत होती. ड्यूटीवरच्या परिचारिकांनी आम्हाला सांगितलं की,

"आमच्या सर्वांच्याच दृष्टीनं ही निराळी घटना आहे. जर पॅरामेडिक्सना ती मुलगी गरोदर असल्याची शंका होती, तर त्यांनी तिला सूतिकागृहात न्यायचं. आमच्या इथं प्रसूतीविभागसुद्धा नाहीये!

सगळीकडं उपहासयुक्त खिदळणं सुरू होतं.

त्यांनी दिलेल्या सूचनांनुसार आम्ही दोघं मोठ्या हॉलमध्ये निघालो. माझ्या भारदस्त, शांत नवऱ्यानं नाखुशीनंच दार उघडलं.

समोर भलीमोठी, रिकामी खोली होती. रिकामी म्हणजे... मध्यात ठेवलेला बाळाचा इवलासा पलंग सोडून बाकी रिकामी.

आम्ही दोघांनीही ती नवजात चिमुकली पाहिली. गॅरी तिला स्पर्श करण्यासाठी खाली झुकला... त्यानं तिला हात लावताच तिनं इवल्या इवल्या बोटांनी त्याची बोटं धरून ठेवली.

मी बघत होते.

गॅरी त्याच्या खर्जातल्या आवाजात तिच्याशी बोलत होता,

"हाय, हनी! मी तुझा डॅडी आहे."

हे अनपेक्षित होतं... जणू डॅडी आणि मुलगी एकमेकांचीच वाट बघत होते.

मला वाटतं काही गोष्टी घडणारच असतात.

कदाचित काही वेळ जावा लागेल, मग गॅरी पूर्ण सैलावेल आणि विचारेल, "तुझा दिवस कसा गेला, डिअर?"

शेरील निकोल्सन

मायलेकरांचं पुनर्मिलन

गेल्या एप्रिलपर्यंत, केली फोर्बज् व शौना ब्रॅडली या दोघीजणी एकमेकींना कधी भेटल्या-बोलल्यासुद्धा नव्हत्या. त्यांचे नवरे वेगवेगळ्या कंपन्यांत काम करीत असत, त्यांची मुलं निरनिराळ्या शाळांत जात असत. आता केली व शौनानं त्यांचा 'पहिला' ख्रिसमस एकत्र साजरा करण्याची तयारी सुरू केलीय, मात्र त्यांच्या मनात एकमात्र खंत आहे ती आपण याआधीच का भेटलो नाही याची. या दोन 'उताह' बायकांमध्ये चौदा वर्षांहून अधिक काळापासून रक्तापेक्षाही जवळचं नातं होतं. मात्र अत्यंत अशक्यप्राय परिस्थितीनं त्यांना हे नातं नेमकं काय होतं ते दाखवून दिलं. याला योगायोग म्हणा, नशीब म्हणा... किंवा चमत्कार!

१९९२ सालची गोष्ट आहे. त्या दरम्यान केलीच्या कुटुंबात तीन मृत्यू झाल्यानं तिचं जीवन उदासवाणं बनलं होतं. त्यानंतर ते नव्या घरी रहायला गेले, पण तिथं गेल्या गेल्या केली व तिचा नवरा- दोघांनाही कंपनीनं 'ले ऑफ' दिला. अशा सगळ्या संकटमालिकेमुळं केली सैरभैर व खिन्न झाली होती.

केलीच्या कंपनीनं तिला शौना ब्रॅडली या मानसोपचारतज्ज्ञ महिलेकडून लेऑफ समुपदेशन देऊ केलं होतं. त्यांच्या भेटीत शौनाच्या लक्षात आलं की, आपल्या या क्लायन्टचं आपल्या मुलाशी- जेकशी आश्चर्यकारक साम्य आहे! तिनं जेकला तो अगदी इवलासा असतानाच दत्तक घेतलं होतं. केलीच्या गालावरच्या खळ्या, तिच्या अंगावरचे तांबूस-तपकिरी ठिपके, काळेभोर केस अणि फिकट तपकिरी रंगाचे डोळे... अगदी जेकसारखेच दिसत होते. पण, विलक्षण साम्य असं म्हणून तिनं तो विषय सोडून दिला.

त्या पुन्हा दुसऱ्यांदा भेटल्या त्यावेळी शौनानं केलीला तिच्या भावी योजनांबद्दल विचारलं.

केली म्हणाली, "मला माझ्या दत्तक अनुभवावर पुस्तक लिहायचं आहे."

केली किशोरवयीन असताना तिनं एका बाळाचा त्याग केला होता. तिनं

आपला तान्हा मुलगा एका कधी न पाहिलेल्या जोडप्याला दिला होता. त्यानंतर केलीनं लग्न केलं होतं, तिचा सुखी संसार होता, तिला तीन मुलंही झाली होती. पण तिच्या मनातून त्या पहिल्या मुलाची आठवण कधीही पुसली गेली नव्हती... आता तो मुलगा लवकरच चौदा वर्षांचा होणार होता. आपल्या अनुभवाबद्दल लिहिलं तर त्याचा इतर तरुणींना उपयोग होईल अशी तिला आशा वाटत होती.

शौना केलीच्या विचारांनी प्रभावित झाली. तिनं केलीला सांगितलं की, मीसुद्धा दत्तक आई असल्यानं हा विषय मलाही जवळचा आहे.

आपल्याला समजून घेणारा श्रोता मिळाल्यानं केलीला खूप कृतज्ञ वाटलं. तिनं साश्रू नयनांनी मनातली एक खंत बोलून दाखवली- तिनं तान्हं बाळ दिलं त्यावेळी तिला त्याला छातीशी धरूसुद्धा दिलं नव्हतं. तिनं कारण विचारलं तेव्हा तिला उत्तर मिळालं की,

"कनाब छोटं गाव आहे, तिथं असंच असतं."

कनाब... ती लहानाची मोठी झाली ते शेकडो मैलांवरचं गाव.

हे ऐकताच शौनाच्या हातून दचकून वही पडली. तिच्या मुलाचा जन्म कनाबमध्ये चौदा वर्षांपूर्वी झाला होता.

"तू कनाब म्हणालीस?" ती चित्कारली.

केली सावधपणे 'होय' म्हणाली.

अचानक, शौनाला श्वास अडकल्यासारखं वाटलं. कुणीतरी पोटात बक्कन् गुद्दा घालावा तसं वाटलं. तिच्या हातांना कंप सुटला होता. ती थरथरते हात तोंडावर घेऊन पुन:पुन्हा म्हणत होती,

"ओह, माय गॉश! ओह, माय गॉश!"

केलीच्या तोंडून सावकाश शब्द फुटले,

"तो तुझ्याकडं आहे?"

शौना मान हलवत म्हणाली, "मला वाटतं तोच आहे."

मग दोघींनीही एकमेकींना आपापली कहाणी सांगितली.

केली किशोरवयीन होती. त्यांच्या छोट्याशा गावातल्या शाळेत तिला वर्गातली मुलं-मुली आपली चेष्टा करतात असं लक्षात यायचं.

"मी शरीरसंबंधांना तयार झाले कारण मला त्यावेळी कुणीतरी आपल्याला स्वीकारावं असं आत्यंतिकतेनं वाटत होतं," केली म्हणाली.

परिणामी केलीला अनपेक्षित गर्भधारणा झाली. त्यावेळी ती फक्त अठरा वर्षांची होती. ती गरोदर असल्याचं समजल्यानंतर काही दिवसांतच तिचं त्या मित्राशी बिनसलं, त्यांनी फारकत घेतली आणि मूल दत्तक द्यायचं ठरवलं. त्यानंतर तिच्या बाळाचे भावी माता-पिता निवडण्यात आले. त्यावेळी केलीला

फक्त त्यांची वयं, त्यांचं वर्णन, त्यांची धार्मिक व शैक्षणिक पार्श्वभूमी एवढंच सांगितलं होतं.

जिम व शौना ब्रॅडली यांच्या लग्नाला चार वर्षं झाली तरी त्यांच्या घरी पाळणा हलत नव्हता. त्यांनी खूप प्रयत्न करून पाहिले, अखेर त्यांनी मूल दत्तक घेण्यासाठी अर्ज केला. एका वर्षानं त्यांना कनाबमधल्या एका बाळाचं मातृपितृपद मिळालं. अवघ्या तीन दिवसांचा जेक ब्रॅडलींकडं आला. जेकला कळू लागल्याबरोबर ब्रॅडली दांपत्यानं त्याला त्याच्या दत्तक विधानाबद्दल सांगितलं होतं अणि त्याच्या जन्मदात्रीनं तिचं त्याच्यावर खूप प्रेम असल्यामुळंच त्याचा त्याग केल्याचंही आवर्जून सांगितलं होतं.

जेकच्या वाढदिवशी शौना त्याला म्हणायची, "आज तुझी आठवण कोण काढतंय माहीत आहे तुला?"

आपण आनंद साजरा करावा का सावध पवित्रा घ्यावा ते केलीला समजेना. गेली इतकी वर्षं तिनं आधीच इतकं सोसलं होतं, आता ही बाई तिच्या मुलाची आई नसलीच तर पुन्हा कटू अपेक्षाभंग होण्याचा तिला धोका नको होता.

"त्याचा वाढदिवस..." केलीनं खडा टाकला.

"२९ जून, १९८०"

"आणि ॲटर्नी होते..."

"माईक मॅकगायर," शौना म्हणाली.

"आणि तुझं माहेरचं आडनाव रॉबिन्सन ना?"

केलीनं धडधडत्या हृदयानं मानेनंच होकार दिला.

असंभवनीय गोष्ट घडली होती!

"आता आपण असं भेटू शकत नाही," शौना म्हणाली.

या दोघीजणी अपॉईंटमेंट संपल्यावरही बराच वेळ बोलत होत्या. शौनानं केलीला सांगितलं की, मला वाटतं जेक अठरा वर्षांचा होईपर्यंत तू थांबावंस, मग मी त्याला तुझ्याबद्दल सांगेन. तो प्रौढ व्यक्ती म्हणून ही बातमी अधिक नीट हाताळेल असं तिला वाटत होतं.

आपला मुलगा प्रेमाच्या उबेत वाढतोय हे कळल्यानं प्रफुल्लित झालेल्या केलीनं याला मान्यता दिली.

त्या दिवशी सायंकाळी जिमला शौनाच्या मनातला थरार न सांगताही कळला होता. तो जणू तिचा सर्वोत्तम दिवस ठरला असल्यासारखी ती रोमांचित होती. रात्री मुलं झोपल्यानंतर, जिमला शौनाच्या आनंदाचं रहस्य समजलं. तिनं त्याला सगळी हकिगत सांगितली.

त्यानंतर काही दिवसांनी केली व तिचा पती थायनी यांनी समुपदेशकाच्या

सल्ल्यानुसार, आपल्या मुलांना या आश्चर्यकारक घटनेबद्दल सांगायचं ठरवलं. आपला एक 'हाफ-ब्रदर' दुसऱ्या घरी दत्तक दिला आहे, ही गोष्ट त्यांच्या मुलांना माहीत होतीच. मुलांनी जेकला भेटायला कधी जायचं याची चौकशी केली. तीही या बातमीनं रोमांचित झाली होती.

दरम्यान, ब्रॅडली दांपत्य विचित्र कोंडीत सापडलं होतं. जेकला सांगावं की नाही... पण अखेर, जेक आता हे सांगण्याइतका मोठा झाला आहे या निष्कर्षाप्रत ते आले. आपण आणखी वाट बघितली आणि... आपल्याला हे आधीच कळलं होतं, हे जेकला कधी समजलं किंवा त्याला कुणाकडून तरी हे समजलं तर?... तर कदाचित त्याचा आपल्यावरचा विश्वास उडेल, पण आपणच त्याला ही गोष्ट सांगितली तर त्याला आपली जन्मदात्री आई कोण आहे हे कळेल आणि आपण त्याच्यासाठी आहोतच... ब्रॅडलींनी जेकला सांगायचं ठरवलं.

आता ब्रॅडलींना लवकरात लवकर ही गोष्ट जेकला सांगायची आहे, हे कळताच केली चिंतातुर बनली.

"तुम्ही त्याला सांगावं असं मला वाटतंय, अशा विचारातून तुम्ही त्याला सांगू नका, प्लीज." केली आर्जवानं म्हणाली.

तिचं मन भयानं व्याकूळ झालं होतं.

आपण जॅकच्या अपेक्षांवर खरे उतरलो नाही तर...? तिचं मन कुरतडत होतं.

एके दिवशी सकाळी, शौना व जिम जेकच्या खोलीत आले, त्यांनी त्याला उठवलं.

"जेक, एक विलक्षण गोष्ट घडलीय. मी एका बाईला समुपदेशन देत होते... तेव्हा आमच्या लक्षात आलं की, ती तुझी जन्मदात्री आई आहे."

जेकच्या चेहऱ्यावर हास्य फुललं.

"ती कशी दिसते? मला तिला कधी भेटता येईल?" त्यानं विचारलं.

मग शौनानं त्याला केलीचा फोटो दाखवला. त्याबरोबर हर्षभरित होऊन ते पोर तो फोटो आजीला दाखवायला धावलं.

त्यानंतर शौनानं केलीला फोन केला, "आम्ही त्याला सांगितलंय. आपण डिनरच्या निमित्तानं भेटायचं का?"

केलीनं ताबडतोब होकार दिला. आणि मनात म्हणाली, यासाठी मी माझं अख्खं जीवनसुद्धा थांबवीन!

केली उपाहारगृहात सगळ्यांच्या आधी हजर होती, भावना संयमित ठेवण्याचा प्रयत्न करीत होती. तिच्या पाठोपाठ, जिम कामावरून थेट तिथंच आला. त्यानंतर शौना जेकला घेऊन आली. शौनानं पार्किंग लॉटमध्ये गाडी लावण्याआधीच

जेक गाडीतून टुणकन् उतरला आणि त्यानं केलीच्या हातात सुंदरसं व्हाईअलिटचं फूल ठेवलं.

केलीचा स्वर थरथरत होता, "मला तुला कुशीत घ्यायचंय रे बाळा, मी किती काळ वाट पाहतीय."

केलीनं त्याला छातीशी घट्ट धरलं, तेव्हा जेकचे डोळे भरून आले होते. मग तो त्याच्या आईकडं मागं वळला तेव्हा शौना त्याला समजावत म्हणाली, "असं भरून येणारच रे राजा. धिस इज अ बिग डिल!"

मग त्या उपाहारगृहात, रोमांचित जेकनं केलीला त्याचे छंद, त्याचे उद्योग यांबद्दल सांगितलं. त्याची 'जीवशास्त्रीय' आईही त्याच्यासारखीच संगीतप्रेमी आहे आणि त्याचं वस्तूंच्या जोडाजोडीतलं कौशल्य केलीच्या मेकॅनिक वडिलांकडून आल्याचं कळताच त्याला खूप आनंद झाला.

केली त्याला सदैव जे सांगण्यासाठी आतुर होती ते शब्द तिच्या ओठांबाहेर पडताच त्या मायलेकरांच्या अश्रूंचा बांध फुटला.

"मला तुझ्यासाठी बऱ्याच गोष्टी करता येणार नव्हत्या हे मी जाणून होते. तुला मॉम आणि डॅड दोघंही असलेलं घर मिळावं अशी माझी इच्छा होती. तुझा त्याग करणंच योग्य ठरणार आहे हे मी ओळखून असले तरी ते फार... फार कठीण होतं रे..." केली म्हणाली.

या पहिल्या यशस्वी भेटीनंतर शौना व केलीनं मुलांचीही गाठ घालून दिली.

"आपली मुलं एकमेकांशी बराच काळ ओळख असल्यासारखी वागली!"

केली म्हणाली.

आता केली व शौना नियमित संपर्कात असतात. त्यांना जवळ आणणाऱ्या या आश्चर्यकारक योगायोगाचं त्यांना अजूनही नवल वाटतं.

"आय ॲम सो हॅपी फॉर जेक," शौना म्हणते, "त्याच्या जीवनकोड्याचा एक भाग सुटलाय."

"जेक ज्या घरात वाढतोय ते पाहून मी आनंदानं रोमांचित झाले आहे. ते माझ्या अपेक्षेपेक्षा खूप खूप चांगले आहेत," केली म्हणते.

कॅरोलीन कॅम्पबेल
'वूमन्स वर्ल्ड मॅगझिन'मधून

४० वर्षांनंतर

१३ जून, १९९२ रोजी मी परिचारिकेच्या नोकरीवरून घरी परतले तेव्हा माझ्या चार मुलांना गाडीतून सोडण्याचं रोजचं काम केलं. त्यानंतर पत्रं पाहिली. नेब्रास्काहून माझ्या जन्मदाखल्याची प्रत आलेली पाहून मी आनंदले. या पत्रामुळं मी पासपोर्टच्या एका पायरीजवळ सरकले होते. मला माझा पती माईकसमवेत माजी विद्यार्थी संमेलनाला जायचं होतं, या रजतमहोत्सवी संमेलनाची मी आतुरतेनं वाट बघत होते, त्यासाठी पासपोर्ट आवश्यक होता.

मी खुषीत गुणगुणत लखोटा उघडला... अणि माझ्या पायाखालची जमीनच सरकली.

लखोट्यातल्या कागदावर वरच्या बाजूला अगदी ठळक अक्षरात लिहिलं होतं, "अॅडॉप्टिव्ह बर्थ सर्टिफिकेट."

काहीतरी चूक झाली असणार. वयाच्या बेचाळिसाव्या वर्षी तुम्ही एखादं पत्र उघडून बघता आणि त्यात तुम्ही दत्तक असल्याचं म्हटलेलं असावं!

माझे आईवडील बिट्रीस व अल्बर्ट व्हिटनी, दोघंही जग सोडून गेले होते. त्यामुळं मी भानावर येताच सर्वप्रथम माझ्या काकांना फोन केला... त्यांच्या पिढीतली व ज्यांना याबद्दल नक्की माहीत असेल अशी व्यक्ती. त्यांनी विषय टाळायचा प्रयत्न केला. ते अस्वस्थ झाले होते. त्यांनी बरेच आढेवेढे घेतले. पण मी हा विषय असा सोडणार नव्हते.

अखेर त्यांनी सांगितलं की, होय, तू दोन वर्षांची असताना तुला दत्तक घेतलं होतं; पण तुझ्या आईवडिलांनी ही गोष्ट तुला न सांगण्याची सर्वांना शपथ घातली होती.

मला सगळं ब्रह्मांड गरागरा फिरत असल्यासारखं होत होतं. त्याच अवस्थेत मी माझ्या थोरल्या बहिणीला- जोआनला फोन केला. तिनंही सांगू की नको असं करत, या वास्तवावर शिक्कामोर्तब केलं.

मी उद्ध्वस्त झाले होते. माझं अवघं जीवन जणू 'खोटं' बनल्यासारखं

वाटत होतं. मी आपण कोण आहोत ते आपल्याला माहीत असल्याच्या समजुतीत होते; पण आता मात्र मला माझी पाटी कोरी असल्याचं जाणवत होतं. मला व्हिटनींनी माझा विश्वासघात केल्याचं व माझ्या जन्मदात्या आईनं मला सोडून दिल्याचं दुःख घेरून आलं होतं.

माझ्या काळजातली वेदना, माझी तडफड माईक व मुलांना काही अंशी समजत होती. अखेर माईक म्हणाला,

“हनी, तू तुझ्या जन्मदात्या मातापित्यांना शोधायचा प्रयत्न का करीत नाहीस?”

“प्रत्येक गोष्टीला सुखान्त असतोच असं नाही,” मी करवादले.

“त्यावेळी मी माझ्या आईला नको होते. मग आता मी तिला कशाला हवी असेन?”

“हे बघ. आता काहीही झालं तरी तू आत्ता जितकी दुःखी आहेस त्यापेक्षा अधिक दुःख कशाचं होणार आहे? समजा, तुला तुझ्या आईवडिलांचा शोध लागला तर बाकी काही नसलं तरी तुला कदाचित काही वैद्यकीय माहिती मिळू शकेल, जी तुझ्या व आपल्या मुलांच्या उपयोगी पडेल.”

थोडा विचार केल्यानंतर मला त्याचं बोलणं पटलं; पण सुरुवात कुठून करायची?

मी लहानाची मोठी झाले ते रिव्हरसाईड, कॅलिफोर्नियात, पण माझा जन्म ओमाहा, नेब्रास्कात झाला होता, हे मला कळलं होतं. माझी बहीण जोआन माझ्यापेक्षा तेरा वर्षांनी मोठी होती, तिच्याकडून मला अतिशय महत्त्वाची माहिती मिळाली. तिनं माझ्या जन्मदात्याचं नाव सांगितलं. मी सामाजिक सेवा संस्थांशी संपर्क साधला आणि प्रदीर्घ शोधप्रक्रिया सुरू झाली. एका सामाजिक कार्यकर्त्यानं सुचवलं की, तुम्ही ओमाहातल्या वर्तमानपत्रात ‘क्लासिफाईड सेक्शन’मध्ये जाहिरात द्या. पण मी ही सूचना जवळपास उडवूनच लावली. नोकरी हवी असणारे किंवा वापरलेल्या गाड्या विकत घ्यायची इच्छा असणारे सोडून वर्तमानपत्रातल्या जाहिराती कोण कशाला वाचतंय?

एकीकडं असंही वाटत होतं की, जाहिरात देण्यानं नुकसान तर काही होणार नाही. माझ्या जन्मदात्या अथवा दत्तक मातापित्यांना ओळखणाऱ्या एखाद्या व्यक्तीच्या वाचनात ही जाहिरात येण्याची धूसर का होईना शक्यता होतीच. त्यामुळं मी हा प्रयत्न करून बघायचं ठरवलं. आणि जाहिरात दिली.

“माझं नाव लिंडा. मी ८/७/५० रोजी जेनी व वॅरेन यांच्या पोटी जन्मले. मला दत्तक देण्यात आलं आहे. आता माझे दत्तक मातापिता हयात नाहीत. मला कसलीही समस्या उभी करायची नाहीये. मी फक्त उपलब्ध माहितीचा शोध

घेतीय आणि जन्मदात्यांच्या पुनर्भेटीची शक्यता आजमावतीय.

या जाहिरातीमध्ये लिंकनमधल्या सामाजिक सेवा एजंटचा नंबर दिला. हा एजंट मला मदत करीत होता. माझ्या शोधमोहिमेत मी या मार्गावर फारशी भिस्त ठेवली नव्हती. मी वर्तमानपत्रात ही जाहिरात काही आठवडे सुरू ठेवण्यासाठी पैसे भरले आणि माझ्या कामाला लागले.

पहिली जाहिरात २५ ऑक्टोबरला प्रसिद्ध झाली. त्यानंतर २ नोव्हेंबरला सोमवारी आमच्या घरातला फोन वाजला. सामाजिक सेवा एजंटचा फोन होता.

"लिंडा, तुम्हाला यावेळचा ख्रिसमस अतिशय आनंददायी जाणार असं मला वाटतंय." तो म्हणाला.

जीनेनी हॅन्किन्सन नामक एका बाईनं ती जाहिरात पाहिली होती. पुनः पुन्हा वाचली होती... आणि अखेर एजन्सीला फोन केला होता. तिच्याजवळ माझ्याविषयीची इतर कुणालाही माहीत असणं शक्य नाही अशी माहिती होती.

"मी तुमचा नंबर त्यांना देऊ का?" त्यानं विचारलं.

त्या दिवशी दुपारी फोन वाजला तेव्हा माझ्या हातापायांतलं बळच सरलं होतं. माईकनं माझा हात धरला होता.

फोनवर ती बाई विचारत होती,

"कोण लिंडा का?"

"होय," मी उत्तरले.

"कोण, माझी मॉम?"

आणि एकमेकींना न ओळखणाऱ्या आम्ही दोघी रडू लागलो.

मी स्वतःला कसंबसं सावरून म्हणाले,

"मी दिलेली जाहिरात तू पाहिलीस यावर माझा विश्वासच बसत नाहीये!"

"हनी, मी गेली चाळीस वर्षं दररोज या वर्तमानपत्रात तुझी जाहिरात आहे का ते पाहतीय."

आता आपल्याला कुठल्याही गोष्टीचं आश्चर्य वाटणार नाही असं मला वाटत होतं; पण तिची कहाणी ऐकून माझा श्वास रोखला गेला.

तिचं वयाच्या सतराव्या वर्षी लग्न झालं, लगेच त्याच वर्षी माझा जन्म झाला. ती अठराची झाली तोवर ते नवरा-बायको 'आता अति झालं' या विचाराप्रत आले आणि त्यांनी घटस्फोट घेतला. तिला ओमाहामध्ये पूर्णवेळ नोकरी मिळाली आणि मला सांभाळायला एक प्रेमळ, वयस्क जोडपं मिळालं. तेच व्हिटनी.

ही देवाची कृपाच होती. आता अडचण फक्त एवढीच होती की व्हिटनींचं घर लांब होतं. गाडीनं त्यांच्या घरी जायलाच दीडतास लागत असे. याचा तिला

वैताग वाटत असल्यामुळं तिनं मला आठवडाभर व्हिटनींकडं ठेवायचं आणि वीकेन्डला मला न्यायचं या बेताला मान्यता दिली.

एक वर्षभर हे सगळं ठीक चाललं. माझी ते छान काळजी घेत होते, व्हिटनींच्या चौदा वर्षांच्या मुलीशी माझी छान गट्टी जमली होती. मात्र एके दिवशी, तिला बिट्रीसचा व्याकूळ फोन आला. सामाजिक सेवा संस्थेला आमच्याबद्दल समजलं होतं त्यामुळं व्हिटनी व माझी आई यांनी ताबडतोब काही कागदपत्रांवर स्वाक्षऱ्या केल्या नाहीत, तर मला यांपैकी कुणाजवळच ठेवलं जाणार नव्हतं. मग माझी आई गडबडीनं वकिलाला भेटली. त्यानंही हेच सांगितलं. माझ्या आईला कागदोपत्री कायदेशीर बाबींतलं खरंच काहीच समजत नव्हतं. ती वकिलाला फक्त इतकंच सांगत राहिली की, मला या मुलीला कोणत्याही परिस्थितीत गमवायचं नाहीये. मी त्यासाठी काहीही करू शकते.

तिची माझा त्याग करण्याची कधीच इच्छा नव्हती.

आता हे संकट टळलं असं तिला वाटत होतं. त्यानंतरच्या वीकएंडला माझा दुसरा वाढदिवस येत होता. त्यामुळं माझी मॉम भेटवस्तू घेऊन मोठ्या उत्साहानं मला न्यायला आली, पण ती आली तेव्हा व्हिटनींचं अपार्टमेंट रिकामं होतं. ते सगळं गुंडाळून निघून गेले होते.

मग तिनं मला शोधण्यासाठी जीवाचं रान केलं. व्हिटनींच्या वकिलानं तिच्याशी बोलायला नकार दिला. श्री. व्हिटनींच्या 'वरिष्ठाला ते अकस्मात सोडून गेले' यापलीकडं काहीही ठाऊक नव्हतं. मग तिला चिंता घेरून आली... आपण स्वाक्षरी केली ती कागदपत्रं दत्तकविषयीची तर नव्हती?... मग तिनं सामाजिक सेवा संस्थेला फोन केला; पण त्यांनी सांगितलं की, दत्तकविषयक सर्व माहिती गोपनीय असते.

तिच्याकडं वकील किंवा खाजगी हेर नेमायला पैसे नसल्यामुळं ती स्वतःच्या हिंमतीवर शक्य ते प्रयत्न करीत राहिली. वर्षानुवर्षं... दशकानुदशकं... तिनं संपूर्ण अमेरिकेतली फोनबुक्स पिंजून काढली. दररोज जाहिराती बघत राहिली. तिची ही तपश्चर्या चाळीस वर्षं सुरू होती. तिनं आशेचा दीप कधीही विझू दिला नाही.

हे ऐकताच माझ्या मनात व्हिटनींबद्दल संताप उसळला. त्यांनी मला माझ्या आईपासून पळवून नेलं असलं तरी त्यांनी मला किती प्रेम दिलं होतं... ट्विस्टेड लॉजिक! मग माझ्या मनात माझ्या जन्मदात्रीचा विचार आला... तिनं किती दशकं हे दुःख उरात बाळगलं होतं! त्या तुलनेत मी गेल्या काही महिन्यांत सोसलेलं दुःख काहीच नव्हतं.

त्याचबरोबर माझ्या मनात खुषीचं कारंजं थुईथुई नाचू लागलं. म्हणजे,

मॉमचं माझ्यावर प्रेम होतं. मी तिला हवी होते!

आम्हा दोघींमध्ये निमिषार्धात जे रेशमी बंध निर्माण झाले ते मी शब्दांत नाही व्यक्त करू शकत. आम्ही दोघी फोनवर भडाभडा बोललो. मॉमचं लग्न झालं होतं. तिचा एक मुलगा वारला होता. तिला एक मुलगी होती. तिचं नाव डेब. डेब व तिच्या पतीनं व्हिएटनाममधला एक मुलगा दत्तक घेतला होता. मॉमनं वयाच्या त्रेपन्नाव्या वर्षी पदवी मिळवली होती. मीही माझ्या जीवनातले सगळे तपशील तिला ऐकवले.

आमची दोघींची प्रत्यक्ष भेट झाली ती नशिबाच्या आणि इलेक्ट्रॉनिक युगाच्या कृपेनं! ओमाहातल्या वर्तमानपत्रात आमच्या पुनर्मिलनाची बातमी आली होती. ती 'फेथ डॅनियल्स'शोमधल्या कुणीतरी पाहिली आणि त्यांनी आम्हाला या कार्यक्रमात बोलवलं. तो कार्यक्रम अतिशय हृद्य झाला... आम्ही दोघी हमसून रडत एकमेकींच्या गळ्यात पडलो होतो.

त्या वर्षी 'थँक्सगिव्हिंग'ला माझं नवं कुटुंब उताहमध्ये आमच्यासोबत आनंद साजरा करण्यासाठी आलं होतं आणि मी मॉमसोबत ख्रिसमस साजरा करण्यासाठी ग्रॅन्ड आयलंड, नेब्रास्काला दोन आठवडे गेले होते.

मॉमला भेटणं हा योगायोग होता यावर माझा दृढ विश्वास आहे. त्याची वेळसुद्धा विधीलिखित होती. बघा ना, आम्हाला एकमेकींना नीट जाणून घेण्याइतका वेळ मिळाला. आम्ही एकमेकींच्या मनापासून सोबती बनलो... आम्हाला दीड वर्षांचा अवधी मिळाला. त्यानंतर मॉम अकस्मात खूप आजारी पडली. तिला मूत्रपिंडाचा विकार झाला होता, त्यातच तिचं निधन झालं.

पण हे दीड वर्षं म्हणजे अत्यंत मौल्यवान भेट होती. मला वास्तव समजलं तेव्हा प्रचंड यातना झाल्या, पण ते समजलं याबद्दल मी ऋणी आहे.

आता मला जाहिराती हे नोकऱ्या व वापरलेल्या गाड्या शोधण्याचं ठिकाण वाटत नाही.

तिथं कधीकधी... कधीकधी तुम्हाला तुमचं काळीजही भेटतं हे मला कळलंय!

लिंडा ओ'कॅम्ब

८

क्षण निरोपाचा

कारंजं जे बाहेर देतं तेच पुन्हा त्याकडं परत येतं.

हेन्री वॅडस्वर्थ लाँगफेलो

मॉमसाठी 'होमरन'

१९९० साली 'सेंट लुईस कार्डिनल्स' सोबतचं माझं पाच वर्षांचं व्यावसायिक बेसबॉल करिअर संपलं तेव्हा मी न्यूयॉर्कच्या जवळपास खेळायची संधी मिळू दे म्हणून देवाची प्रार्थना करीत होतो. माझ्या आईचं- ग्रेसचं स्तनाच्या कर्करोगाचं निदान झालं होतं. ती लाँग आयलंडला राहत होती. मला तिच्यासाठी अधिकाधिक वेळ द्यायचा होता. १९९१ च्या हंगामासाठी मी 'फिलोडेल्फिया फिकीस'शी करारबद्ध झालो आणि माझी इच्छा पूर्ण झाली. फिलाडेल्फिया आईच्या घरापासून अवघ्या तीन तासांच्या अंतरावर होतं.

१९९१ सालचा बेसबॉल हंगाम पुढं सरकत होता तशी आईची तब्येत आणखीनच बिघडली. कर्करोग आपले पाय पसरत चालला होता. त्यामुळं ती फार काळ तग धरू शकणार नव्हती. मी आणि माझ्या वाग्दत्त वधूनं चार महिन्यांनंतर लग्न करायचं ठरवलं होतं, पण आईच्या डोळ्यांदेखत लग्न व्हावं म्हणून आम्ही लगेच लग्नही उरकलं.

माझी खेळातली कामगिरीही अत्यंत खराब होत चालली होती... माझ्या खेळाला अतिशय उतरती कळा लागली होती, त्यामुळं मी आत्मवंचना ते एकाकीपण अशा सगळ्या भावनांच्या छटा अनुभवत होतो.

मात्र १ सप्टेंबरला ॲटलान्टा ब्रेव्हजविरुद्धच्या सामन्यात माझा हा पडता काळ संपुष्टात आला. रविवारी दुपारी झालेल्या त्या सामन्यात मी फिलाडेल्फियाकडून लीड ऑफ पिंच हिटर म्हणून उतरलो. सामन्यात ४-४ अशी बरोबरी झालेली असताना, मी मार्क व्होलर्स या लीगमधल्या सर्वात कडव्या पिचरसमोर उभा ठाकलो. मला काहीही करून बेसवर टिकून रहायचं होतं आणि विजय खेचून आणायचा होता.

या सामन्यात दमदार खेळाचं प्रदर्शन केल्यानंतर मला माझ्यात पुन्हा स्पर्धात्मक जोश उसळल्याचं जाणवलं.

दोन चेंडू आणि दोन स्ट्राईक्सवर मी खेळत होतो. समोरचा प्रतिस्पर्धी

खेळाडू अतिशय कठीण 'पिच' टाकणार... आपण वेळ दवडायचा नाही... मी मानसिक तयारी केली होती... त्यानंतर वेगवान चेंडू माझ्या दिशेनं आला... तो मी माझ्या बॅटनं असा दणकून परतवला... साधारणपणे असे फटके सुपरस्टार खेळाडूंसाठीच राखीव असतात!

राईट-फिल्डर डेव्हिड जस्टिस वॉलच्या दिशेनं गेला... चेंडू कुंपणापलीकडं गेला होता... आम्ही या 'होम-रन'सोबत सामना जिंकला होता. माझ्या संघातल्या खेळाडूंनी मला गराडा घातला. माझं हृदय इतक्या वेगानं धडधडत होतं की, अंगातली जर्सी टरकावून बाहेर पडेल की काय असं वाटत होतं. मनात विलक्षण भावना दाटल्या होत्या!

त्यानंतर दोन आठवड्यांनी मी मॉमला भेटायला गेलो. मी तिला 'होम रन'ची ध्वनीचित्रफित दाखवण्यास अतिशय आतुर होतो. पण तिथं गेल्यावर तिची अवस्था पाहून मला धक्काच बसला. माझी लाडकी आई फार आजारी होती. बहुधा ही आपली शेवटचीच भेट... मी ओळखलं.

आम्ही दोघंही ही ध्वनिचित्रफित पहिल्यांदाच पाहत होतो. त्यामुळं मलाही समालोचक काय बोलले आहेत ते ठाऊक नव्हतं. मी 'होम रन' घेताच निवेदक हॅरी कॅलास यांनी सांगितलं की, सहा प्रदीर्घ आठवड्यांनंतर मी ही 'हिट' दिली आहे.

मॉम आणि मी एकमेकांचे हात हातात घेऊन कॅलासचं निवेदन ऐकत होतो.

"जॉन मॉरिसनं या हंगामाच्या उत्तरार्धात खरोखर खूप संघर्ष केला आहे.

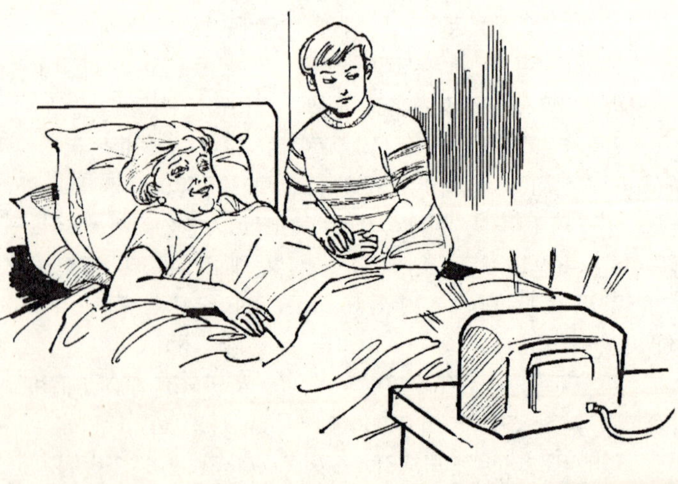

एका चांगल्या व्यक्तीच्या बाबतीत असं घडू नये...''

आमचे दोघांचेही डोळे भरून आल्याचं मला कळत होतं... माझ्या नाट्यपूर्ण होम रनचा स्लो-मोशन रिप्ले सुरू होता...

आणि पाठोपाठ माझ्या मॉमनं यापूर्वी कधी ऐकले नसतील इतके मधुर शब्द कानी पडले.

कॅलास सांगत होते... ''जॉनची मॉम काही दिवसांपासून खूप आजारी आहे...'' तितक्यात चेंडू माझ्या बॅटवर आला.

''आणि हा फटका बहुधा त्याच्या मॉमसाठी होता.''

आम्हा दोघांनाही अश्रू आवरेनात. तिनं मला बाहुपाशात घट्ट धरलं आणि माझ्या कानात हलक्या आवाजात म्हणाली,

''आय लव्ह यू सन... मला तुझा खूप खूप अभिमान आहे. मला तुझी फार फार आठवण होईल.''

सप्टेंबरच्या अखेरच्या वीकएंडला हंगाम संपणार होता. त्याच दरम्यान मला फोन आला की, मॉम या वीकएंडपर्यंतसुद्धा कड काढेल असं वाटत नाही. रविवारी दुपारी, त्या हंगामातला आमचा शेवटचा सामना झाला आणि सोमवारी सकाळी मॉम गेली. तिच्या अंतिम क्षणी मी तिच्या उशाशी होतो. जणू तिला कळलं असावं की, आता हंगाम संपलाय, आता जायला काहीच हरकत नाही.

जॉन मॉरिस

आईचा वाढदिवस

मी माझ्या आईकडं लहान मुलाच्या नजरेतून पाहणं बंद केलं तेव्हा मला अशी स्त्री दिसली की जिनं मला स्वत:लाच जन्म देण्यास साहाय्य केलं आहे.

नॅन्सी फ्रायडे

साधारण पाच वर्षांपूर्वी, माझ्या अतिशय छान दिसणाऱ्या व स्वस्थ असणाऱ्या आईनं तिच्या ऐंशीव्या वाढदिवशी माझ्या दिवाणखान्यात कायमचे डोळे मिटले.

तिच्या जाण्यानं मी सुन्न झाले. जवळजवळ वर्षभर मी रोजच्या दिनक्रमातसुद्धा अडखळत होते. तिच्या जाण्यानं माझ्या विश्वात तयार झालेल्या पोकळीची लांबी-रुंदी-खोली मोजायचा प्रयत्न करीत होते.

माझ्या लेखी ती 'लार्जर दॅन लाइफ' होती... इतरांच्या आयांपेक्षा तर नक्कीच 'लार्जर'. धुराच्या वलयांत बुडालेली किशोरवयीन मुलं पाहून ती गाडीच्या खिडकीतून बाहेर डोकं काढून त्यांना तंबाखूच्या दुष्परिणामांबद्दल व्याख्यान झोडायची. तिनं आम्हाला 'अमेरिकन बॅन्डस्टॅन्ड' बघताना पकडलं तर ती पडद्यावरच्या नर्तकांबद्दल चिडून विचारायची,

"ही पोरं बाहेर जाऊन खेळत का नाहीत?"

ती आवेशयुक्त होती, विलक्षण होती. ती शूर होती, प्रामाणिक होती. पण या सगळ्याहून महत्त्वाचं म्हणजे तिच्या मनात अनुकंपेचा झरा होता. तिनं व आमच्या ग्रेस मावशीनं तीस वर्षं मुलींसाठी उन्हाळी शिबिर चालवलं होतं. तरुणाईला आत्मविश्वासानं व आनंदानं फुलताना पाहणं हाच त्यांच्यालेखी कशाहीपेक्षा मोठा आनंद होता.

तिनं लग्न उशिरा केलं. हे लग्नही झटपट मोडलं. तिला हे दुःख पचवावं

लागलं. पण तिनं दोन्ही मुलींना अतिशय मजेत वाढवलं... भूतकाळाकडं कटाक्षही न टाकता. आम्हाला तिच्या सहवासात सुरक्षित वाटायचं, प्रेमाची ऊब जाणवायची.

"देवाकडं काही मागताना काळजीपूर्वक मागा," ती एकदा म्हणाली होती. "मी माझ्या कळत्या वयात सदैव मुलं मागितली."

आणि क्षणभर थांबून डोळे मिचकावत म्हणाली, "मी माझ्या आयुष्यात कुणी पुरुष असावा असं कधीच मागितलं नाही!"

मॉम ऐंशी वर्षांची होण्याच्या महिनाभर आधी मी व माझी बहीण नॅन तिचा वाढदिवस दणक्यात साजरा करण्याबद्दल आमच्या नवऱ्यांशी बोललो होतो.

"ऑक्टोबरमध्ये साजरा करण्याऐवजी," एक सूचना आली, "आपण डिसेंबरमध्ये, आपलं सगळं कुटुंब न्यू इंग्लंडमध्ये एकत्र येऊ शकतं, त्यावेळी साजरा केला तर? २० तारीख कशी वाटतेय?"

मग मी समारंभाच्या आठ आठवडे आधीच निमंत्रणं पाठवली. त्या निमंत्रणपत्रिकेच्या आतल्या बाजूला आईच्या लहानपणचा फोटो दिला होता आणि त्याखाली ओळ लिहिली होती...

"इतकी छान, गोड, व्यवस्थित व सुरुवातीच्या बऱ्याचशा काळात शांत असणारी ही मुलगी कशी बदलली?"

पत्रिकेच्या मागच्या बाजूला तिचा अलीकडचा फोटो दिला होता... चेहऱ्यावर रुंद हास्य असलेला.

"अधिक जाणून घेण्यासाठी तिच्या ८० व्या वाढदिवसाला या."

२६ ऑक्टोबरला तिच्या वाढदिवशी, माझ्या बहिणीनं तिला 'आजीची अंगठी' पाठवली. त्या अंगठीत आईच्या चारही नातवंडांचे 'बर्थस्टोन' जडवले होते. मॉमला ती अंगठी फार आवडली. तिच्या अधू होत चाललेल्या दृष्टीचा विचार करून मी तिला मोठी डायल असलेलं मनगटी घड्याळ दिलं आणि एक मॅन्डारिन कॉलरचं 'मेड इन चायना' जाकीट भेट दिलं. मॉमनं ते जाकीट ताबडतोब बाजूला ठेवलं.

"मी हे जाकीट डिसेंबरमधल्या पार्टीच्या वेळी घालेन."

ऑक्टोबर महिना सरला. नोव्हेंबर सरला. २० डिसेंबर जवळ आला. नॅन फ्लोरिडाहून तिच्या कुटुंबासमवेत आली. माझ्या घरी पार्टी होती. त्या दिवशी आम्ही आमच्या घरचे सगळे लवकर उठून कामाला लागलो. चांदीच्या वस्तूंना झळाळी देताना, चषकांची मांडामांड करताना, 'पंच'ची मिश्रणं करताना हास्यविनोद सुरू होते. आम्ही अगदी आनंदात होतो. आणि या भारलेपणाला आणखी जादुई स्पर्श देण्यासाठी रात्री बर्फवृष्टी झाली होती.

दुपारी दोनच्या सुमाराला माझ्या बहिणीनं मॉमला फोन करून सांगितलं, की मी तिला न्यायला येण्यासाठी निघालीय.

"मला नववधूसारखं वाटतंय." मॉम नॅनला फोनवर म्हणाली.

आणि ती खरंच नववधूसारखीच दिसत होती. मॅन्डारिन कॉलरचं चायनीज जाकीट घातलेली नववधू! तिच्या चेहऱ्यावर तेज पसरलं होतं.

आम्ही घरी येताच सर्वांनी तिला पाहून टाळ्यांचा कडकडाट करताच तिचा कंठ दाटून आला. तिच्या मनात नम्रता व भावनावेग यांचं मिश्रण दाटलं होतं. ती मान लववून उद्गारली... 'ओह, से!"

त्यानंतर केक कापण्याचा व या कुटुंबप्रमुख कर्त्या स्त्रीच्या औपचारिक अभिनंदनाचा सोहळा पार पडला. आम्ही सगळे भोजनगृहात जमलो होतो. 'टोस्ट'दरम्यान मी दोन पत्रं वाचून दाखवली. ही पत्रं आम्हा दोघींना नुकतीच तिच्या मेजाच्या तळात सापडली होती. ही पत्रं तिच्या वडिलांनी लिहिली होती. त्यांना जाऊन तीस वर्षं झाली होती.

आजोबांनी एका चामडी पिशवीत छोटे छोटे लखोटे ठेवले होते. त्या पिशवीवर त्यांच्या सुबक, वळणदार अक्षरांत लिहिलं होतं,

"कॅरोलिन्स अकाऊंट विथ टाईम."

प्रत्येक लखोट्यात आईच्या जीवनातील महत्त्वाच्या टप्प्याची नोंद होती.

पहिला- "रांगण्याचा व चालण्याचा, चमच्यानं खाऊ घालण्याचा."

दुसरा- "शाळेत जाण्याचा,..."

दुसरं पत्र होतं त्यांनी तिला ती कॉलेजमध्ये असताना तिच्या विसाच्या वाढदिवशी लिहिलेलं.

"विशीत येणं किती छान वाटत असेल ना!" त्यांनी लिहिलं होतं.

"मी त्या वयाचा असताना माझ्यात आशा व धैर्य ओतप्रोत भरलेलं होतं आणि देवाचे आभार मानायला हवेत की, या दोन्ही गोष्टी मला कधीही सोडून गेल्या नाहीत... मी चांगला आरोग्यसंपन्न होतो, मी स्वत:ची कुणाशीही तुलना करताना कधीच कचरलो नाही. पण त्यावेळी, कधीकाळी मला तुझ्यासारखी छान मुलगी लाभेल असं मात्र कधी मनातसुद्धा आलं नव्हतं..."

मी पत्र वाचत असताना आईच्या चेहऱ्यावरून अश्रुधारा ओघळत होत्या. मी 'टोस्ट' संपवलं आणि आम्ही चषक उंचावले.

मॉम आमच्या मावशीकडं वळून म्हणाली,

"ओह, ग्रेस, तुला जाणवलं का? ते जणू आपल्यासोबत इथंच होते..."

वेल, बहुतेक खरंच ते इथं होते. कारण त्यानंतर वीसच मिनिटांत मॉम आम्हाला सोडून त्यांच्याकडं गेली. ती आमच्या दिवाणखान्यातल्या तिच्या आवडत्या

'विंग चेअर'वर बसून, मांडीवर पेस्ट्रीजची बशी ठेवून गप्पा मारत होती. त्यानंतर तिनं डोळे मिटले... आणि सारा खेळ संपला... इतका सहज, इतक्या रुबाबात.

त्यानंतर वर्षभर माझं मन भयानं व्याकूळ झालं होतं. आपले सगळे प्रियजन आपल्या डोळ्यांदेखत मरतायत असं चित्र डोळ्यांसमोर येत होतं. मी अपॉईंटमेंट्स विसरले होते. एकदा गाडी धडकून आणली... मी शोकसागरात खोलवर बुडाले होते. एप्रिल महिन्यात एका पावसाळी दिवशी मी भावनावेगानं मुलांना घेऊन प्रथमच तिच्या कबरीकडं निघाले.

तिथं अजून गवत वगैरे फुललं नव्हतं. ती जागा सहा ते आठ इंच खोल दिसत होती. पाऊस कोसळत होता त्याबरोबर मनातलं दुःखही अश्रूंवाटे धो धो वाहत होतं.

आम्ही तिथून निघालो ते मनावर थोडे आनंदाचे तुषार घेण्यासाठी मॉलमध्ये आलो. तिथं 'इच्छा विहीर' होती. आम्ही तिथं नाणी टाकली.

"आजी जिथं असेल तिथं सुखात असू दे," माझी तिसरीतली मुलगी म्हणाली.

"आजी सुखात आहे हे मला माहीत आहे, त्यामुळं आपणसुद्धा सुखी होऊया!" तिची सहावीतली बहीण वदली.

"मी माझं नाणं फक्त अंधारात फेकलं." त्यांचा तीन वर्षीय भाऊ दुःखानं म्हणाला.

काळ पुढं सरकला तसं आमच्या जखमेवर खपली धरली. हळूहळू मला तिनं जाण्याआधी सांगितलेल्या गोष्टी आठवू लागल्या.

अशीच एक आठवण : त्या पार्टीच्या आधी काही आठवड्यांपूर्वी एकदा मी तिला रात्री फोन केला होता. आम्ही नेहमीसारख्याच निरुद्देश, अघळपघळ गप्पा मारीत होतो. अकस्मात तिचा स्वर बदलला.

"तू अतिशय सहृदय आहेस, टेरी, अतिशय दयाळू. तू लोकांच्या जीवनात प्रकाश उजळवतेस. तुम्हा दोघी बहिणींना ही देणगी मिळालीय. रसरसत्या चैतन्याचा उपजत बहर..."

मी तिचं बोलणं तोडलं.

"मॉम! हे माझं वर्णन नाहीये. हे तुझं वर्णन आहे."

पण तिला पटत नव्हतं.

कदाचित ती आम्हाला तिच्यातली गुणवैशिष्ट्यं देण्याचा; तिनं जीवनभर जी मूल्यं अनुसरली ती आम्हाला सांगायचा अखेरचा प्रयत्न करीत असावी. की हे त्याहून काही गूढ असावं... "मी तुम्हाला ही भेट देतीय!" काही कळत नाही.

आता तर कधीच कळणार नाही. तिच्या जाण्यानं माझ्या आयुष्यात जी पोकळी निर्माण झालीय ती अजूनही तशीच आहे. सुरुवातीला मला त्यात डोकावताना प्रचंड भोवळ यायची. आता तसं होत नाही. आता मी त्यात डोकावू शकते इतकंच. हळूहळू मी तिचं 'अकाऊंट विथ टाइम' बंद होताना पाहू लागलीय. तेसुद्धा वाढदिवसाच्या सोहळ्याची क्रूर थट्टा म्हणून नव्हे तर सर्वस्वी निराळ्या पद्धतीनं... म्हणजेच, तिच्या अवघ्या जीवनाचा उत्सव म्हणून. तिचे सर्व जिवलग तिच्या समीप असताना साजरा झालेला उत्सव म्हणून.

मी त्या दिवसापासून आजतागायत तिचं मोठं घड्याळ वापरतीय. मी सतत तिच्याबद्दल बोलतीय.

'यू नो, तू खूपशी तुझ्या आईसारखी वाटतेस.'' लोक आत्ता आत्ता सांगू लागले आहेत.

''मृतात्मे कुठं जातात... आपल्या सर्वांत जिवलग व्यक्ती निधनानंतर कुठं जातात?'' आपण स्वत:लाच हा प्रश्न विचारत असतो. पण आपल्याला अर्थातच याचं उत्तर माहीत नसतं. पण माझं आईपण निभावणारी स्त्री जवळपासच कुठंतरी आहे, खूप दूरवर गेली नाहीये असं मला जाणवतं... कधी माझ्या मुलांच्या डोळ्यांत अकस्मात उठणारी परिचित चमक पाहून तर कधी स्वत:लाच आरशात पाहताना.

टेरी मॅरोट्टा

जॉन

मी त्याला पहिल्यांदा पाहिलं
एप्रिलमध्ये...
जेव्हा ते म्हणाले होते,
"तुला मुलगा झालाय,"
हे शब्द ऐकण्यासाठी
मी कितीकाळ प्रतिक्षा केली होती.
त्यामुळं तो माझं आनंदनिधान बनला.
त्यानंतर त्याच्या प्रत्येक वाढदिवशी
मी त्याला उंच उंच होताना पाहिलं,
मग तो शाळेलाही जाऊ लागला.
आणि हे सगळं किती निमिषार्धात घडलं.
आता जणू मीच मागं पडले
तो 'टीन्स'मध्ये होता.
तो मजेशीर टोप्या
आणि त्याच्या आवडत्या जीन्स
घालून हिंडू लागला.
त्यानंतर त्याचं आयुष्य व्यापून गेलं.
ट्रॅक आणि फुटबॉलनं.
त्याचे हायस्कूलचे दिवस
मोठे मौजेचे होते.
आणि त्याच्या खाजगी खजिन्यात
त्यानं जिंकलेली पदकं जमा होत होती.
'डेट'ला जाऊन तो माझ्या बेडरूमच्या
दाराशी उभा राहून हळूच विचारायचा,

"मॉम, तू अजून जागी आहेस?"
मग, तो झोपायला जाण्याआधी
आम्ही चार शब्द बोलायचो,
मी नेहमीच प्रार्थनेचे शब्द पुटपुटायची,
"गॉड ब्लेस माय सन," म्हणायची.
त्याला मी अखेरचं पाहिलं
ते एप्रिलमध्ये.
तो म्हणाला होता, "मॉम, काळजी नको करू,
मी व्हिएटनामला जातोय.
आम्ही ही मोहीम झटपट फत्ते करू."
पण तो कधीच परत आला नाही.
माझं काळीज अजूनही विदीर्ण आहे,
आता मला कधीच त्याचे शब्द ऐकू
येणार नाहीत की,
"मॉम, तू अजून जागी आहेस?"
तरीही मी परमेश्वराचे आभार मानते.
मिळालेल्या प्रत्येक आनंदासाठी,
प्रेम आणि मौजेसाठी,
आणि माझ्या काळजाच्या खजिन्यात
मी बंद केल्या आहेत
माझ्या मुलाच्या स्मृती.

म्युरियल कॉच्रेन

कॅप्टन कॅन्डी आणि आभाळाला गवसणी घालणाऱ्या स्त्रियांना...

तो माझ्या जीवनातला एक विलक्षण क्षण होता. मी बाल्बोआ बेटावर 'द सॅन्डपायपर' नामक छोट्याशा प्रिंटिंग शॉपमध्ये माझ्या बाळाला घेऊन गेले असताना दोन बायकांचं बोलणं माझ्या कानावर पडलं. त्या एका महिला ग्राहकाला एका लेखाच्या फोटोकॉपीज बनवून देताना सारखं म्हणत होत्या, "तिचा फोटो बघ, ती किती देखणी आहे!"

त्या काय बघतायत ते मी तिथं जवळ पाहून आले.

त्या महिला ग्राहकाचं नाव होतं मेरिलीन. जो लेख आणला होता तो दुसऱ्या जागतिक महायुद्धात उड्डाण मोहिमांत भाग घेतलेल्या एका अग्रणी अमेरिकन महिला वैमानिकाविषयीचा होता. तिला एखाद्या चित्रपटतारकेप्रमाणं वलय प्राप्त झालं होतं.

"मला आश्चर्य वाटतंय," मी मेरिलीनला म्हणाले.

"माझ्या वडिलांनी कायम हवाईसेवांसाठी काम केलंय. तरी त्यांनी मला युद्धमोहिमेत महिलांचा सहभाग असल्याचं कधीच सांगितलं नाही. ती हयात आहे का?"

"नाही. १९४४ साली B–२५ चा अपघात झाला त्यामध्ये ती गेली. त्यावेळी ती फक्त एकोणीस वर्षांची होती."

हे सांगत असताना मेरिलीनच्या डोळ्यांत अश्रू दाटले होते.

मला त्यांच्या भावना समजत होत्या. आमच्या कुटुंबातलं कुणीही विमानअपघातात दगावलं नसलं तरी, व्यावसायिक विमान अपघातातल्या बळींच्या कुटुंबांशी बोलणं हे माझ्या वडिलांचं कामच होतं. विमानदुर्घटना झाली की कायम आम्ही दूरचित्रवाणीच्या पडद्यावर नजर खिळवून, या दुर्घटनेत आपल्या परिचयाचं कुणी असू नये अशी प्रार्थना करीत असायचो.

मेरिलीन लेखाबद्दल पुढं सांगू लागल्या.

"१९४४ साली ते बाईच्या अंत्यविधीच्या वेळी ही कविता वाचत असत. त्याला 'सेलेस्टियल फ्लाईट' म्हटलं जातं. सगळ्या महिला पायलटांचं या कवितेशी सूत्र जुळलंय. महिला वैमानिकांच्या स्मृतीनिमित्त ही कविता नेहमी वाचली जाते."

आमचं काळीज गलबललं... त्यानंतरच्या प्रसंगासाठी आम्ही अजिबात तयारीत नव्हतो.

"त्यांनी माझ्या मुलीच्या अंत्यविधीच्या वेळी ही कविता वाचली."

आम्ही मेरिलीनच्या शब्दांची वाट बघत मूकपणे प्रतिक्षा करीत होतो. तिची मुलगी कॅप्टन कॅन्डॅलिन कूबेक- ती तिला कॅप्टन कॅन्डी म्हणत होती- फ्लोरिडा एव्हरग्लेडस्‌मध्ये व्हॅलूजेट घेऊन गेली होती आणि हे विमान दुर्घटनाग्रस्त झालं होतं. तिनं वयाच्या अवघ्या सोळाव्या वर्षी आभाळात भरारी घ्यायला सुरुवात केली होती. मेरिलीननी तिला कितीदा बजावलं तरी कॅन्डीनं हे क्षेत्र सोडायला नकार दिला होता. तिला विमान उडवायला, आभाळाला गवसणी घालायला, उडण्याचं स्वातंत्र्य अनुभवायला आवडायचं. मग मात्र, एका टप्प्यावर मेरिलीननं यावर आक्षेप घेणं थांबवलं. आणि ती तिच्या तरुण मुलीच्या झपाटलेपणाला प्रोत्साहन देऊ लागली.

माझ्या डोळ्यांतही आसवं दाटली होती. मी त्या गडद पडद्याआडून मेरिलीनकडं पाहात होते. माझ्या मनात व्हॅलूजेट अध्यायाच्या आठवणींची गर्दी उसळली होती... त्या बिचाऱ्या मातेची काय अवस्था झाली असेल! त्यावेळी वैमानिक व सर्व प्रवासी मृत्युमुखी पडल्याची बातमी आली होती. त्यानंतर कित्येक दिवस या दुर्घटनेचं प्रसारण सुरू होतं, अनेक सुनावण्या सुरू होत्या. एका टप्प्यावर तर तिच्या मुलीवरच अपघाताचं खापर फोडण्यात आलं होतं; पण पुढं तपासात निष्पन्न झालं की, कॅप्टन कॅन्डीसह संपूर्ण कर्मचारीवृंदाची काहीही चूक नव्हती...

मी भानावर आले. माझ्या समोर मेरिलीन होत्या, मुलीला गमावून मागं उरलेल्या... आपल्या मुलीला तिच्या स्वप्नांच्या पूर्तीसाठी आभाळात भरारी घेऊ देण्याचं शौर्य व धैर्य असलेल्या मेरिलीन... मी त्यांना काय सांगू शकत होते?

माझ्या बाळाला कडेवर घेऊन मी फक्त मेरिलीनच्या थरथरत्या हातातल्या कागदावरच्या बातमीतले शब्दच त्यांच्यासाठी म्हणू शकत होते-

सेलेस्टियल फ्लाईट

ती मृत्युमुखी पडलेली नाही... तर ती गेलीय आणखी उंच,
आधीच्या पेक्षा उंचच उंच,
आता कुठल्याही ऐहिक मर्यादा
तिच्या मार्गात अडथळा बनून
उभ्या नाहीत राहणार.

आता 'सर्व्हिस सिलींग' नाही
की नाही कुठली 'फ्युएल रेंज'.
आता नाही 'ॲनॉक्सिया'
की नाही इंजिन बदलण्याची गरज.

देवाचे आभारच मानायला हवेत
की, आता तिची भरारी
तिच्या नजरेच्या उंचीपर्यंत
जाऊ शकते,
आता ती धूमकेतूंशी स्पर्धा करू शकते.
इंद्रधनुष्याच्या कमानीला गवसणी घालू शकते.

ती आहे सर्वत्र...
धैर्य, प्रेम व आशेसारखी
आणि आहे संपूर्ण मुक्त,
विस्तृत आणि दैवी कक्षेतल्या
मधुर भावनांसारखी.

वैमानिकाचं भवितव्य
तिला नाही घाबरवत,
पण कदाचित मागं उरलेलं दुःख
तुमचा हृदयभंग, तुमचे अश्रू
तिला नकोसे वाटतील.

त्यामुळं सर्व प्रियजनांनो,
आसवं पुसून टाका,
होय, तुम्ही असं दुःखात चूर राहणं
बरोबर नाही,
कारण तिला तुमची धैर्यसंपन्नता अधिक आवडेल,
आणि तिला तुम्ही श्रद्धावान असलेलं आवडेल,

ती मृत्युमुखी पडलेली नाही.
तुम्हाला समजायला हवं की,
ती फक्त आणखी उंच गेलीय,
आधीच्या पेक्षा उंचच उंच.

कॅप्टन कॅन्डी आणि तिच्यासारख्याच आभाळाला गवसणी घालताना मरणाला कवटाळलेल्या सगळ्याजणींना गुड-बाय आणि ज्या मातांनी त्यांना गगनभरारी घेऊ दिली, त्या सर्व मातांचे आभार. त्यांना 'स्टारडम' नाही लाभलं; पण त्या ताऱ्यापर्यंत पोहोचल्या आहेत.

डायना एल. चॅपमन
कवयित्री– एलिझाबेथ मॅककेथन मॅगिड

९

आजीची माया

जर तुमचं बाळ "देखणं आणि परिपूर्ण असेल, कधीही रडारड, गोंधळ करीत नसेल, ठराविक वेळी झोपत असेल, सांगितलं की ढेकर देत असेल, सदैव देवदूतासारखं वागत असेल..."
तर तुम्ही आजी आहात.

तेरेसा ब्लूमिंगडेल

आजी म्हणजे काय?

आजी ही अशी स्त्री असते, जिला स्वत:ची लहान मुलं नसतात. तिला इतरांची लहान मुलं-मुली आवडतात. आजोबा म्हणजे 'पुरुष आजी' असतात. ते मुलांना घेऊन फिरायला जातात, त्यांच्याशी मारामारी वगैरे गोष्टींबद्दल गप्पा मारतात.

आज्यांना केवळ 'असणं' सोडून काहीही करावं लागत नाही. त्या इतक्या वृद्ध झालेल्या असतात की त्यांनी दणादण पळापळी, खेळणं करूच नये. त्या आपल्याला गाडी चालवत बाजारात घेऊन जाऊ शकल्या म्हणजे खूप झालं. किंवा समजा त्या आपल्याला फिरायला घेऊन गेल्या तर वाटेत त्यांनी सुंदर पानं, सुरवंट दिसले की गती कमी करावी. त्यांनी ''चल पटपट'' असं कधीही म्हणू नये.

सर्वसाधारणपणे, आज्या लठ्ठ असतात, पण तुमचे बूट बांधता न येण्याइतक्या लठ्ठ नसतात. त्या चष्मा घालतात. त्या चक्क दात व हिरड्या काढून ठेवू शकतात!

आज्यांनी फार हुशार असावं लागत नाही. त्यांना फक्त "देवानं लग्न का केलं नाही?" किंवा "कुत्री मांजरांच्या मागं का लागतात?" असल्या प्रश्नांची उत्तरं देता आली म्हणजे झालं.

आज्या पाहुण्यांसारखं 'बोबलं बोबलं' बोलत नाहीत कारण ते समजायला कठीण असतं. त्या आम्हाला गोष्टी वाचून दाखवतात तेव्हा तीच गोष्ट पुन्हा वाचावी लागली तरी त्या टाळत नाहीत किंवा नाराजी दाखवत नाहीत.

प्रत्येकानं आजी मिळवण्याचा प्रयत्न करावा, विशेषत: ज्यांच्याकडं टीव्ही नसेल अशांनी, कारण ज्यांच्यापाशी वेळ असतो अशा एकमात्र मोठ्या व्यक्ती म्हणजे आज्या होत.

अनामिक

माझा जन्म या कामासाठीच झाला होता

नातवंडं हा प्रकार इतका मौजेचा ठरणार आहे हे जर मला आधी माहीत असतं तर माझ्या आयुष्यात मी त्यांनाच प्रथम आणलं असतं.

अनामिक

नवशिकी आजीबाई या भूमिकेत मला सर्वप्रथम ''मॉम, दोन दिवस बाळाला तुझ्याकडं ठेवू का?'' हा प्रश्न ऐकायला मिळाला.

मी याची आतुरतेनं वाट बघत होते. त्यामुळं माझं उत्तर होतं,

''मी तयार आहे. तू परत केव्हा येणार आहेस?''

त्या दरम्यान ब्रिजचे अड्डे व टेनिस सामने रद्द करून, मी पाहुण्यांसाठीच्या खोलीत बाळाचा पलंग तयार केला आणि मी आमच्या छोट्या राजकुमारीच्या आगमनासाठी सज्ज झाल्याचं आणि आमच्या घराची दारं तुमच्यासाठी खुली असल्याचं सगळ्या मित्रमैत्रिणींनाही कळवलं. ही गोंडस-गोजिरवाणी छकुली, जितीजागती यक्षकन्या अडीच दिवस फक्त माझी असणार होती! यापेक्षा लाभ तो कुठला असणार!

आणि जबाबदारीचं काय! मला अंतर्मन सांगत होतं की, माझ्या पोटच्या गोळ्याच्या पोटचा गोळा असणाऱ्या बाळाला सांभाळणं हे सर्वस्वी निराळं 'डायपर पेल' ठरणार आहे. (डायपर पेल... आम्ही नामशेष अश्मयुगीन माणसं बाळांना कसले घाणेरडे कापडी लंगोट बांधायचो. होय, आम्ही ते धुवून वापरायचो.)

मग मी डॉ. स्पॉकची ताजी प्रत विकत घेतली. मला जर बाळाला सांभाळणं चांगल्या प्रकारे जमलं नाही तर पुन्हा ते ही जबाबदारी माझ्यावर सोपवणार नाहीत याची मला काळजी लागून राहिली होती.

अखेर, नव माता-पिता चिमणीसह अवतरले. त्यांच्यासोबत दोन आठवडे पुरतील एवढे कपडे, मिसिसिपी नदीचा प्रवाह मुरेल इतके वापरून फेकून देण्याचे

लंगोट, खेळण्यातील कापूसभरल्या प्राण्यांचं अख्खं प्राणीसंग्रहालय, बाबागाडी, कार-सीट, आगामी दोन दिवसांतील त्यांच्या प्रवासातला त्यांचा ताशी ठावठिकाणा, त्यांच्या बालरोगतज्ज्ञाचा फोननंबर (साठ मैलांवरचा), डॉ. स्पॉकची त्यांच्या मालकीची प्रत (सोबत समासात सूचनांसह) अणि भरीला सहा पानी सूचना... एवढा सरंजाम ठेवून ते निघून गेले.

त्या सूचनांमध्ये सकाळी ६.३० ते सायंकाळी ७.३० पर्यंतचं खाण्यापिण्याचं, झोपेचं वेळापत्रक होतं. आमच्या छकुलीनं ते नक्कीच वाचलं असावं. कारण ती ते तंतोतंत पाळत होती. ''या वेळा अंदाजे आहेत'' असं सोबत वचन असूनही! हे चिमुकलं बाळ या जगात येऊन अवघे चार महिने झाले होते आणि तितक्यात चार-चार माणसं तिच्या दिमतीला होती, त्याची नोंद ठेवू इच्छित होती आणि त्याला 'वेळापत्रक' म्हणत होती.

आमच्या चिरंजीवांनी जाताना ज्या सूचना केल्या त्या तर पहिल्यावहिल्या बाळाच्या पित्यानं केलेल्या आज्ञांचं नमुनेदार उदाहरण होतं.

''मॉम, तिला अधूनमधून रडू दे.''

(मी कसला क्रुरात्मा वाढवला होता बघा!)

''तिनं डोळे उघडले की प्रत्येक खेपेला तिला उचलून घेऊ नकोस.''

(मला हवं तेव्हा या बाळाला उचलून घेण्याची मी गेले चार महिने वाट पाहात होते.)

''हा शिस्तीचा प्रश्न आहे, यू नो! आणि सुरुवातीपासूनच शिस्त लावायला सुरुवात व्हायला हवी.''

(ज्या चिरंजीवांना वयाच्या पंधराव्या वर्षी, ३०० मैलांवर आयोजित केलेल्या हायस्कूल बास्केटबॉल सामन्यांना कुणाकुणाकडून 'लिफ्ट' घेत घेत का जायचं नाही याची पंचेचाळीस तर्कशुद्ध कारणं हवी होती, तेच हे चिरंजीव!)

पहिल्या दिवशी मी पहाटे साडेपाचलाच उठून तयार होते. तिनं मात्र मला पावणेसात वाजेपर्यंत तसंच बसवून ठेवलं. ती गाढ झोपली होती. तिचे आजोबा उठून कामावर गेले. त्यांना घरी थांबून तिची निद्रिस्त छबी निरखता आली नाही. आणि आपण फार कशाला मुकतोय असं त्यांनाही वाटलं नाही.

मी आणि माझ्या देखण्या नातीनं तो दिवस मस्त मजेत घालवला. मी तिला छानसा पोशाख चढवला आणि आम्ही दोघी दिवाणखान्यात नाचलो. आसपास भटकून आलो. आमच्या घरी टपकलेल्या सगळ्या 'आज्यां'ना तिनं छान प्रतिसाद दिला. नंतर मात्र दुपारचा बहुतेकसा वेळ या आज्या झोपलेल्या होत्या... कौतुक करण्याजोग्या अजिबात उरल्या नव्हत्या. आमची छकुली मात्र

वेळापत्रक पाळत होती. कित्ती शाणं बाळ ते!

कित्ती आनंददायी अनुभव होता... पहिल्या नातवंडासमवेत सुखाचे क्षण! तिला कडेवर घेतलं तेव्हा तिच्या डोळ्यांत मला तिच्या डॅडीच्या लहानपणचे डोळे दिसले. बोळकं पसरून हसताना बारीक होऊन चमकणारे. मी तिच्या मऊमऊ गालांवर नाक घासून मधुर 'बेबी-फ्रेश' सुगंध श्वासात भरून घेतला. हा सुगंध घेऊन किती काळ लोटला होता. या नातीनं जीवनाला दिलेला आयाम मोजणं किंवा तो शब्दांत व्यक्त करणं अशक्य होतं. तिच्या डॅडीची सगळी पापं... पोटशूळापासून ते घरच्या गाडीची वाट लावण्यापर्यंत माफ केली होती.

दुसऱ्या दिवशी रात्री, आमच्या नातीनं, आजीला हाक मारली की ती किती जलद पलंगाजवळ येतीय, याची चाचणी घ्यायचं ठरवलं. तिनं हाक दिली की दर खेपेला आजी न चुकता धावत तिच्याजवळ पोहोचली. तिनं रात्री एक वाजता हाक दिली... भूक लागली... मी तिला दूध पाजलं... तिनं अडीच वाजता हाक दिली... तिला दंगामस्ती करीत खेळायचं होतं... पुन्हा पहाटे चार वाजता ती मुठी चोखू लागली... मी तिला दूध पाजलं... ते सगळं पहाटे पाचच्या दरम्यान तिच्या व पलंगाच्या अंगभर पुन्हा अवतीर्ण झालं... मग साडेसहाच्या ठोक्याला दूध पिण्याच्या कार्यक्रमाच्या वेळी आम्ही दोघीही झोपलो होतो...

उर्वरित सगळा वेळ ती आनंदी व समाधानी होती, तिच्या खास स्थानी अगदी खुश होती... मात्र तिचे आईवडील येण्याआधी पाच मिनिटांपर्यंतच! नेमकी त्याच वेळी ती रडत-किंचाळत जागी झाली. तिच्या रडण्याचं कारण मला समजेना... वेळापत्रक विसरणं याखेरीज दुसरं कुठलंच कारण माझ्या लक्षात येईना. मी केस गळ्यात, शर्ट बाहेर आलेला अशा अवतारात तिच्याशी बोबडं बोलत असतानाच तिचे आईवडील आले. तिच्या आईनं माझ्याकडची मौल्यवान देणगी काढून घेतली... आणि तत्क्षणी तिचं रडणं खटकन् थांबलं. गेल्या दोन दिवसांत तिनं असं एकदाही केलं नाही ही गोष्ट मी त्यांना सांगण्याच्या फंदात कधीही पडले नाही.

पण मी नातीला सांभाळण्याच्या परीक्षेत उत्तीर्ण झाले त्यामुळं त्यांनी मला पुन्हा ही संधी दिली. पुनः पुन्हा दिली. अशा प्रकारे आमच्या इतर मुलांनीही मला ही संधी दिली. त्यामुळं मी सातव्या नातवंडाला जोजवण्याच्या टप्प्यावर येईपर्यंत या भूमिकेत चांगलीच मुरले होते.

"मॉम, बाळाला तुझ्याकडं ठेवू का?" हे पहिल्यांदा ऐकलं त्याला आता वीस वर्षं झाली आहेत आणि अजूनही माझं उत्तर तेच आहे.

"मी तयार आहे! तू परत केव्हा येणार आहेस?"

बिली बी. चेसनी

आजीची बाग

माझी आजी- इनीस दरवर्षी तिच्या बागेत ट्यूलिप्स लावायची आणि अगदी लहान मुलाच्या आतुरतेनं वसंतबहराची वाट बघत असायची. तिच्या प्रेमळ देखरेखीखाली दरवर्षी एप्रिल महिन्यात ट्यूलिप्स निष्ठावंतपणे फुलत असत, त्यामुळं आजीची कधीच निराशा झाली नाही. मात्र, 'माझ्या जीवनाला खरा बहर आणणारी फुलं म्हणजे माझी नातवंडं' असं ती म्हणायची.

पण मी मात्र कशाला जुमानणारी नव्हते.

मी सोळा वर्षांची झाले तेव्हा मला माझ्या आजीकडं रहायला पाठवलं होतं. माझे आईवडील परदेशी रहात होते. मी खुळचट कल्पनांनी भारलेली, ते मला समजून घेत नाहीत किंवा माझ्याशी पटवून घेत नाहीत म्हणून चिडलेली... अशी अत्यंत त्रस्त तरुणी होते. दुःखी, कुणाचाही आदर ठेवायला तयार नसलेली 'टीनएजर' असलेली मी शाळा सोडायला तयार होते.

माझी आजी लहानखुऱ्या चणीची आणि तिच्या मुलांपेक्षा व त्यांच्या अजून मोठ्या न झालेल्या मुलांपेक्षा प्रगल्भ होती. तिच्या ठायी अभिजात, जुन्या वळणाची मोहकता होती. तिनं तिच्या गर्द केसांची सुरेख रचना केलेली असायची. तिचे स्फटिकी निळेशार डोळे अतिशय उत्कटतेनं व ऊर्जेनं चमकत चैतन्यानं फुललेले असत. तिची तिच्या कुटुंबाशी विलक्षण निष्ठा होती आणि ती त्यांच्यावर निस्सीम प्रेम करीत असे. तरीसुद्धा मला मात्र वाटत होतं की, आपल्याला आईवडिलांपेक्षा हिच्याकडं दुर्लक्ष करणं जास्त सोपं जाईल.

मी तिच्या साध्याशा फार्महाऊसमध्ये मुकाट्यानं दाखल झाले, मान खाली घालून, नजर झुकवून... गरीब बिचाऱ्या पाळीव प्राण्यासारखी. मी इतरांना तर दूरच ठेवलं होतं. मी औदासिन्याच्या बंदिस्त कोषात स्वतःला कोंडून घेतलं होतं. माझ्या खाजगी विश्वात मी इतर कुणालाही प्रवेश नाकारत होते. कारण मला माझ्या कमजोरीचं गुपित इतर कुणाहीपुढं खुलं करायचं नव्हतं. मला या गोष्टीची सर्वाधिक भीती वाटत होती. जीवन हा कटू संघर्ष आहे आणि तो आपला आपणच

लढावा हे उत्तम, असं माझं ठाम मत होतं.

माझी आजीकडून तिनं मला एकटीला राहू द्यावं एवढीच अपेक्षा होती. माझ्या विश्वात मला कुणाची जराही लुडबूड नको होती; पण आजी मात्र तशी सहजासहजी हार मानायला तयार नव्हती.

शाळा सुरू झाली तेव्हा मी अधूनमधून शाळेला जायचे, पण बाकी सगळा दिवस पायजमा घालून, खोलीत टीव्हीच्या पडद्यावर सुंदपणे नजर खिळवून बसायचे. पण आजी मात्र काही लक्षात न घेता दररोज सकाळी माझ्या खोलीत धाडकन टपकायचीच, उजेडाच्या नकोशा तिरीपीसारखी.

"गुड मॉर्निंग!" ती माझ्या खोलीच्या खिडकीचे ब्लाईंडस् वर करीत प्रफुल्लित, मधुर स्वरात म्हणायची. मी पांघरूण डोक्यावरून ओढून घेत तिच्याकडं दुर्लक्ष करायचे.

मी जेव्हा खोलीतून बाहेर पडायचे तेव्हा ती माझ्या तब्येतीबद्दल, माझे विचार, एकूणच जगाबद्दलचे माझे दृष्टीकोन याबद्दल अर्थपूर्ण प्रश्नांची फैर झाडायची. मी त्यावर तोंडातल्या तोंडात एकावयवी उत्तरं द्यायचे, पण आजी मात्र जराही नाउमेद व्हायची नाही. उलट ती माझा अर्थशून्य असंतोष तिला आवडत असल्यासारखं वागायची. जणू मी तिला एखादं खास गुपित सांगितलं असावं आणि आम्ही दोघी त्याबद्दल मनापासून गप्पा मारीत असावं. तशा गांभीर्यानं व रस घेऊन ती माझं बोलणं ऐकायची. क्वचितप्रसंगी मी जेव्हा एका शब्दापेक्षा अधिक प्रतिसाद द्यायचे तेव्हा ती आनंदानं टाळ्या वाजवायची. अशावेळी तिच्या चेहऱ्यावर प्रसन्न हास्य फुलायचं. जणू मी तिला मोठी भेटवस्तू

दिलीय असा तिचा आविर्भाव असायचा.

सुरुवातीला मला वाटायचं की, हिला समजत नाही का काय? मात्र, ती सुशिक्षित नसली तरी तिच्यापाशी उपजत बुद्धिमत्तेतून येणारा कॉमन-सेन्स, हुशारी आहे हे माझ्या लक्षात आलं होतं. 'ग्रेट डिप्रेशन'च्या दरम्यान वयाच्या तेराव्या वर्षी लग्न झालेल्या आजीनं खडतर आर्थिक परिस्थितीत पाच मुलांना वाढवताना जीवनातले आवश्यक धडे स्वत:चे स्वत: गिरवले होते. एकेकाळी तिनं इतरांच्या उपाहारगृहांत स्वयंपाकाचं काम करून संसार चालवला होता. पुढं तिनं स्वत:चं उपाहारगृह सुरू केलं होतं.

त्यामुळं, तिनं मी ब्रेड करायला शिकण्याचा आग्रह धरला तेव्हा मला आश्चर्य वाटायचं कारण नव्हतं. पण ब्रेडची कणीक मळणं मला अजिबात जमायचं नाही. शेवटी आजी स्वत:च ते काम करायची. मात्र ब्रेड भाजायला ठेवण्याच्या टप्प्यावर येईपर्यंत ती मला स्वयंपाकघरातून हलू द्यायची नाही. ब्रेडची तयारी करीत असताना तिचं लक्ष माझ्यावरून बाजूला हटलं की मी स्वयंपाकघराच्या खिडकीतून बाहेर फुललेली बाग पाहात बसायची. आणि इथंच मी तिच्याशी बोलायला सुरुवात केली. माझं बोलणं ती इतक्या औत्सुक्यानं ऐकायची की कधीकधी माझी मलाच लाज वाटायची.

माझ्या तिथं असण्याची नवलाई ओसरल्यावरही आजीचा माझ्यातला इंटरेस्ट जराही कमी झालेला नाही हे माझ्या लक्षात आलं तसं मी हळूहळू तिच्यासमोर खुलेपणे बोलू लागले. मी तिच्याशी बोलण्याआधी मनातून आतुर होऊ लागले.

आणि एकदा शब्दांचा ओघ सुरू झाला की तो थांबायचाच नाही. मी शाळेला नियमित जाऊ लागले आणि शाळेतून घरी आतुरतेनं येऊ लागले. मी दुपारी परत यायचे तेव्हा आजी सुहास्य वदनानं तिच्या नेहमीच्या खुर्चीत बसून माझा दिवसभराचा बारीकसारीक तपशील ऐकण्यासाठी वाट बघत असायची.

मी ज्युनिअरच्या वर्षात असताना एके दिवशी घरी आले, ते धावतधावत आजीकडं जात म्हणाले, "माझी हायस्कूलच्या वृत्तपत्राच्या संपादकपदी निवड झालीय!"

आजीनं दोन्ही हात तोंडावर घेतले आणि मग माझे दोन्ही हात हातांत घेऊन घट्ट घट्ट दाबले. मला इतकं भरून आलं होतं! मी तिच्या डोळ्यांत पाहिलं, तिचे डोळे चमकत होते... ती आनंदानं वेडीपिशी झाली होती.

"तू मला फार आवडतेस आणि मला तुझा खूप अभिमान वाटतो!"

तिचे हे शब्द माझ्यावर इतक्या वेगानं आदळले की मी प्रतिसादच देऊ शकले नाही. माझ्या लेखी या शब्दांचं मोल हजार 'आय लव्ह यू' पेक्षा जास्त

होतं. तिचं प्रेम बिनशर्त होतं; पण तिची मैत्री व अभिमान या मिळवण्याजोग्या गोष्टी होत्या. या दोन्ही गोष्टी– त्यासुद्धा अशा अतुल्य स्त्रीकडून मिळाल्यामुळं मी स्वत:बद्दल विचार करू लागले... माझ्यात आवडण्याजोगं काही आहे का? मी लायक आहे का? स्वत:तील अंगभूत सामर्थ्य शोधण्याची इच्छा तिनंच माझ्यात जागवली आणि इतरांना माझी कमजोर स्थानं कळली तर कळली हेही मला तिच्यामुळंच जाणवलं.

त्या दिवशी मी ठरवलं की, आपण तिच्यासारखं जगायचा प्रयत्न करायचा... ऊर्जासंपन्न व उत्कटतेनं जगायचं! आणि अचानक माझ्या मनात, जगाचे रंग पाहावेत, स्वत:चं आणि इतरांचंही मन जाणावं, ती जसं मुक्तपणे व बिनशर्त प्रेम करते तसं करावं अशी इच्छा जागली. आणि माझ्या लक्षात आलं की, माझं तिच्यावर प्रेम आहे ते केवळ ती माझी आजी आहे म्हणून नाहीये, तर ती एक सुंदर व्यक्ती असल्यामुळं आहे, जिनं मला स्वत:ची व इतरांची काळजी घेणं याबद्दलचं तिचं सगळं ज्ञान दिलं.

मी तिच्यासोबत राहायला आल्यानंतर सुमारे दोन वर्षांनी, मी हायस्कूलमधून बाहेर पडण्याआधी दोन महिने, आजी जग सोडून गेली... ऐन वसंतात.

तिनं मुला-नातवंडांच्या गराड्यात डोळे मिटले. तिचं प्रेम व सुखानं आकंठ भरलेलं आयुष्य त्यांना आठवत होतं. तिनं अखेरचा श्वास घेण्याआधी प्रत्येकानं तिच्याजवळ जाऊन भिजल्या डोळ्यांनी व चेहऱ्यांनी तिचं हळुवार चुंबन घेतलं. मी तिच्याजवळ गेले, तेव्हा मी तिच्या गालांवर हळुवारपणे ओठ टेकले आणि म्हणाले,

"आजी, तू मला फार आवडतेस आणि मला तुझा खूप अभिमान वाटतो!"

आता मी कॉलेजमधून पदवी घेण्याच्या तयारीत आहे. मला अजूनही माझ्या आजीचे शब्द आठवतात. तिला अजूनही माझा अभिमान वाटत असेल, अशी मला आशा आहे. माझ्या किशोरवयातला खडतर काळ ते शांततामय स्त्रीत्व या टप्प्यावरच्या वाटचालीत तिनं ज्या प्रेमळपणे व संयमानं मला साहाय्य केलं त्याचं मला आश्चर्य वाटतं. वसंतऋतूत तिची छबी माझ्या डोळ्यांपुढं येते... त्यावेळी तिच्या बागेतली ट्यूलिप्स आणि आम्ही- तिची नातवंडं अजूनही तिच्याच तोडीच्या उत्साहानं बहरत असतो. आणि तिची कधीही निराशा होऊ नये याची मी दक्षता घेत असते.

लायनेट्टी क्यूर्टिस

कॅफेमधलं डिनर

आपण एका छोट्याशा कॅफेमध्ये गेलो होतो
कॅम्पसच्या समोर
दोघांनीच निवांतपणे डिनर घेण्यासाठी,
तिथं कॉलेजची मुलं होती
खात खात गहन तत्त्वज्ञानपर चर्चा करत होती.
तू टेबलाशी बसला होतास तेव्हा
जीन्स आणि गळाबंद स्वेटर अशा थाटात
किती गोड आणि छान दिसत होतास,
तुझे विस्कटलेले केस चमकत होते
आणि डोळे लकाकत होते मिष्कीलपणे.
तू तुझ्या मोहकतेची जादू
पसरलीस माझ्यावर आणि आजूबाजूच्या सगळ्यांवर.

तिथल्या वेट्रेसला तू फारच आवडला होतास,
तुझा कप सदैव भरलेला होता
"आणखी रुमाल देऊ? हो!"
"सूपमध्ये आणखी कुरकुरे हवेत? अर्थातच!"
तू बदमाशीनं तिच्याशी 'फ्लर्ट' केलंस
अणि यजमानिणीशीसुद्धा.
त्यांच्याकडं पाहून गोड गोड हसत,
त्यांना बोलण्यासाठी निमंत्रण देत,
तू जेवण नुसतं उष्टावत होतास.

तू दोनदा टेबल सोडून गेलास
इकडंतिकडं फिरण्यासाठी
आणि तुझी जादू इतरत्र पसरवण्यासाठी.
एक-दोन टेबलांशी थांबलाससुद्धा
रुंद हसत, लाघवी बतावणी करत,
बोलण्याचं आर्जव करत.
तू त्यांची मनं जिंकताना मी पाहात होते.
तू तर मलाही जिंकलं होतंस,
मी फक्त शांतपणे पाहात बसले होते.

अखेर मी शांतपणे रुमालाची घडी घातली.
आणि माझ्या बशीशेजारी ठेवली,
आता निघायची वेळ झाली होती
मग मी तुझ्याजवळ येत म्हणाले,
"चला, गुड-बाय करूया."

आणि मी तुला उचलून घेतलं,
बाबागाडीत ठेवलं,
आपण तिथून निघताना
तू सगळ्यांना मनसोक्त टाटा करत होतास,
आजीसोबतच्या तुझ्या पहिल्यावहिल्या डिनरनंतर,
जेव्हा तुझं वय होतं अवघं दोन वर्षं.

मेरिडॉन ली जॅकब

'वी नीड अ रॉक'

'आजी, आमच्यासाठी काय आणलंयस?'च्या आधी मिठी मारणं, पापा देणं या गोष्टी असतात.

व्यंगचित्रकार बिल केनी

माझ्या मुलाच्या जन्माचा आदला दिवस मी कधीही विसरणार नाही. त्यावेळी माझी आई दवाखान्यात होती. अर्धांगवायूनं तिची डावी बाजू लुळी केली होती आणि तिच्या वाचेवरही दुष्परिणाम झाला होता. आम्ही दोघी बहिणी रोज दवाखान्यात जाऊन तिला उभारी द्यायचो आणि तिला बोलतं करायचा प्रयत्न करायचो. डॉक्टर म्हणाले होते की, तिला जेव्हा काही सांगायचं असेल तेव्हा ती बोलेल.

त्या दिवशी मॉम मला काहीतरी सांगायचा प्रयत्न करीत होती... ती माझ्याकडं बघायची आणि मग दाराकडं... तिचं मन आक्रंदून काहीतरी सांगत होतं, ती ते शब्दांत जुळवून सांगायचा प्रयत्न करीत होती; पण तिची वाचा तिला साथ देत नव्हती. मी तिला मिठी मारली आणि आम्हा दोघींनाही रडू कोसळलं. तिला माझी काळजी वाटत होती. तिला मी घरी जावं असं वाटत होतं, हे मला कळत होतं; पण माझ्या प्रसूतीला अजून महिनाभर अवकाश असल्यानं मला तिच्याजवळ थांबायचं होतं. आम्हाला मनातले भाव सांगायला शब्दांची काहीच आवश्यकता नव्हती; पण त्यावेळी मॉमच्या तोंडून फुटलेला एखादा शब्दसुद्धा आमच्या दृष्टीनं आशेचा किरण ठरणार होता.

"मी उद्या पुन्हा येईन," असं म्हणून मी तिचा निरोप घेऊन निघाले.

तिनं मान हलवली... ती जणू सांगत होती, तू घरीच थांब, विश्रांती घे."

मॉमचं बरोबर होतं. मी विश्रांती घ्यायला हवी होती. या प्रसंगानंतर सात तासांनी मला त्याच दवाखान्यात तातडीनं नेण्यात आलं. डॉक्टरांनी 'प्लॅसेन्टा प्रिव्हिया'चं निदान केलं. मला मी आणि माझं बाळ संकटात आहोत एवढंच काय ते कळत होतं.

परमेश्वराच्या व काही चांगल्या डॉक्टरांच्या कृपेनं सगळं काही सुखरूप पार पडलं. माझ्या कुशीत गोंडस बाळ खेळत होतं. मी त्याच दवाखान्यात वरच्या मजल्यावर होते. मी बाळाला निरखत त्याचं नाव काय ठेवावं याचा विचार करत होते. नाव महत्त्वाचं असतं. माझ्या मुलाला अभिमान वाटावा असा इतिहास त्या नावामागे असावा, त्या नावाला काहीतरी पार्श्वभूमी असावी, असं मला वाटत होतं. पण तातडीनं सिझेरीयन करावं लागल्यामुळं मी भावनिकदृष्ट्याही थकले होते व एकूणच शिणले होते. त्यामुळे मला काही ठरवताही येत नव्हतं.

आमच्या पहिल्या मुलाला त्याच्या वडिलांचे नाव ठेवलं होतं– डॅनियल. दुसऱ्या मुलाला त्याच्या वडिलांचं मधलं नाव ठेवलं होतं– मायकेल. दुर्दैवानं डॅनला आणखी नावं नव्हती. आयर्लंडमधील सर्वांत सुंदर प्रदेशावरून आम्ही आमच्या मुलीचं नाव ठेवलं होतं– केरी. माझ्या बऱ्याच भाच्या, पुतण्यांना इतर कुटुंबीयांची नावं दोन-दोन तीन-तीन वेळा ठेवून झाली होती.

काळ पुढे सरकत होता. परिचारीका घाई करत होत्या. तितक्यात एकदम माझ्या मनात एक कल्पना चमकली. मी एका परिचारीकेला बोलावलं आणि तिच्याकडे एक चिठ्ठी देऊन ती तिसऱ्या मजल्यावर माझ्या आईकडं पोहोचवायला सांगितलं.

मॉम, मुलगा झालाय. तू त्याचं नाव ठेवशील? लव्ह कॅथी.

मी त्या चिठ्ठीला उत्तर येण्याची दिवसभर वाट पाहिली. मी बाळाला जोजवत सारखं सांगत होते, "आता लवकरच तुझं नाव ठेवायचं आहे."

माझ्या मनात मॉमचे विचार येत होते, तिला भेटावसं वाटत होतं. माझे डोळे भरून येत होते. तितक्यात परिचारीका येताना दिसली. तिच्या चेहऱ्यावर मिस्कील भाव होते.

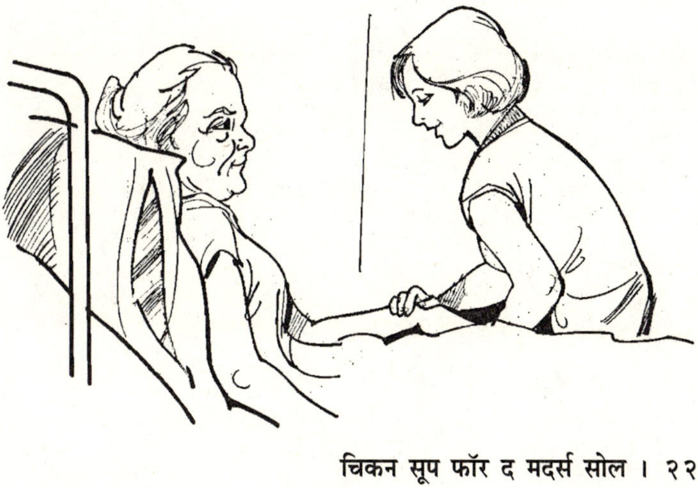

ती बाळाला जवळ घेऊन हळूच म्हणाली, ''शऽऽऽ.''

मी घाबरून विचारलं ''काय झालं?''

तिनं मला चाकाच्या खूर्चीत बसवलं आणि गप्प रहायला सांगितलं.

दुसऱ्या परिचारिकेनं माझ्या बाळाला नर्सरीत नेलं. तिनं मला चाकाच्या खुर्चीतून अंधाऱ्या व्हरांड्यातून नेलं. आम्ही नर्सरीजवळ आलो... समोर पाहते तो काय... डॅन आणि माझी आई तिथं आले होते. तिचे ओठ वाकडे झाले असले तरी त्यावर हास्य फुललं होतं.

''मॉम,'' मी तिला हाक मारली. माझ्या डोळ्यांत आसवांची तळी भरली होती. आज आई प्रथमच तिसऱ्या मजल्यावरून बाहेर पडली होती. तिथं नि:शब्द शांतता पसरली होती... आईनं डावा हात उंचावून नर्सरीच्या दिशेनं खूण केली. तिथं परिचारिकांनी माझं बाळ खिडकीशी आणलं होतं. तिकडं पाहात मॉम अडखळत, मोठ्या कष्टानं म्हणाली,

''त्याचं... नाव... पीटर... ठेव. वी नीड अ रॉक.''

कॅथी रॅन

१०

धन्यवाद आई

मी जो कुणी आहे किंवा जो कुणी होईन,
त्याबद्दल मी माझ्या आईचा ऋणी आहे.

अब्राहम लिंकन

जेव्हा आई ७५ मेणबत्त्या फुंकरीनं विझवते तेव्हा...

आपल्याला ऑक्सिजनचा हौद भेटीदाखल मिळावा अशी तिची सुप्त इच्छा आहे.

इतक्या वर्षांत तिनं कायम एकच मागणं मागितलं आहे,

"जीझस्, मेरी आणि जोसेफ, मला सहनशक्ती द्या!"

हे तिनं १,२४५,१७८ वेळा घोकलं असेल.

तिच्या हातांनी कपडे वाळत घालण्याच्या दोऱ्यांवर लंगोट टांगलेत, दुधाच्या बाटल्या जंतुविरहीत करण्यासाठी उकळल्या आहेत, तिसऱ्या मजल्यावरील अपार्टमेंटमध्ये मुलांना कडेवर घेऊन ये-जा केलीय, कपड्यांना इस्त्री केलीय आणि अभिमानानं बाबागाड्या ढकलल्या आहेत.

तिनं केसांच्या कुरळ्या गुंडाळ्या करून केस बसवलेले असतात आणि नेसलेज कलरिंग कॅप्स्युल्सनं केस धुतलेले असतात. मधाच्या पोळ्यासारखा हेअरडू केलेला असतो. तिचे केस अनेकदा कुरळे केले आहेत, आता ते रुपेरी झाले आहेत.

'पार्लर'मध्ये तिनं आदरातिथ्य केलंय. 'पॅन्ट्री'मध्ये कोठीसामान भरलंय, 'आईसबॉक्स'मध्ये आइस्क्रीम ठेवलंय आणि मंगळवारी 'रिंगर वॉशिंग मशीन' वापरलंय.

गोवर, वाराफोड्या, गालगुंड, न्यूमोनिया, पोलिओ, क्षयरोग, कसले कसले ताप, टाके पडणं, फ्ल्यू, मोडलेले हात आणि भंगलेली हृदयं या साऱ्यांतून पार पडताना तिनं 'नर्सिंग डिग्री' मिळवली आहे.

एकेकाळी तिच्या कपाटात घरात वापरायचे पोशाख, पिसांच्या हॅटस्, शुभ्र हातमोजे, आखूड हेमलाईन्सचे तसंच मोठ्या हेमलाईन्सचे स्कर्टस्, पॅंट सूटस्, शिफॉनचे लाटालाटांचे पोशाख, बंदिस्त घट्ट पोशाख, संडे कोट आणि तिनं 'सिअर्स' कॅटलॉगमधून ऑर्डर दिलेली ख्रिसमसची खेळणी असत.

तिच्या हृदयाला पुरुषाच्या प्रेमाचा अत्यानंद ठाऊक होता. मुलांचा आनंद, त्यांच्या चुकांमुळं होणारा त्रास ठाऊक होता. जीवनभराच्या मैत्रीबंधातली ऊब विलक्षण होती. लग्नसमारंभाचा उत्सव आणि नातवंडं-पतवंडं लाभण्याचं विलक्षण वरदानही ठाऊक होतं.

तिनं किती वेळा फरशा घासून धुतल्या असतील, कितीवेळा डिनर्स रांधली असतील, वाढदिवसाच्या किती भेटवस्तूंना वेष्टण चढवलं असेल, किती शब्दांची स्पेलिंग्ज ऐकली असतील, रात्री झोपण्याआधी किती गोष्टी वाचून दाखवल्या असतील, किती सबबी ऐकल्या असतील, दररोज देवाची कितीदा प्रार्थना केली असेल, त्याची मोजदाद करणं कठीण आहे.

तिनं किती पिढ्यांना तिच्या हातांनी जोजवलंय. तिच्या हातांनी अगणित 'आवडते' पदार्थ बनवले आहेत. तिनं तिच्या प्रिय व्यक्तींसाठी प्रार्थना करताना अनेकदा गुडघे टेकले आहेत. 'बाऊ' झाला की तिनं त्या जागी ओठ टेकले आहेत. अवतार करून घेतलेल्या गलिच्छ पोरांना अंघोळ घालताना, किशोरांचे कपडे उचलून ठेवताना, तिच्या बागेतली फुलं गोळा करताना तिची पाठ कितीदा वाकलीय... आणि वठलीय... आणि तिनं आसू आणि हसू या दोन्हींच्या सोबतीनं जीवनयात्रा केलीय... कालचा सूर्यास्त उद्याच्या आशेचा व विश्वासाचा सूर्योदय बनून उजाडताना पाहिलाय. तिच्यामुळं आणि तिचा हात हाती धरणाऱ्या माणसामुळं कौटुंबिक जीवन व प्रेम पिढ्या-पिढ्यांत उतरत राहिले आहे.

जेव्हा आई ७५ मेणबत्त्या फुकरीनं विझवते तेव्हा ते तिच्याभोवती प्रेमानं जमलेल्या लोकांचं भाग्य असतं.

ॲलिस कॉलिन्स
गेराल्डिन डॉयल यांचेकडून

माझ्या जगातल्या सात आश्चर्यांपैकी सहा आश्चर्य

मला सात मुलं नसती तर ही गोष्ट मी कधीही केली नसती,'' आम्ही शेवरोले कन्व्हर्टिबलमधून न्यू मेक्सिकोचं वाळवंट पार करीत असताना माझी आई मला सांगत होती. मी वॉशिंग्टन डी.सी.कडं प्रयाण करण्याआधी दोन दिवस ती टस्कनला आली होती. ती माझ्यासोबत येणार होती. मी या प्रवासाबद्दल तिला सांगताच ती माझ्याकडून मदतीची विनंती येण्याची वाट न पाहता सरळ माझ्याकडं आली होती. तिनं तिच्या कामातून रजा घेतली होती आणि आरक्षणं वगैरे करून ती शिकागोहून विमानानं आली होती, मला मदत आणि सोबत करण्यासाठी.

मी अनेकदा ऐकलंय की, जिथं सात मुलं असतात तेव्हा त्यातलं एक मूल कायम मागं राहतं... उपेक्षित, जणू गणितीसमीकरण असावं तसं! (दिवसाचे एकूण तास भागिले एकूण मुलांची संख्या याचं उत्तर म्हणजे प्रत्येक मुलाच्या वाट्याला येणारं लक्ष). पण माझ्याबाबतीत असं नव्हतं. माझ्या आईनं हे कसं काय जमवलं कोण जाणे. पण मला किंवा माझ्या भावंडांना कुणालाच आपण दुसऱ्या स्थानावर आहोत असं कधीही वाटलं नाही. तसंच तिच्या करिअर व इतर उपक्रमांना किंवा माझ्या वडिलांनाही तसं कधी वाटलं नाही.

मला लहानपणी तिच्या मांडीवर बसून तिचं बोलणं ऐकलेलं आठवतंय. ती तिच्या काळजाचे आठ समान भाग कसे असतात ते सांगायची... आम्हा मुलांसाठी एकेक आणि एक भाग आमच्या वडिलांसाठी. आम्ही दोघीजणी 'मिसेस ओलीरी ॲन्ड मिसेस फॉली' खेळायचो, चहा-बिस्किटांचा आस्वाद घेताना शेजारपाजाऱ्यांबद्दल गप्पा मारायचो किंवा ती मला झोपताना गोष्टी वाचून दाखवायची आणि अंगाई गायची; 'गो टू स्लीप, माय लिटल् पम्पकिन/टू द टिप्स ऑफ युअर टोज/इफ यू स्लीप, माय लिटल् पम्पकिन/यू विल टर्न इन टू अ रोज.'' त्यावेळी माझी इतर बहीण-भावंडं कुठं असायची कोण जाणे.

मी बालवाडीत जाऊ लागले त्यावेळी आईनं मला सांगितलं होतं की, तुला जर कधी एकटं वाटलं ना, तर तू फक्त मला पापा दे... फुंकर मारून

माझ्याकडं पाठव. मग तो मला मिळेल आणि मीही लगेच तुला तसाच पापा पाठवून देईन. तिला आपला पापा मिळतो असं मला खरंच वाटायचं आणि तिचा पापाही मला जाणवायचा. मला अगदी आजही हे जाणवतं. मला जेव्हा तिची सर्वाधिक गरज असते अशावेळी कसं कोण जाणे पण माझ्या फोनची रिंग वाजतेच!

मी कुठंही असले, माझ्या आयुष्यात काहीही घडत असलं तरी मी आपोआप प्रत्येक गोष्ट पहिल्यांदा तिच्याशीच 'शेअर' करते. त्यामुळंच मनात येतं की, माझं तिच्यावाचून कसं होईल? पण माझ्या हेही ध्यानात आलंय की, माझी आई 'सदैव' माझ्यासाठी इथंच असेल. कारण तिनं तिचे शाश्वत अंश आम्हा सात भावंडांमध्ये भरले आहेत, त्यामुळं मला कधीही एकाकीपण घेरून येणार नाही...

मला कशाहीबद्दल जेव्हा तिचं मत हवं असतं, म्हणजे मुलांना कसं वाढवावं इथपासून ते केस कसे कापून घ्यावेत इथपर्यंत मला कशाहीबद्दल विचारायचं असेल तेव्हा मी माझ्या बहिणीला- लिसाला फोन करीन. तिच्याकडून मला आईसारखाच नीट विचारपूर्वक, योग्य व प्रामाणिक सल्ला मिळेल.

मला जेव्हा एखादी अडचण सोडवण्यासाठी साहाय्याची गरज असेल तेव्हा मी माझ्या भावाला- बिलला फोन करीन. कारण त्याच्यामध्ये आईची सुज्ञता व सर्जनशीलता आहे. त्याच्यापाशी जगाकडं पाहण्याची तिचीच दृष्टी आहे.

जेव्हा मला खूप काही करायचं असतं; पण त्या साऱ्यासाठी माझ्याजवळ पुरेसा वेळ नसतो, ज्यावेळी मला आईसारखं सामर्थ्य आणि विनोदबुद्धी असण्याची गरज असेल तेव्हा मी माझ्या दुसऱ्या बहिणीला- गे ला फोन करीन. चार मुलांना वाढवणं आणि तीन-तीन नोकऱ्या सांभाळणाऱ्या गे ला इतक्या व्यापातूनही दुसऱ्याशी बोलण्यासाठी, त्याचं ऐकण्यासाठी आणि हास्यविनोद करण्यासाठी वेळ असतो.

मला जेव्हा जेव्हा उदासवाणं आणि तोचतोचपणामुळं कंटाळवाणं वाटेल तेव्हा मी आईच्या जादूचा डोस घेण्यासाठी जिमला फोन करीन. जिम आईसारखंच सगळ्या गोष्टींत आश्चर्य पाहतो. तो लहान मुलाशी बोलत असो की मोठ्या माणसाशी, त्यानं ख्रिसमसच्या वेळी वनदेवता पाहिल्याचं तो शपथेवर सांगेल.

आईचं दयाळूपण मेरीत उतरलं आहे. मला जेव्हा माझं म्हणणं ऐकून घेणारं आणि मला माझ्या कसल्याही योग्यतेविना स्वीकारणारं कुणी हवं असतं, तेव्हा मी मेरीला फोन करीन. ती माझ्यासाठी चहा करेल आणि मला रडू देईल. नि:शब्द कधी व्हावं ते तिला कळतं.

मला आईचं धाडस हवं असतं, एखादी आवश्यक गोष्ट मला करणं जमत नसतं तेव्हा मी डॉयल या बहिणीला फोन करीन. ती सगळ्यात लहान आहे, पण तिला योग्यायोग्यतेची अचूक अंत:प्रेरणा असते आणि योग्य तीच गोष्ट करण्याचा आत्मविश्वास असतो.

आणि आज आम्ही वाळवंट पार करीत होतो, आईला सात मुलं नसती तर तिनं काय केलं नसतं याबद्दल गप्पा मारीत होतो.

वेल, तिला जर सात मुलं नसती तर आम्हा सात मुलांमध्ये अशा 'बऱ्याच' विलक्षण गोष्टीही आल्या नसत्या– कारण 'आम्ही' भावंडं म्हणजे माझ्या आईनं आम्हालाच दिलेल्या महान देणग्या आहेत.

जेन हार्लेस वूडवर्ड

पत्रपेट्या

गल्लीच्या टोकाला अर्धा मैल अंतरावर कुटुंबाची पत्रपेटी होती. त्यावरची पांढरी मोठी अक्षरं जाणाऱ्या-येणाऱ्यांचं लक्ष वेधून घेत असत: BURRES. आम्हा मुलांच्या दृष्टीनं ती खांबावरची धातूची पेटी अनंत आशा, स्वातंत्र्य व बिनशर्त प्रेमाचा स्रोत होती.

आमच्या आईनं आमच्यासाठी तयार केलेली ही गोष्ट निर्हेतुक नसावी. मुलांनी निरनिराळ्या गोष्टी शिकल्या पाहिजेत असं तिचं मत होतं. मॉमच्या लेखी प्रत्येक क्षण शिकवण्याजोगा होता आणि ती उत्तम शिक्षिका होती.

माझी आई दररोज दुपारी पत्रं तिथं आणायला पायी चालत जायची.

शनिवारी दुपारी तिला तिकडं जाताना पाहिलं की आम्ही मुलं आमचे उद्योग सोडून तिच्याबरोबर जाण्यासाठी गडबडीनं धावायचो, तसंच आमचं कुत्रंसुद्धा सोबत यायचं. मॉमला आमचं येणं फार आवडायचं. ती आमचं अतिशय आनंदानं, खेळकरपणे स्वागत करायची. आमच्या इवल्या इवल्या पावलांच्या दृष्टीनं पत्रपेटीपर्यंतची जाता-येता मिळून मैलाभराची भटकंती जास्त असायची, पण तेवढ्या योग्यतेची असायची. आमच्या या भटकंतीत ती अतिशय खुषीत असायची. आमच्या दृष्टीनं ही तिच्या प्रेमाची ऊब अनुभवण्याची संधी असे.

आम्ही पत्रपेटीशी पोहोचलो की मॉम पत्रं घ्यायची आणि कुणाची आहेत हे बघताना आम्हा मुलांपैकी कुणाचं पत्र आलं असेल तर ते सांगायची. मात्र, ती आमच्यापैकी कुणाची पत्रं आहेत ते सांगायची नाही. त्यामुळं घरी पोहोचेपर्यंत रहस्य कायम रहायचं. मग घरी गेल्यावर ती आम्हाला आमची आमची पत्रं द्यायची. या कृतीतून तिनं आम्हाला दुसऱ्या व्यक्तीचं खाजगीपण जपायला शिकवलं. आणि एखाद्या दिवशी एखाद्याला पत्र येवो न येवो, ते खिलाडू वृत्तीनं स्वीकारायला शिकवलं.

"हे बघ," ती सांगायची, "हे तुझं आहे."

आमच्या नावानं आलेली पत्रं उघडण्याची आम्हा सर्वांना परवानगी होती. आमची आई त्यात कधीच डोकावत नसे.

आश्चर्याची गोष्ट म्हणजे, आम्हा सर्व मुलांना अधूनमधून पत्रं यायची आणि त्याहून आश्चर्याची गोष्ट म्हणजे आमच्यापैकी प्रत्येकाला समान संख्येत पत्रं यायची. कधी आमच्यापैकी एखाद्याच्या नावानं मासिक यायचं. कधी मावशी, काका, आजी, आजोबा किंवा संडे स्कूलच्या शिक्षकांचं (ते आमचे शेजारी व मॉमचे चांगले मित्रही होते) पत्र यायचं. यात कुणीही मूल उपेक्षित रहात नसे. कधीकधी 'जंक मेल'सुद्धा येत असत. ही पत्रं कुणा व्यक्तीनं लिहिली आहेत की यांत्रिक आहेत या गोष्टीनं आम्हाला काहीही फरक पडत नसे. आमच्या दृष्टीनं आपल्या नावानं पत्र येणं ही गोष्टच रोमांचक व सन्मानाची असे.

मला पत्र म्हणजे काय ते कळू लागल्याच्या वयापासून ते मी घरातून बाहेर पडेपर्यंत हा 'पत्रव्यवहार' सुरू होता. आम्ही मुलं पत्रं येण्याच्या आनंदात मश्गूल असायचो. त्यामुळं मी चांगली मोठी होईपर्यंत मला आईचा यामागचा महान उद्देश समजला नव्हता.

आमच्या त्या छोट्याशा भटकंतीमध्ये, मॉम कधीकधी आम्हाला त्यावेळी समर्पक असणारी एखादी गोष्ट सांगायची. एरवी ती आम्हाला देवाबद्दल सांगायची. कधीकधी त्याच त्याच गोष्टी असायच्या. पण आम्हाला निर्मितीचे प्रकट चमत्कार समजावेत यासाठी आई प्रत्येक संधीचा वापर करायची. कुठलाही पक्षी वा माशी असो की, फुलं-झाडं-रोपं असोत, कुठलीही गोष्ट आमच्या नजरेस आली नाही

असं घडलं नाही. जमिनीवरचे वा आभाळात भराऱ्या घेणारे प्राणी-पक्षी असोत; विविधरंगी, निरनिराळ्या आकारांच्या व गंधांच्या फुलांचं सौंदर्य असो; या फुलावरून त्या फुलावर परागकण गोळा करीत भिरभिरणाऱ्या मधमाशा असोत; की ऊबदार स्पर्श व झगझगीत प्रकाश देण्याचं अनंत सामर्थ्य असलेला सूर्य असो... या सगळ्या गोष्टींचं रसग्रहण करण्याची वृत्ती तिनं आमच्यात निर्माण केली.

आम्हाला ती फार आवडायची. ती आमचं सर्वस्व होती. ती होती एक आनंदी स्त्री, चिरंतन आशावादी व्यक्ती... सदैव हसणारी... सदैव गुणगुणणारी. तिच्या बोलण्यात शब्दांसोबत हास्याचा झरा सहजपणे खळखळत असे आणि त्यासोबत तिचे मऊसूत, तपकिरी केस खांद्यावर रुळत हेलकावे घेत असत.

आणि त्यामुळंच पत्रपेट्या नजरेला पडल्या. विशेषत:, लांबचलांब गल्लीच्या टोकांना असलेल्या पत्रपेट्या दिसल्या की त्या माझ्यालेखी खास असतात. त्या मला आईची माया आणि तिनं अतिशय प्रेमानं आमच्यात रुजवलेली मूल्यं व श्रद्धा यांचं स्मरण देतात. आनंद, प्रेम व आदर तिच्या नसानसांत होता आणि हे धडे तिनं आम्हाला रोज शिकवले.

बेट्टी बी. यंग्ज

माझ्या आईची श्रीमंती

आपल्या गरिबीची जाणीव आपल्या मुलीला जराही करू न देता तिला वाढवणारी आई खरोखरच खूप खास असली पाहिजे! मी दुसऱ्या इयत्तेत जाईपर्यंत मला आपण गरीब आहोत हे माहीतदेखील नव्हतं. माझ्यापाशी गरजेच्या सर्व गोष्टी होत्या; खेळायला नऊ बहीण-भावंडं होती, वाचायला पुस्तकं होती, अंगात घालायला आईनं कौशल्यानं दुरुस्त केलेले किंवा स्वत: शिवलेले स्वच्छ कपडे होते. दररोज सायंकाळी आई माझे केस धुवून छान गुंफून द्यायची, दुसऱ्या दिवशीच्या शाळेसाठी आदल्या सायंकाळीच माझे तपकिरी बूट पॉलीश करून चमकवलेले असायचे. शाळेतही मी सुखात होते. 'प्रोजेक्टस्'साठी शिक्षक जाड आर्ट पेपर द्यायचे त्याचा व नव्या रंगीत खडूंचा गंध मला आवडायचा. मी स्पंजसारखं ज्ञान टिपून घ्यायचे आणि आठवड्यातून एकदा प्राचार्यांच्या कार्यालयात निरोप घेऊन जाण्याचा हवाहवासा विशेषाधिकारही मला लाभायचा.

एके दिवशी शाळेत त्या दिवशीचा 'लंच काऊंट' द्यायला वरच्या मजल्यावर जाताना माझ्या मनात किती अभिमान भरून आला होता, तो प्रसंग मला अजूनही स्मरतो.

मी तिथून वर्गात परत येत असताना वाटेत मला दोन मोठ्या मुली दिसल्या.

"ती बघ, ती गरीब आहे," त्यातली एक मुलगी दुसरीच्या कानाशी लागत म्हणाली आणि त्या दोघीही फिदीफिदी हसल्या. माझा चेहरा लालबुंद झाला होता, कंठ दाटून आला होता... त्यानंतर उर्वरित दिवस आठवतही नाही.

त्या दिवशी घरी परत येताना मी त्या मुलींच्या बोलण्याचाच विचार करीत होते. मी गरीब आहे असं त्या मुलींना का वाटलं असेल? मी विचार करीत होते. मग मी स्वत:च्या पोशाखाकडं पाहिलं आणि त्यावेळी पहिल्यांदाच माझा पोशाख किती विटका आहे हे माझ्या लक्षात आलं. पोशाखाच्या तळातली दुमड उसवून तो लांब केलाय हे स्पष्ट कळत होतं. 'मुलां'चे मजबूत बूट घालून माझे पाय जमिनीवर टेकत नव्हते इतकंच. माझ्या पायातल्या

त्या घाणेरड्या तपकिरी बूटांची मला अगदी लाज वाटली.

मी घरी पोहोचले तेव्हा मला स्वत:चीच कणव आली होती. मला आपण कुणा परक्याच्या घरी आलो आहोत असं वाटत होतं. मी प्रत्येक गोष्टीकडं टीकेच्या नजरेतून बघत होते... स्वयंपाकघरात अंथरलेलं लिनोलियम फाटलं होतं. भिंतीवरच्या जुन्या रंगांवर हातांच्या बोटांचे धुळकटले ठसे दिसत होते. माझं मन इतकं खिन्न झालं होतं की मी स्वयंपाकघरातून आईनं केलेल्या प्रसन्न स्वागताला प्रतिसादही दिला नाही. आई माझ्या नाश्त्यासाठी ओटमीलची बिस्किटं आणि भुकटीचं दूध तयार करीत होती. वर्गातल्या इतर मुलींना असं भुकटीचं दूध प्यावं लागत नसणार याची मला खात्री होती.

मी रात्रीच्या जेवणाच्या वेळेपर्यंत आपल्या गरिबीचा विषय आईसमोर कसा काढायचा या विचारात माझ्या खोलीत कुढत बसले होते. तिनं मला का सांगितलं नाही? ही गोष्ट मला दुसऱ्या कुणाकडून का समजावी?

अखेर, मी पुरेसं अवसान गोळा करून स्वयंपाकघरात गेले.

"आपण गरीब आहोत?" मी काहीशा उद्धटपणे वस्सकन विचारलं. माझी अपेक्षा होती की, आई ही गोष्ट नाकारेल, बचावात्मक पवित्रा घेईल किंवा स्पष्टीकरणात्मक बोलेल, ज्यायोगे माझ्या मनातलं दु:ख जरासं कमी होईल. पण आईनं विचारमग्नपणे माझ्याकडं पाहिलं, मिनिटभर ती काहीच बोलली नाही.

बटाट्याची सालं काढून झाल्यावर सालंकाढणी बाजूला ठेवत तिनं विचारलं, "गरीब?"

"नाही, आपण गरीब नाही. आपल्याकडं जे काही आहे त्याकडं बघ," बाजूच्या खोलीत खेळत असलेल्या माझ्या बहिणभावंडांकडं नजर टाकत ती म्हणाली.

आमच्या घरात ऊब पसरवणारा लाकडी स्टोव्ह, घराला शोभा देणारे रंगीत पडदे आणि घरी बनवलेल्या जुन्यापुराण्या रजया, कट्ट्यावर ठेवलेली ओटमीलच्या बिस्किटांची बशी... सारं काही मी तिच्या नजरेतून पाहिलं. स्वयंपाकघराच्या खिडकीतून बाहेर नजर टाकली तर दहा मुलांना भरपूर मजा व दंगामस्ती करण्यासाठी प्रशस्त मोकळी जागा होती.

"कदाचित, पैशाच्या संदर्भात आपण गरीब आहोत असं काही लोकांना वाटेलही, पण आपल्याजवळ भरपूर आहे," ती म्हणाली.

आणि संतुष्ट चेहऱ्यानं ती पाकसिद्धीला लागली. आपण आज एका रिकाम्या पोटाला खाऊ घालण्याखेरीज खूप काही केलंय हे तिला माहीतही नव्हतं. तिनं माझ्या हृदयाला, माझ्या आत्म्याला खाऊ घातलं होतं... तृप्त केलं होतं.

मेरी केन्यॉन

साधीशी चूक

माझी आई साधीसुधी होती असं म्हणणं ही टीका नाही वा तक्रारही नाही. खरं तर, ती लोक ज्यांची दखल घेत नाहीत अशा स्त्रियांपैकी एक होती. या जगात अशा 'साध्यासुध्या जेन' प्रकारातल्या बऱ्याच व्यक्ती असतात.

माझ्या आईचा जन्म मद्यपींची प्रदीर्घ परंपरा असलेल्या घरात झाला. तिनं वयाच्या सतराव्या वर्षी घर सोडायचं ठरवलं. याचं कारण तिच्याच भाषेत सांगायचं तर,

"मला भांडणं, पिणं आणि वेडपटपणा आणखी क्षणभरही सहन करणं शक्य नव्हतं."

मग ती तिच्या कॅलिफोर्नियातल्या मावस भावाच्या घरी रहायला आली आणि जीवनाचा नव्यानं श्रीगणेशा केला. ही १९५९ सालची गोष्ट आहे.

१९६० साली तिचं माझ्या वडिलांशी- ते नौदलात होते- लग्न झालं आणि पुढील चार वर्षांत त्यांच्या संसारवेलीवर तीन फुलं उमलली- टॅमी, टिना आणि मी- जेरी. १९६७ साली माझ्या आईवडिलांनी 'ऑरेंज कंट्री'मध्ये एक लहानसं व साधं घर विकत घेतलं. या घरासाठी त्यांनी खूप काही केलं, पण १९७५ साली त्यांचा घटस्फोट झाला त्यावेळी मी बारा वर्षांचा होतो.

कदाचित घटस्फोटामुळं जे प्रचंड बदल होतात त्यामुळं की काय कोण जाणे, पण अचानक, आई पालक या भूमिकेपेक्षा एक व्यक्ती म्हणून माझ्या जास्त लक्षात येऊ लागली. तिचा कशानंही विचलित न होणारा चेहरा माझ्या लक्षात येऊ लागला. तिच्या डोळ्यांभोवती गडद काळी वर्तुळं आली होती. बाळंतपणं आणि त्यानंतरचा काळ सोसल्यामुळं तिच्या देहयष्टीची कळाही बिघडली होती. माझी एकटी आई कुणा पुरुषाच्या नजरेत आली नाही. तिच्या डोळ्यांतल्या उजळत्या ज्योती त्यांच्या कधीच लक्षात आल्या नाहीत... काळासोबत त्या माझ्या मात्र लक्षात येऊ लागल्या होत्या.

एकट्या आयांना बरेचदा जे करावं लागतं ते माझ्याही आईला करावं लागलं.

तिनं रात्री दारूच्या दुकानात 'फॉर्म्स' पोहोचवण्याचं काम धरलं. मी तिच्यासोबत गेलो तर ती मला 'फॉस्टर्स फ्रीज'मधून चॉकलेट-डिप्ड कोन घेऊन देण्याचं कबूल करायची. एवढा वेळ वगळता तिला मला भेटता येत नसे. ती 'फॉर्म्स'चा ढीग घेऊन मद्याच्या दुकानांत गेली की तिला फक्त काउंटरपलीकडच्या माणसांची गुरगुर ऐकावी लागत असे. बाकी ती पुरुषांच्या दृष्टीनं अदृश्य अस्तित्व असल्यासारखी होती.

मी मोठा झालो तसा माझ्या मनात लोकांच्या माझ्या आईविषयीच्या अरुचीबद्दल कडवटपणा दाटत गेला. मला तिची जबरदस्त हुशारी व तिनं अधाशासारखं वाचन करून मिळवलेलं प्रचंड ज्ञान माहीत होतं. माझ्या आईचं शौर्यपूर्ण आयुष्य मूकपणे पुढं सरकत होतं, ते कुणाच्या लक्षात येत नव्हतं. तिला कौतुक लाभत नव्हतं... याचंच मला फार दु:ख होत होतं.

१९ फेब्रुवारी १९८६ रोजी मला कामावर फोन आला. आईचा फोन होता. तिला गेले दोन महिने सर्दीचा त्रास होत होता, त्याचं कारण होतं तिच्या फुफ्फुसात डावीकडं झालेली गाठ. त्यामुळं सर्दी आतच साठून राहिली होती. त्यानंतर आठवड्याभरानं डॉक्टरांनी तिच्यावर शस्त्रक्रियेला सुरुवात केली तेव्हा ती गाठ तिच्या हृदयापासून निघणाऱ्या डाव्या मुख्य रक्तवाहिनीभोवती पसरल्याचं लक्षात आलं. मग डॉक्टरांनी आम्हाला किमोथेरपी, रेडिएशन याबद्दल सविस्तर सांगितलं; पण त्यांच्या डोळ्यांत वास्तव स्पष्ट वाचता येत होतं.

त्यानंतर, माझी साधीसुधी आई त्या गाठीशी एखाद्या योद्ध्यासारखं लढली, तरीही कुणीच त्याची दखल घेतली नाही. रेडिएशनचा तिच्या स्वरयंत्रावर दुष्परिणाम झाला, तिला गिळतानाच नव्हे तर श्वास घेतानासुद्धा त्रास होऊ लागला, पण ती सोसत होती. तिनं किमोथेरपीच्या अग्निदिव्यालासुद्धा सहजपणे तोंड दिलं. घरातल्यांच्या मनावरचं ओझं कमी करण्यासाठी तिनं भडक लाल रंगाचा केसांचा टोपसुद्धा आणला होता.

पण काहीही उपयोग झाला नाही. तिनं या 'राक्षसा'वर मात करण्याची प्रतिज्ञा केली होती... २ फेब्रुवारी १९८७ रोजी तिची शुद्ध हरपेपर्यंत ती लढत होती. तिच्या मृत्यूसमयी तिची तिन्ही मुलं तिचे हात हातात घेऊन तिच्या साध्यासुध्या, स्तब्ध गालांवर थोपटत होती.

मला भयंकर संताप आला होता.

तिची कुणीच दखल न घेतल्यामुळं मी साऱ्या जगावर उखडलो होतो. मी तिला जवळून पाहात होतो. संघर्ष आणि एकाकीपणा या गोष्टींमुळं तिची झालेली हानी मी पाहिली होती. शारीरिकदृष्ट्या आकर्षक नसलेल्या, पण माणूस म्हणून अतिशय उमद्या असलेल्या व्यक्तीकडं सगळ्यांनीच कसं दुर्लक्ष केलं? अंत्यविधीची

वेळ होईपर्यंत माझा पारा चढलेलाच होता.

अंत्यविधीच्या वेळी, साध्यासुध्या छोट्याशा चॅपेलमध्ये माझ्या परिचयाच्या नसलेल्या लोकांच्या झुंडीच्या झुंडी येऊ लागल्या. माझ्या आईची आता अखेरची दखल घेतली जाणार होती. दोन दशकांपूर्वी तिच्यासोबत काम करणारे लोक आले होते; 'तुला आम्ही अखेरचं पाहिलं तेव्हा तू लंगोट बांधणारा एवढासा होतास' म्हणून सांगत होते. तिच्या कामाच्या ठिकाणचा मित्रपरिवार मला कधीच ठाऊक नव्हता, ते सगळे लोक येत होते, मला व माझ्या बहिणींना आलिंगन देत होते. एवढंच नव्हे, तर तिचे आठ वर्षांपूर्वीचे बॉससुद्धा आले होते. ते माझ्या साध्यासुध्या आईबद्दल म्हणाले की, 'मी आजवर पाहिलेली सर्वात सहृदय स्त्री.'

मी वयाच्या बाराव्या वर्षापासून तिला व्यक्ती म्हणून पाहात होतो. मला तिच्या जीवनातली वेदना जाणवत होती. आज या चॅपेलमध्ये माझ्या आईला पाहणाऱ्या, तिची दखल घेणाऱ्या चांगल्या लोकांची गर्दी झाली होती. त्यांच्या लेखी ती साधी-सरळ होती. तिनं त्यांच्या आयुष्यात स्वत:चा ठसा उमटवला होता. तो माझ्या कधी लक्षात आला नव्हता. आपल्या चुकीबद्दल इतकं समाधान कधीच वाटलं नव्हतं. त्यांनी कायमच तिची दखल घेतली होती... आता माझ्या मनात मुळीच राग नव्हता.

गेराल्ड ई. थर्स्टन ज्युनिअर

महान स्त्री

माझ्या परिचयात माझ्या आईइतकी उत्तम स्त्री दुसरी कुणीही नाही. मी आजवर अनेक लोक पाहिले पण इतकी संपूर्णत: सुसंस्कृत स्त्री पाहिली नाही. मी जर काही मिळवलं असेल तर ते तिच्यामुळंच.

चार्लस चॅप्लिन

मला आठवतंय... त्यावेळी मी चौथीत होतो तेव्हा तू 'हॅलोवीन'साठी मला 'झोरो' पोशाख शिवण्यासाठी रात्री उशीरापर्यंत जागणं किंवा त्यासारख्या गोष्टी करीत असायचीस ते मला आठवतंय. तू चांगली मॉम होतीस हे मला माहीत होतं; पण तू किती महान स्त्री होतीस ते मला समजलं नव्हतं.

मला आठवतंय... तू कधीकधी दोन दोन नोकऱ्या करायचीस आणि आपल्या घराच्या पुढच्या बाजूला 'ब्यूटी शॉप' चालवायचीस, जेणेकरून आपल्या कुटुंबाच्या हातातोंडाची गाठ पडेल. तू कित्येक तास, कित्येक तास काम करायचीस आणि कसंही करून चेहऱ्यावरचं हास्यही टिकवायचीस. तू खूप कष्टाळू आहेस हे मला माहीत होतं, पण तू किती महान स्त्री आहेस ते मला समजलं नव्हतं.

मला आठवतंय... एकदा मी रात्री उशिरा... खरं तर मध्यरात्री किंवा त्याही नंतर... तुझ्याजवळ येऊन म्हणालो होतो की, उद्या शाळेत नाटक आहे. मी त्यात राजा झालो आहे. तू लगेच मला राजाचा जांभळा पोशाख करून दिलास. पण एवढं करूनही मी त्या नाटकाचा फज्जा उडवला आणि तुझी सगळी मेहनत कुणी पाहिलीसुद्धा नाही. तरीसुद्धा तू असे प्रसंग हसून साजरे केलेस. कुणाचीच आई अशी असणार नाही. कुठल्याही प्रसंगाला माझ्यासाठी उभी राहणारी, हे मला

माहीत होतं. पण तू किती महान स्त्री आहेस ते मला समजलं नव्हतं.

मला आठवतंय... मी सलग सहाव्यांदा खोक पाडून घेतली त्यावेळी तू शाळेत सांगितलं होतंस, "तो बरा होईल. त्याला फक्त थोडी विश्रांती द्या. मी नंतर त्याच्याकडं बघून घेईन." तुझा खंबीरपणा त्यांना आणि मलाही माहीत होता. पण तू किती महान स्त्री होतीस ते मला समजलं नव्हतं.

मला आठवतंय... ज्युनिअर हायस्कूलमध्ये असताना तू मला गृहपाठ करायला मदत करायचीस... शाळेत विशेष प्रसंगांसाठी पोशाख बनवून द्यायचीस, माझ्या सगळ्या क्रीडासामन्यांना हजर असायचीस. तुझ्या एखाद्या मुलाला मदत होईल अशी कुठलीही गोष्ट असेल तर तू त्यासाठी जवळपास काहीही करशील हे मला माहीत होतं. पण तू किती महान स्त्री होतीस ते मला समजत नव्हतं.

मला आठवतंय... मी 'यंग लाईफ'साठी काम करीत होतो तेव्हा एके दिवशी पहाटे साडेतीन वाजता मी त्रेचाळीस मुलांना घरी आणलं होतं आणि ती सगळी इथंच झोपून सकाळी नाश्ता करून गेली तर चालेल ना असं विचारलं होतं. तू पहाटे साडेचार वाजता उठून हे आव्हान पेलायला सज्ज झाली होतीस. त्यावेळी मला तू आनंदी व उदार आहेस हे माहीत होतं. पण तू किती महान स्त्री होतीस हे मला समजलं नव्हतं.

मला आठवतंय... मी हायस्कूलमध्ये असताना तू माझ्या सगळ्या फुटबॉल व बास्केटबॉल सामन्यांना यायचीस आणि इतकी थरारून जायचीस की एकदा तू तुझ्या समोरच्या माणसाला 'पॉमपॉम'चा तडाखा दिला होतास. मला मैदानात तुझे प्रोत्साहनपर शब्द ऐकू यायचे. तू माझी सदैव सर्वोत्तम प्रोत्साहक आहेस हे मला माहीत होतं; पण तू किती महान स्त्री होतीस ते मला समजलं नव्हतं.

मला आठवतंय... मला स्टॅनफोर्डला जाता यावं म्हणून तू किती त्याग केलास. तू जादा काम केलंस. तिथं मला अगदी नियमित काही ना काही प्रेमानं पाठवत राहिलीस. मला आपण एकटे नाही असा दिलासा देणारी पत्रं लिहिलीस. तू चांगली मैत्रीण होतीस हे मला माहीत होतं. पण तू किती महान स्त्री होतीस ते मला समजलं नव्हतं.

मला आठवतंय... मी स्टॅनफोर्डमधून पदवीधर होऊन, 'यंग लाईफ'च्या माध्यमातून गोड चिमुकल्यांसाठी महिना दोनशे डॉलर्स वेतनावर काम करायचं ठरवलं. त्यावेळी डॅडींना व तुला ही माझी अधोगती वाटली होती, तरीही तू मला प्रोत्साहन दिलंस. तू माझं एका खोलीचं घर लावून द्यायला आली होतीस. त्या साध्याशा घराला तू तुझा खास, प्रेमळ स्पर्श दिलास. त्यावेळी आणि नंतरही... वेळोवेळी, मला तू किती अस्सल सर्जनशील आहेस ते कळत गेलं, पण तू किती महान स्त्री होतीस ते मला समजलं नव्हतं.

काळ पुढं सरकत होता. मी मोठा झालो, लग्न केलं आणि घर थाटलं. तू 'नना' झालीस आणि तुझी नवी भूमिका तुला खूप आवडली, पण तू मात्र वयस्क झालीस असं कधीच वाटलं नाही. देवानं तुला घडवलं तेव्हाच त्यानं जीवनात तुझ्यासाठी खास स्थान निर्माण केलंय हे मला त्यावेळी कळलं होतं, पण तू किती महान स्त्री होतीस ते मला समजलं नव्हतं.

अपघातामुळं माझी गती मंदावली. काही गोष्टी करणं मला जरा कठीण होऊन बसलं; पण तू नेहमीसारखीच माझ्या पाठीशी उभी राहिलीस. मला वाटलं, काही गोष्टी कधीच बदलत नाहीत... मी अत्यंत ऋणी होतो. तू उत्तम परिचारिका होतीस ही मला बराच काळ माहीत नसलेली गोष्ट तेव्हा माझ्या लक्षात आली होती. पण तू किती महान स्त्री होतीस ते मला समजलं नव्हतं.

मी काही पुस्तकं लिहिली. लोकांना ती आवडली असावीत. तुला व डॅडींना त्याचा इतका अभिमान होता की, तुम्ही लोकांना आपल्या मुलाची कामगिरी दाखवण्यासाठी त्यांना या पुस्तकांच्या प्रती दिल्यात. तू किती उत्तम प्रवर्तक होतीस ते तेव्हा मला कळलं होतं. पण तू किती महान, महान स्त्री आहेस ते मला समजलं नव्हतं.

काळ बदलला आहे... ऋतू सरले आहेत आणि माझ्या परिचयातला एक थोर माणूस आपल्यातून निघून गेला आहे.

मला श्रद्धांजलीच्या वेळची तू अजूनही आठवतेस... तेजस्वी जांभळ्या पोशाखात ताठ मानेनं उभी... तू लोकांना सांगत होतीस,

"आमच्यावर देवाची केवढी कृपा होती आणि इतकं छान जीवन दिल्याबद्दल आम्ही त्याचे खूप खूप आभारी आहोत."

त्या क्षणी मला अशा स्त्रीचं दर्शन घडलं जी सर्वात खडतर परिस्थितीतही कृतज्ञ भावनेनं आणि ताठ मानेनं उभी राहू शकत होती. तेव्हा मला तू किती महान स्त्री होतीस ते समजायला सुरुवात झाली.

गेल्या वर्षी, तुला एकटीला उभं राहावं लागलं... पहिल्यांदाच, त्यावेळी इतक्या वर्षांत अनुभवलेलं, पाहिलेलं सारं काही नव्याकोऱ्या रूपात समोर आल्यासारखं वाटलं. तरीही, आता तुझं हास्य अधिक मधुर बनलंय. तुझी शक्ती अधिक वाढलीय, तुझं प्रेम आणखी सखोल बनलंय आणि तू किती किती महान स्त्री आहेस याचा मला शोध लागतोय.

टिम हॅन्सेल

माझ्या आईसाठी मागणं

हे परमेश्वरा,

आता मी काही तरुण राहिले नाही, माझ्या मित्रमैत्रिणींच्या आया जग सोडून गेल्या आहेत. मी या मुला-मुलींना बोलताना ऐकलंय की, त्यांना आईची खरी किंमत खूप उशिरा कळली.

मला प्रेमळ आई लाभली आहे. ती अजूनही हयात आहे. मला दर दिवसागणिक तिची अधिकाधिक किंमत कळतीय. माझी आई बदलणार नाही, पण मी बदलतीय. मी जसजशी वयानं वाढतीय, सुज्ञ होतीय तसतसं आईचं असामान्यत्व माझ्या लक्षात येतंय. हे सगळं तिच्यासमोर सांगणं मला शक्य होत

नाही ही किती दु:खाची गोष्ट आहे! पण हे सगळं माझ्या लेखणीतून कसं झरझर उतरतंय.

मुलीनं जीवनदात्री आईचे आभार मानायला कुठून प्रारंभ करायचा? मूल म्हणून वाढवताना तिनं दिलेलं प्रेम, तिची सहनशीलता व कष्ट यांबद्दल आभार मानायचे? की दुडदुडत्या पावलांमागं धावण्याबद्दल, 'मूडी' किशोरीला समजून घेण्याबद्दल, सर्वज्ञानी कॉलेज-विद्यार्थिनीला सहन करण्याबद्दल आभार मानायचे? की मुलीला आपली आई खरंच किती शहाणी आहे हे लक्षात येईपर्यंत प्रतिक्षा करण्याबद्दल आभार मानायचे?

मोठ्या बाईनं तिच्या आईचे तिनं अजूनही आईपण जपल्याबद्दल आभार कसे मानायचे? सल्ला देण्यासाठी (विचारल्यावरच) तत्पर असल्याबद्दल की हवं तेव्हा गप्प राहिल्याबद्दल? की, "मी तुला सांगत होते," हे वाक्य अनेकदा म्हणणं शक्य असूनही तसं न म्हटल्याबद्दल? की तिनं सदैव प्रेमळ, विचारी, सहनशील व क्षमाशील असल्याबद्दल?

हे परमेश्वरा, मला माहीत नाही. मी फक्त तुझ्याकडं एवढंच मागणं मागते की तिच्यावर कृपेची अनंत पाखर ठेव आणि मला तिनं घालून दिलेल्या उदाहरणानुसार मार्गक्रमण करता येण्यासाठी साहाय्य कर. मी एवढंच मागणं मागते की, माझ्या नजरेत माझी आई जितकी चांगली आहे तसंच मलाही माझ्या मुलांच्या नजरेत ठेव.

एक मुलगी
ॲन लॅन्डर्स
ल्यान कॅलिनोवस्की यांचेकडून

मानवी मनोगुणांचा शोध घेणाऱ्या कथा

लेखन व संकलन

जॅक कॅनफिल्ड । मार्क व्हिक्टर हॅन्सन

चिकन सूप फॉर द सोल

अनुवाद

उषा महाजन

जॅक कॅनफिल्ड आणि मार्क हॅन्सन या अमेरिकेतल्या सर्वप्रिय, सुप्रसिद्ध अशा दोन वक्त्यांनी मिळून संकलित केलेल्या या कथा जगाच्या कानाकोपऱ्यातल्या जनमानसाच्या मनाला जाऊन भिडल्या आहेत, भावल्या आहेत.

या कथांमधील आशावाद, बुद्धीवाद तुम्हाला येणारं नैराश्य झटकून टाकायला मदत करेल.

अतिशय विचारपूर्वक निवडलेल्या या कथा म्हणजे 'अशक्य' शब्दप्रयोगाला झुगारून देऊन आपल्या आयुष्याचा मार्ग उजळून टाकणाऱ्या आहेत.

जेव्हा कधी तुम्हाला तुमचा मुद्दा ठामपणे मांडावासा वाटेल, एखाद्या मित्र-मैत्रिणीला स्फूर्ती द्यावीशी वाटेल किंवा लहान मुलाला शिकवण द्यावीशी वाटेल, तेव्हा या पुस्तकातील अनेक हृदयस्पर्शी कथांचा हा ठेवा नक्कीच उपयोगी पडेल.

स्त्री मनोगुणांचा शोध घेणाऱ्या कथा

लेखन व संकलन

जॅक कॅनफिल्ड । मार्क व्हिक्टर हॅन्सन

जेनिफर रीड हॉथॉर्न । मॅर्सी शिमॉफ

चिकन सूप फॉर द वुमन्स सोल

अनुवाद

श्यामला घारपुरे

स्त्रीची व्याख्या अनेक प्रकारांनी करता येईल. विद्यार्थिनी, कन्या, मैत्रीण, पत्नी, आई, गृहिणी, व्यावसायी! प्रत्येक रूप हे खास व अलौकिक असे असते. तरी त्यांतही एक असा सामान्य धागा असतो. तो प्रत्येकीच्या स्वभावात असतो.

प्रेमाचे बंध हळुवारपणे जपणारी, आजीवन मैत्री किंवा नाते निभावणारी, निवडलेल्या क्षेत्रांशी बांधिलकी घट्ट करणारी ही स्त्री! कौटुंबिक जीवनात फुलोरा फुलवणारी त्याचबरोबर सामाजिक जीवनही सुसह्य करणारी!

New York Times च्या Chicken Soup for the Soul ह्या मालिकेत वेगवेगळ्या शीर्षकांखाली भावभावनांचे खास मिश्रण आहे!

या पुस्तकामध्ये स्त्रीशी निगडित असलेल्या साऱ्या गुणवैशिष्ट्यांचे मार्मिक चित्रण आढळते. स्त्रीच्या आत्म्याची मंगलता व सौंदर्य इथे प्रगट होते!

तुम्ही व्यावसायिक असा की गृहिणी, बालिकेपासून वृद्ध स्त्रीपर्यंत सगळ्यांना हे अनुभव भावतील. ह्यातून त्यांना स्फूर्ती, आनंद मिळेल इतकेच नव्हे; तर स्वत:चीही ओळख होऊ शकेल. ह्या अनुभवांची सोबत दीर्घकालपर्यंत स्त्रियांना मिळू शकेल.
